வட சென்னை

வரலாறும் வாழ்வியலும்

நிவேதிதா லூயிஸ்

வரலாறு, தொல்லியல், பண்பாடு உள்ளிட்ட துறைகளில் கடந்த ஆறாண்டுகளாக இயங்கி வருபவர். முன்னாள் மத்திய அரசுப் பணியாளர். உள்ளூர், மறக்கப்பட்ட பெண்கள் மற்றும் சிறுபான்மை சமூகத்தின் வரலாறை முனைப்போடு மக்களிடம் கொண்டு செல்பவர். பல்வேறு துறைகளில் முதன் முறையாகக் கால் பதித்து சாதனை புரிந்த பெண்கள் குறித்து மின்னம்பலம் இணைய இதழில் 'முதல் பெண்கள்' என்னும் தலைப்பில் இவர் எழுதிவரும் தொடர் பரவலான கவனத்துக்கு உள்ளானது. சென்னை நகரில் தொடர்ச்சியாக மரபு உலாக்களும், வரலாற்று சொற்பொழிவுகளும் நிகழ்த்தி வருகிறார். 'முதல் பெண்கள்', 'ஆதிச்சநல்லூர் முதல் கீழடி வரை' ஆகிய நூல்களையும், 'சிந்து சமவெளி நாகரிகம்', 'மகிழ்ச்சியின் தேசம்' ஆகிய மின்நூல்களையும் எழுதியுள்ளார்.

நிவேதிதா லூயிஸ்

வட சென்னை

வரலாறும் வாழ்வியலும்

கிழக்கு

வட சென்னை: வரலாறும் வாழ்வியலும்
Vada Chennai: *Varalarum Vaazhviyalum*
Nivedita Louis ©

First Edition: February 2021
264 Pages

ISBN 978-81-949321-9-2
Kizhakku - 1228

Kizhakku Pathippagam
177/103, First Floor, Ambal's Building, Lloyds Road,
Royapettah, Chennai - 600 014. Ph: +91-44-4200-9603
Email : support@nhm.in Website : www.nhm.in

kizhakkupathippagam kizhakku_nhm

Author's Email : niveditalouis@gmail.com

Photos: Boanerges Gangapatla, Nivedita Louis.

Author Photo: Prasad Palani @ Travelling Monk

Kizhakku Pathippagam is an imprint of New Horizon Media Private Limited

‘என் தேடல் மனிதனை நோக்கியே’
என்று வழிகாட்டிய தொ.ப.வுக்கு.

உள்ளே

எது வரலாறு?

மானுடவியலில் சிறிய பண்பாடு, பெரிய பண்பாடு என்னும் இரு வகை மரபுகள் இருப்பது போல் வரலாற்றிலும் இரு வகையான போக்குகள் நிலவுகின்றன. பெரிய மனிதர்களையும், பெரிய நிகழ்வுகளையும் பெரிய கோட்பாடுகளையும் அலசி ஆராயும் போக்கு இருப்பதைப் போல் அதிகம் கவனிக்கப்படாத, புறக்கணிக்கப்பட்ட, மறக்கடிக்கப்பட்ட சிறிய குழுக்களை, சிறிய நிகழ்வுகளை, சிறிய சமூக அசைவியக்கங்களை ஆராயும் 'மைக்ரோ ஹிஸ்டரி' என்னும் துறை இயங்கி வருகிறது. பரந்து விரிந்திருக்கும் கிளைகளையும் கனிகளையும் மலர்களையும் முதல் பிரிவினர் ஆராய்ந்துகொண்டிருக்கும்போது இரண்டாவது பிரிவினர் தரையில் முழங்காலிட்டு அமர்ந்து மண்ணையும் மண்ணைப் பற்றியிருக்கும் வேரையும் அருகிலிருக்கும் புல்லையும் கல்லையும் புழுதியையும் தனிக்கவனம் கொடுத்து ஆராய்வார்கள்.

புரட்சிகர மாற்றங்கள் என்று நாம் கருதும் பலவும் அடிப்படையான சிறிய மாற்றங்களிலிருந்தே தொடங்குகின்றன. சமூகம் என்றால் மேல்கட்டுமானம் மட்டுமல்ல, அடித்தளமும்தான். பெரிய மனிதர்கள் மட்டுமல்ல, எளிய மனிதர்களும் வரலாற்றைக் கட்டமைக்கிறார்கள் என்பதோடு அவசியமான பொழுதுகளில் வரலாற்றை மாற்றியமைக்கவும் செய்கிறார்கள். சிறிய பண்பாடும் பெரிய பண்பாடும் தனித்தனியே இயங்குவது சாத்தியமில்லை. அதே போல் பெரும்பான்மை மக்கள் வரலாறும் அடித்தட்டு மக்கள் வரலாறும் தனித்தனியே பிரிந்திருப்பதும் சாத்தியமில்லை. இந்தப் பிரிவு நீடிக்கும்வரை நம் புரிதல் பிழையானதாகவும் குறை பாடானதாகவும் மட்டுமே இருக்கும்.

நிவேதிதா லூயிஸ் எழுதியிருக்கும் ‘வடசென்னை: வரலாறும் வாழ்வியலும்’ என்னும் புதிய நூல் புதையுண்டிருக்கும் மண்ணையும் மக்களையும் வெளிச்சத்துக்குக் கொண்டுவரும் ஒரு முக்கியமான பணியைச் செய்திருக்கிறது. கடந்த காலப் பதிவுகளிலும் இல்லாமல் நிகழ்காலத்திலும் கவனம் பெறாமல் ஒருவித மாய யதார்த்த உலகில் அடைபட்டுக்கிடக்கும் மக்களின் வாழ்வியலை அதன் அத்தனை வண்ணங்களோடும் அதிசயங்களோடும் சோகங்களோடும் அவலங்களோடும் பதிவு செய்திருக்கிறார் நிவேதிதா.

எம்டன் குண்டு விழுந்த இடம், கல்மண்டபம், இரண்டாம் உலகப் போர் காலத்துப் பதுங்குக்குழி, பழங்கால தேவாலயங்கள், இந்தோ சாரசனிக் கட்டடங்கள், கல்லறைகள், நினைவிடங்கள், கல்வெட்டுகள் என்று மரபுகளையும் வரலாற்றுச் சின்னங்களையும் தேடிச் செல்லும் நீண்ட பயணத்தின் கதையாக இப்புத்தகம் உருத்திரண்டு நிற்கிறது. அதே சமயம், வரலாற்றின் ஆன்மா, பாழடைந்த கட்டடங்களிலோ அசையாமல் நிற்கும் சின்னங்களிலோ இல்லை; ரத்தமும் சதையுமாக வாழ்ந்து கொண்டிருக்கும் மக்களிடம்தான் இருக்கிறது என்பதையும் அழுத்தந்திருத்தமாக நமக்குப் புரியவைக்கிறது. நிவேதிதா சந்தித்துப் பேசும் ஐஸ் விற்னையாளரும் புகைப்படக் கலைஞரும் உடலை மருத்துவமனைக்கு எழுதிக்கொடுத்துவிட்டு மணியக்காரர் சத்திரத்தில் அமர்ந்து ஜபமாலை உருட்டும் முதிய பெண்மணியும் திடீரென்று நமக்கெல்லாம் நெருக்கமானவர்களாக மாறி விடுகிறார்கள்.

குப்பைக் கூளங்களில் கால்களைப் பதித்து குணங்குடி மஸ்தான் சாஹிப் தர்காவுக்கு நிவேதிதா செல்லும்போது நம் கால்களிலும் புழுதி சேர்ந்துகொள்கிறது. ஒரு மகத்தான சூஃபி ஞானியின் தரிசனம் கிடைக்கும்போது நம் உடல், மனம் இரண்டிலுமுள்ள அழுக்குகள் விலகிக்கொள்கின்றன. ராயபுரம் பாலகிருஷ்ணானந்த பக்த ஜனசபையில் சத்தமில்லாமல் பெருமாளைத் தினம் தினம் நீராட்டி அலங்கரிக்கும் பூசாரி கீதாக்கா, கோயில் கருவறைக்குள் பெண்கள் நுழையலாமா என்று விவாதித்துக்கொண்டிருக்கும் நம்மைப் பார்த்து புன்னகைக்கிறார்.

வாழ்பவர்களை மட்டுமல்ல இறந்தவர்களையும் வரலாறு பாகுபாட்டோடுதான் நடத்துகிறது என்பதை நிவேதிதா சுட்டிக் காட்டுகிறார். ‘காசிமேடு கல்லறையும் ராயபுரம் கல்லறையும் 250 ஆண்டுகளுக்கும் மேலாக நம்மோடு இருந்திருக்கின்றன. கோட்டைக்குள் இருக்கும் மேரீஸ் கல்லறை, ஆர்மீனியன்

கல்லறை, வேப்பேரி கல்லறை, குவிபிள் கல்லறை குறித்துக்கூட குறிப்புகள் உள்ளன. ஆனால் வடசென்னையின் கல்லறைகளில் உறங்குபவர்களைக்கூட ஆவணங்கள் அலட்சியம் செய்தே வந்திருக்கின்றன. யாரோ ஒருவர் இந்த முயற்சியை எடுத்து, பதிவேற்றம் செய்து ஆவணப்படுத்தவேண்டும். இல்லை எனில் அவை மண்ணுக்குள் மண்ணாக கூடிய விரைவில் மறைந்துவிடும் என்பதில் ஐயமெதுவும் இல்லை.'

ஒரு கட்டத்தில் வடசென்னையின் கதை மெல்ல, மெல்ல விரிந்து காலனியத்தின் கதையாக, மிஷினரிகளின் கதையாக, சென்னையின் கதையாக, தமிழகத்தின் கதையாக, ஏன் நம் உலகின் கதையாகவும் மாறத் தொடங்குகிறது. சாதி, மதம், பண்பாடு, மரபு, வர்க்கம், மொழி, நிலம், பாலினம், வரலாறு என்று நாம் உருவாக்கி வைத்திருக்கும் சட்டகங்கள் அனைத்தையும்விட்டு விலகி நிற்பதோடு அவற்றையெல்லாம் கடந்தும் நிற்கிறார்கள் இதில் வரும் எளிய மக்கள். இந்நூல் அந்த மக்களோடு நெருங்கிச் சென்று பேசுகிறது; அந்த மக்களைப் பேசுகிறது. எனவே இது நம் புத்தகமும்கூட.

மருதன்

1

எம்டன் கல்வெட்டு

ஆகஸ்ட் 19, 2017.

காலை சூரியன் சோம்பல் முறித்து போர்வை விலக்கி எட்டிப் பார்த்துக்கொண்டிருந்த இளங்காலை. 'பாட்டில்ஃபீல்ட்ஸ் ஆஃப் மெட்ராஸ்' (மதராஸின் போர்க்களங்கள்) பயணம் அப்போதுதான் கோட்டையிலிருந்து தொடங்கியிருந்தது. வெங்கடேஷ் அவரது வாடிக்கையான பரபரப்புடன் வேனிலிருந்து குதித்து கீழே இறங்கிச் செல்ல, பின்னால் தத்தித் தத்தி வாக்கரில் என்னை நகர்த்திக் கொண்டிருந்தேன்.

'விபத்தில்லா வாழ்க்கை வாழ்வது எப்படி?' என்கிற நூல் ஒன்றை சாவதற்குள் எழுதிவிடவேண்டும். அந்த சப்ஜெக்ட் நமக்கு இன்றுவரை கைகூடவில்லை. சிறுவயது முதலே அப்படித்தான். கைதவறி பொருள்களை நழுவ விடுவது, சைக்கிள் மிதித்துச் செல்லும்போது பர்சை தவறவிடுவது, எதையோ ஆர்வமாக வேடிக்கை பார்த்தபடி சென்று பூட்டிய கதவில் நச்சென்று முட்டிக்கொள்வது... இவற்றின் வரிசையில் ஓட்டத் தெரியாமல் பைக்கை ஓட்டி காலை உடைப்பதையும் கட்டாயம் சேர்த்துக் கொள்ளவேண்டும். 'நான் ஓர் ஆக்சிடென்ட் மாக்னெட்' என்பதை தினம் எழுந்ததும் கண்ணாடி பார்த்து சொல்லிக் கண்ணடித்துக் கொள்வது என் வாடிக்கை.

அப்படித்தான் 2017ஆம் ஆண்டு மே மாதம் காலை 10,501ஆவது தடவையாக 'விபத்து' ஒன்றில் சிக்கினேன். நடு மதியம் 1 மணிக்கு

நடந்த விபத்து அது. ஹெல்மட் அணிவது ஏன் அதிமுக்கியம் என்பதை ஆறு மாத படுக்கையும், ஓர் உடைந்த காலும் எனக்கு சொல்லித் தந்தன. என் மஹிந்திரா ஃப்ளைட் வண்டிக்கு முன் சென்றுகொண்டிருந்த பிரகஸ்பதி இண்டிகேட்டரே போடாமல் சட்டென இடதுபுறமிருந்த பெட்ரோல் பங்க் பக்கம் அவனது பெரிய பல்சரைத் திருப்ப, எதிர்பார்க்காத நான் பிரேக் போட முயன்றேன்தான். ஆனால் நம் ஃப்ளைட் குதிரையை அடக்கு வதற்குள் அது பல்சரை முத்தமிட்டு, என்னைத் தூக்கி தார்ச் சாலையில் கடாசி, சில அடிகள் இழுத்துச் சென்றது. இல்லை, நான் அதை இழுத்துச் சென்றேன் என்று நினைவு. வண்டி என் மேல் பயணம் செய்த அபூர்வ காட்சி அது! அறுவை சிகிச்சை, அதைத் தொடர்ந்து ஊர்தல், ஒற்றைக் காலில் நொண்டி அடித்தல் ஸ்டேஜ்களைத் தாண்டி வாக்கர் மூலம் தத்தித் தத்தி நடக்கும் பருவம் வர ஆகஸ்ட் ஆனது.

ஆகஸ்ட் 19 அன்று நண்பரும் நாவலாசிரியர் மற்றும் வரலாற்றாளரான வெங்கடேஷ் சென்னையை ஒட்டியுள்ள போர்க்களங்களைப் பார்வையிட ஏற்பாடு செய்திருந்த ஒரு நாள் பயணத்தில் நானும் ஒட்டிக்கொண்டேன். ஹை கோர்ட்டின் மேன்மை தங்கிய நீதியரசர்கள் நுழைவு வாயிலருகே வேனை நிறுத்தி ஒன்றுகூடி நின்றோம். பரபரப்பான சாலைப் பகுதி என்பதால் சிலர் நடை மேடையிலும், ஒரு சிலர் சாலையிலும் நின்று கொண்டிருந்தோம். வளைத்து வளைத்து அங்கிருந்த கல்வெட்டு ஒன்றை புகைப்படம் எடுத்துக்கொண்டிருந்தார்கள் நம் ஃபோட்டோகிராஃபர் நண்பர்கள்.

எத்தனையோ முறை சட்டெனக் கடந்த இடம்தான். ஆனால் அங்கு ஒரு கல்வெட்டு இருப்பதை அன்றுவரை அறிந்ததில்லை. மடமடவென வெங்கடேஷ் கல்வெட்டின் கதையைச் சொல்ல, உற்சாகமாக கவனிக்கத் தொடங்கினோம்.

எம்டன்!

தமிழ் மொழிக்கே புதிய சொல் ஒன்றைத் தந்த ஜெர்மானியக் கப்பல். முதலாம் உலகப் போரில் மதராஸை உலுக்கிய கதை உங்களுக்குத் தெரியுமா? முதலாம் உலகப்போர் என்றதும் பத்தாம் வகுப்பில் படித்த போஸ்னியா, ஹெர்சிகோவினா, நேச நாடுகள், மைய நாடுகள் அணிவகுப்பு, வில்ஹெல்ம் போர் அறிவிப்பு என்று என்னவெல்லாமோ நம் வரலாற்று நூல்கள் பேசியிருக்கின்றன. ஆனால் அந்தப் போரில் நம் சென்னை தாக்கப்பட்டதை அறிவோமா?

ஹை கோர்ட் மதில் சுவரில் வைக்கப்பட்டுள்ள 'எம்டன் கல்வெட்டு'

ஆங்கில செய்தித்தாள்கள் இந்தச் சம்பவத்தை ஆஸ்திரேலியாவரை கொண்டுசென்றன. 'சென்னை பட்டணத்தில் ஜெர்மன் எம்டன் கப்பல், கடற்கரையிலிருந்து குண்டு போட ஆரம்பிக்க, பிரிட்டிஷ் சேனைகள் செயிண்ட் ஜார்ஜ் கோட்டையிலிருந்தபடி எம்டன் கப்பலை குண்டாலடித்துத் துரத்திய வல்லமைச் சிந்து' நடந்த சம்பவத்தை நம் கண்முன் காட்சியாக்குகிறது. 1914ஆம் ஆண்டு விஜயபுரம் நா. சபாபதி பிள்ளை என்பவர் இயற்ற, இந்த குஜிலி நூலைப் பதிப்பித்தவர் விஜயபுரம் பள்ளிவாசல் தெரு செ.மு.முகமது காசீன் ராவுத்தர்!

கும்மி வடிவிலான இந்தப் பாடல், எந்த ஆண்டு, எந்த நாள், எப்போது சம்பவம் நடைபெற்றது என்ற துல்லியமான தகவலுடன்தான் தொடங்குகிறது. 1914ஆம் ஆண்டு செப்டம்பர் மாதம் 22ம் தேதி என்று தேதியைப் பதிவு செய்கிறது பாடல். கூடவே இருபது நிமிடங்கள் மட்டுமே தாக்குதல் நடத்தப்பட்டது என்றும் தெளிவுபடுத்துகிறது. கோட்டை, லைட் ஹவுஸ் போன்ற இடங்கள்தான் குறிவைக்கப்பட்டன என்றும் பாடல் சொல்கிறது.

அன்றைய லைட் ஹவுஸ் இருந்த இடம், நம் இன்றைய உயர்நீதி மன்றத்தின் பகுதி! கடல்மட்டத்திலிருந்து 175 அடி உயரத்தில் சென்னை நகரின் மூன்றாவது கலங்கரை விளக்கம் ஜொலித்துக்

கொண்டிருந்தது. 18,000 மெழுகுத்திரிகளை ஒரே நேரத்தில் கொளுத்தி வைத்தால் எத்தனை பிரகாசமாக ஒளிரும் என்று சிந்தியுங்கள்; அதே அளவு மதராஸ் ஹை கோர்ட் லைட் ஹவுஸ் இரவில் ஜொலிக்கும்! அப்படி ஜொலித்த லைட் ஹவுஸை குறிவைத்துத்தான் முதல் குண்டுகள் பாய்ந்தன.

ஆண்டு துலாயிரத் தானபதி நான்கில்
ஆனதோர் செப்டம் பர்மாத மதில்
வேண்டிய தேதி இருபத்தி ரெண்டினில்
வீழ்ந்த தென்றார் குண்டு சென்னைதனில்
ஜெர்மனி எம்டன் குரூசர் கப்பலது
சென்னை கடற்கரை தென்கிழக்கில்
அருணனிறங்கி இருட்டுகளானதும்
அங்கே ஒளியுடன் நின்றதுவே
நின்று எதிர்நோக்கி பட்டணம் தன்னில்
நிமிஷமிருபது நேரமட்டும்
குண்டுகள் விட்டுமே கோட்டை லயிட்டவுஸ்
குந்தம் செய்ய குண்டை விட்டனரே...
வழிப்பறி செய்கின்ற பாதகர் போல
மனுக்களயர் நிட்திரை நேரமதில்
பழிக்கஞ்சா பாவிகள் குண்டுகள் போடவே
பட்டது மண்ணெண்ணை டாங்கதனில்
குண்டது பட்டிட மண்ணெண்ணை டாங்கினில்
குப்பென்று தீயும் பிடித்தெறிய
கண்டது போலவர் அவ்வெளிச்சம் கொண்டு
கருதலுடன் நின்று சுட்டனரே
உத்தமரிங்கிலீஷ் சென்னை நகரத்தை
முத்தென ஜர்மெனி முற்றுமெண்ணி
எத்தனையேனும் மனதிலெண்ணாமல்
பொத்தென்று போட்டாரே குண்டதனை
மண்ணெண்ணை டாங்கினில் குண்டு பட்டெரிய
மாக்ஷிமை சென்னை தகித்ததென்று
எண்ணியே ஜர்மெனி உத்தேசம் பூண்டுமே
இருளவைத்தார் தங்கள் எண்ண மதை
குண்டு வெளியான சத்தமதை நந்தம்
கூரும் பிரிட்டீஷின் போர் முனையோர்
கண்டு எதிரியை தாக்கிட எண்ணியே
கப்பிவிட்டார் குண்டு மூன்று தரம்
குண்டுகள் சென்றதும் ஜர்மெனி கப்பலர்

சூறமெலாம் விட்டுதடன் கலங்கி
அண்டருலக அதிரிடியோ இது
அல்லது இங்கிலீஷ் எதிர்வெடியோ
என்று மனதினில் கொண்டதினாலவர்...

இருபது நிமிடங்கள் ஜெர்மனி கப்பல் குண்டுவீச்சை நிகழ்த்த, ஆங்கிலப் படைகள் மூன்று குண்டுகள் விட்டன என்று பாடல் பதிவு செய்துள்ளது. இந்தத் தாக்குதலில் ஐந்து பேர் பலியானதாக செய்தித்தாள்கள் கூறுகின்றன. ஆனால் இந்த கும்மிப்பாடல் எங்கெல்லாம் குண்டு விழுந்தது என்றும் பட்டியலிடுகிறது.

குண்டு விழுந்த சமயத்திலே சென்னை
கூரும் வெங்கிடால முதலித் தெரு
சென்றும் பதினெட்டாம் நெம்பர் மனைதனில்
தீவிரமாய் குண்டு பட்டதுவே
அரிசி அரைத்திட்ட மாது இருவர்மேல்
அப்புரம் ஓர்குண்டு மேல் விழுக
இமிசை இல்லாமலே ராஜ புண்ணியத்தால்
இறவற்று சொல்பமாய் காயமுண்டாம்
ஜார்ஜிடவுன் போலீஸ் டாணாவில் ஆணி
தாக்கிட ஜன்னல் துவார மொன்றாம்

என்று வீட்டு எண், குண்டு விழுகையில் அங்குள்ளவர்கள் செய்துகொண்டிருந்த பணி முதற்கொண்டு குறிப்பிடுகிறது. இந்தப் பாடலின்படி எம்டன் கப்பலிலிருந்து குண்டுகள் விழுந்த இடங்களின் தொகுப்பு:

- *வெங்கிடால முதலி தெரு 18ம் நம்பர் மனை*
- *ஜார்ஜ்டவுன் போலீஸ் டாணா*
- *மேன்சர்ஸ் பிரான்சனின் ஆபீஸ்*
- *ஹைகோர்ட்டு பக்கமாக 3 குண்டுகள்*
- *ஜான்சனின் கடலோர பங்களா*
- *பின்னி அண்டு கோ*
- *போஸ்ட் ஆபீசோடு கூடிய தந்தி ஆபீஸ்*
- *கடற்கரை கிட்டங்கி மற்றும் போர்ட் ஆபீஸ்*
- *பீச்சு ரயில்வே நிலையம்*

'மண்ணெண்ணை டேங்கினில் காவலிருந்தவன், மாயேழையான ஒருவன்' என இருவர் மட்டுமே இறந்துபோனார்கள் என்று பாடல் விளக்குகிறது. ஆங்கிலேயேருக்கு இணக்கமான கவிபோல நம்

சபாபதிப் பிள்ளை, இறுதி வரிகளில், ஆங்கிலேயருக்கு உதவி செய்யாமல் போனால், உம்மாச்சி கண்ணைக் குத்தும் என்று அச்சுறுத்துகிறார்!

இங்கு நின்றால் தாழ்மை கொள்ளுவோமென்று
சென்று போகும் வழி காட்டாமலவர்
சீக்கிரமாக மறையலுற்றார்
அல்லோரும் ஒன்றாக சேரவேண்டும்
சாலோபமாகிய நந்தமிங்கிலீஷுக்கு
ஜடலமேதெத்தம் நாம் செய்யவேண்டும்
திக்குத்தி கந்தமும் கொண்டாடும் புண்ணிய
சீர்கீர்த்தி வாய்ந்த நம் ராஜருக்கு
பக்குவமாக நாம் சண்டைக்குபகாரம்
பண்ணாமல் போனால் நரகமுண்டே

இந்தப் பாடலைவிட வேறென்ன நமக்கு வரலாற்றுத் தகவலை சொல்லும் தரவு வேண்டும்? சென்னை ஈவினிங் பஜாரின் குஜிலிக்கடை தெருவில் விற்கப்பட்ட பாட்டு நூல்கள் பின்னாளில் மருவி குஜிலி இலக்கியமானது இன்னொரு கதை.

சரி, அதென்ன எம்டன் என்ற சொலவடை? 1909ஆம் ஆண்டு கட்டப்பட்ட கப்பல் எஸ்.எம்.எஸ். எம்டன். அதன் கேப்டனாக 1914ஆம் ஆண்டு பணியாற்றியவர் கார்ல் வான் முல்லர். சமயோசித மாகப் பணி செய்பவர், பெரும் வீரன் என்ற பெயர் அவருக்கு உண்டு. முதல் உலகப்போரின்போது பால்கன் பகுதிகளைத் தாண்டி, ஆப்பிரிக்கக் கண்டத்திலும் போர் மூண்டது. ஆசியாவுக்குள்ளும் போரை இழுத்து வர ஜெர்மனி விரும்பியது. அப்போது இந்தியா ஆங்கிலேயர் வசமிருந்ததால், இங்கிலாந்துக்கு லேசான கிலியை ஏற்படுத்த இந்தியாவின் நகரம் ஒன்றைத் தாக்க முடிவெடுத்தது. அதற்கான வெள்ளோட்டமாக வங்காள விரிகுடாப் பகுதிக்கு முதலில் வந்தது எம்டன்.

பெரும்பாலான ஆங்கிலக் கப்பல்களின் வடிவமைப்பின்படி, அவற்றில் வழக்கமாக நான்கு புகைபோக்கிப் புனல்கள் உண்டு. ஆனால் ஜெர்மனி நாட்டுக் கப்பல்களில் மூன்று புகைபோக்கிகள் மட்டுமே உண்டு. இன்னொரு புகைபோக்கி இருந்தால், பார்வைக்கு இங்கிலாந்து கப்பல்போலவே எம்டன் தெரியும் என்று நம்பிய முல்லர், கான்வாஸ் துணி கொண்டு ஒரு 'டம்மி' புகைபோக்கியை நிர்மாணித்ததாகச் சொல்லப்படுவதுண்டு. கங்கை ஆற்றின் கழிமுகப் பகுதியில் வட்டமிட்ட எம்டன், எந்த எதிர்ப்பும் இல்லாமல் போகவே, ஆற்றுக்குள்ளும் சர்வ சுதந்திரமாக சில

நாள்கள் வலம் வந்தான். அவனை விசிலடித்து ஹாய் சொல்லிக் கடந்து போயின இங்கிலாந்துக் கப்பல்கள்!

கங்கை ஆற்றின் கரையில் பெருநகரம் எதுவும் முல்லருக்குத் தட்டுப்படவில்லை. ஆங்கிலேயரின் கண்ணுக்குக் கண்ணாக அன்று இருந்த துறைமுக நகரம் எது எனத் தேட, மதராஸ் அவன் கண்ணில் சிக்கியது. மேலிடத்திலிருந்து உத்தரவு பெற்று செப்டம்பர் 22 அன்று இரவு உறங்கிக்கொண்டிருந்த மதராஸ் நகரை அணுகி குண்டு மழை பொழிந்தான். அவர்களுக்கு ஏற்றாற்போல போர் பற்றிய எந்தப் பதட்டமும் இன்றி ஜொலித்துக் கொண்டிருந்தது மதராஸ். கூடியமட்டும் மக்களிடம் அச்சம் விதைக்க வேண்டும் என்ற எண்ணத்தில்தான் மண்ணெண்ணை டாங்குகள் குறிவைக்கப் பட்டன. போர்ட் ஆபீஸ் அருகே இருந்த ஷெல் நிறுவனத்தின் டேங்குகள் அவை. அதன் பெரும் நெருப்பு வெளிச்சம், நகரைக் குறிவைக்க ஜெர்மானியர்களுக்கு வசதியாக அமைந்தது. நகருக்கு 3000 கஜம் தொலைவில் நின்று 130 குண்டுகளை சென்னை நகர் மேல் பொழிந்தது எம்டன்.

இருபதே நிமிடங்களில் தான் வந்த வேலையை முடித்துக் கொண்ட எம்டன், இங்கிலாந்துப் படைகள் சுதாரித்து தாக்கத் தொடங்கியதுமே இருளில் மறைந்து திரும்பிவிட்டது. வந்த சுவடும் தெரியவில்லை; போன வழியும் தெரியவில்லை. இதன் காரணமாகவே அமுக்கமாக வேலையை செய்துவிட்டு 'எஸ்'ஸாகும் சாமர்த்திய சாலிகளை 'எம்டன்' என்று அழைக்கும் வழக்கம் தோன்றியது. இந்தச் சொல் தமிழ் மண்ணில் மட்டுமல்ல, கேரளா (மலையாளம்) மற்றும் இலங்கையிலும் தொடர்வதுதான் வேடிக்கை!

ஹை கோர்ட்டின் கலங்கரை விளக்கத்தைக் குறிவைத்து எம்டன் சுட்டதில், அதன் மதில் சுவரின் சிறு பகுதி சேதமடைந்தது. அந்தப் பகுதியில்தான் இந்த 'எம்டன் கல்வெட்டு' வைக்கப்பட்டுள்ளது. எப்போது, யாரால் போன்ற தகவல்கள் கிடைக்கவில்லை. எழுத்தமைப்பைக் கொண்டு ஆங்கிலேயர் இங்கு ஆண்ட காலத்தில் வைக்கப்பட்டிருக்க வேண்டும் என்று ஆய்வாளர்கள் கருதுகிறார்கள். எம்டனிலிருந்து சுடப்பட்ட சில குண்டுகள் இன்றும் ஜார்ஜ் கோட்டை தொல்லியல் துறை அருங்காட்சியகத்தில் பார்வைக்கு வைக்கப்பட்டுள்ளன.

ஒவ்வொரு முறையும் இந்தக் கல்வெட்டைக் காண்பித்து மரபு நடைகளில் கதை சொல்லும்போது என்னிடம் கேட்கப்படும் கேள்விக்கு பதில் சொல்லவில்லை என்றால் என் தலை வெடித்து விடும் என்பதால், அதற்கும் முந்திக் கொண்டு பதில்

தந்துவிடுகிறேன். 'விடுதலைப் போராட்ட வீரர் செண்பகராமன் பிள்ளைதானே எம்டன் கப்பலை தன் கைகளில் பற்றி நீந்தி மதராஸை அடையாளம் காட்டிக் கொடுத்தார்?' இந்தக் கதைக்கு எந்த ஆதாரமும் இதுவரை கிடைக்கவில்லை. கப்பலில் பயணித்தவர்களின் பட்டியலில்கூட இந்தப் பெயர் இல்லை. அப்படி அவர்தான் முல்லரை அழைத்து வந்தவர் என்றால் அதற்கான ஆதாரம் எங்காவது இருக்கவேண்டும்தானே? ஆதாரமில்லாத கட்டுக்கதைகளை வரலாறு என்று அடித்து விடுவது பெரும் ஆபத்தில் முடியும். எம்டனை விட பெரிய எம்டர்களாக நம் திடீர் தேசியப் பற்றாளர்கள் அடித்துவிடும் கதைகள், கடலுக்குள் என்றோ மூழ்கிவிட்ட எம்டனையும் வெட்கத்தில் சிவக்கச் செய்யும்!

ஒவ்வொரு முறையும் கல்வெட்டுப் பகுதியைக் கடக்கும் போது வண்டியை லேசாக இடது ஓரமாக ஒடித்து, அதனருகே பிரேக்கிட்டு சில செகண்டுகள் நிற்பதுண்டு. ஒருமுறை அப்படி நான் பார்த்தபடி நிற்க, அருகிலுள்ள நீதியரசர் வாயில் காவலர்கள் இருவரும் வந்து என்னிடம், 'மேடம் இது என்ன கல்லு? இங்க என்ன பாக்குறீங்க?' என்று கதை கேட்டுச் சென்றதுண்டு. 'மூணு வருஷமா இங்கதான் வர்றோம் பாருங்க, ஆனா இதுக்குப் பின்னால இம்மாம் கதை உண்டுன்னு தெரியாது. ரொம்ப தேங்க்ஸ் மேடம்', என்று அந்த நடுத்தர வயது காவலர் சொல்லிச் சென்றார்.

முரட்டு மீசை கொண்ட இன்னொரு போலீஸ்காரர் வேறொரு சமயம், 'இந்தாம்மா..இங்கல்லாம் சும்மா சும்மா நிக்கக் கூடாது என்ன?', என்று மிரட்டிவிட்டு, 'இந்தக் கல்லுல எல்லாம் என்னத்த பார்த்துட்டு போகுதுங்களோ?', என்று சலித்தபடி சென்றிருக்கிறார். சலிப்போ, ஆர்வமோ, எதிராளி என்ன மனநிலையிலிருந்தாலும், நகரின் கதை மேல் அவருக்கு ஈடுபாடு வரச் செய்வதுதான் தேர்ந்த கதைசொல்லியின் திறமை. இன்னும் எத்தனை முறையானாலும், எம்டன் கல்வெட்டுப் பக்கம் வண்டி ஒதுங்கத்தான் செய்யும்.

•

2

எல்லை ஸ்தூபி

நவம்பர் 1, 2018.

நைனன்ஸ். வெள்ளைப் பீங்கான் தட்டில் தளதளவென பிரவுன் வண்ண ஆடை சூடிய காரமல் கஸ்டர்ட் டேபிளில் வந்து அமர்ந்தது. எதிர் வரிசையில் அமர்ந்திருந்த ரோடா என்னை நம்பமுடியாமல் மீண்டும் ஒருமுறை கேட்டார். 'நீங்க இங்க கஸ்டர்ட் சாப்பிட்டதே இல்லையா?' இல்லை என்று மறுத்துத் தலையாட்டினேன். கவனம் முழுக்க அந்த கஸ்டர்டின் மேல் இருந்தது. முதல் ஸ்பூனை உதடு தாண்டி உள்ளே செலுத்தினால், கண்ணிலும் நாவிலும் சொர்க்கம் தாண்டவமாடியது. தித்திப்பும், குளிர்ச்சியுமாய் நைனன்ஸின் கஸ்டர்ட் உதிக்கும் முழு நிலவுபோல தட்டில் சிரித்துக் கொண்டிருந்தது.

1930களில் ஈரானியர் ஒருவரால் 120 ஆண்டு காலத் தொன்மையான ஒய்.எம்.சி.ஏ. ஹாஸ்டல் வளாகத்தில் தொடங்கப்பட்டது நைனன்ஸ். நேருவுக்கு நைனன்ஸின் சிக்கன் லெக் ஃபேவரிட். எகிப்து அதிபர் நாசர் முதல் அன்றைய காமராஜர் அரசின் அமைச்சர்கள்வரை நைனன்ஸின் உணவை ருசி பாராத ஆள்களே இல்லை எனலாம். 1956ஆம் ஆண்டு நைனன் குடும்பத்தின் கைகளுக்கு வந்தது இந்த உணவு வணிகம்.

'அடிக்கடி சண்டேக்களில் அம்மாவும் அப்பாவும் சர்ச்சுக்கு போய்விட்டு இங்கு வந்து குழம்பு மட்டும் வாங்கி வருவதுண்டு.

பாரிமுனை டேர் ஹவுஸ்

எல்லை தூபியின் கல்வெட்டு

இவர்களின் சிக்கன் கறி எவ்வளவு டேஸ்ட் தெரியுமா?', என்று விழிவிரிய ரோடா அடுக்கிக்கொண்டே சென்றார். நைனன்ஸில் உணவு முடித்து, ஒய்.எம்.சி.ஏ. கட்டடத்தை ஒரு சுற்று சுற்றிவிட்டு இருவரும் மெல்ல கதை பேசியபடி நடக்கத் தொடங்கினோம். சி.எஸ்.ஐ. ஆண்ட்ரூ சர்ச்சில் சில நிமிடங்கள் நின்றுவிட்டு, பாரிமுனை 'டேர் ஹவுஸ்' முன்புவரை அந்த மழை நாளில் குளிர்காய்ந்து நடந்தோம்.

எங்கள் வருகைக்காகக் காத்திருந்ததுபோல நின்றிருந்தது எல்லை ஸ்தூபி. அதற்குக் குடை பிடித்தபடி நின்றிருந்த வேப்ப மரம் சில இலைகளைக் கீழே தூவி குசலம் விசாரித்தது. ஸ்தூபியைச் சுற்றி கிடந்த பிளாஸ்டிக் குப்பைகளை அள்ளி அகற்றி எறிந்துவிட்டு சில புகைப்படங்கள் வழக்கம்போல எடுத்துக்கொண்டோம். ஆட்டோவில் ஏறி ரோடாவுக்கு டாட்டா காட்டினேன். ஸ்தூபி அடுத்து எப்போது வருவாய் என்று என்னைப் பரிதாபமாகப் பார்த்தது. கட்டடங்கள் பேசுமா? என்னைக் கேட்டால் கதைகளும் சொல்லும் என்பேன். நமக்கு நல்ல மூட் என்றால் நம்மிடம் அதன் சந்தோஷ நாள்களை விவரிக்கும்; நாம் டல் என்றால் அமைதியாக நம்மை வேடிக்கை பார்த்தபடி நிற்கும். அன்று என் குஷி ஸ்தூபிக்குப் புரிந்திருக்க வேண்டும். லேசாக தலையை அசைத்தது போல எனக்குத் தோன்றியது.

2017ஆம் ஆண்டு பழவேற்காடு மற்றும் அதையொட்டிய பகுதிகளுக்கு எங்களை அழைத்துச் சென்ற வெங்கடேஷின் மரபுப் பயணத்தில்தான் இந்த ஸ்தூபியை முதன்முதலில் அருகே கண்டது. ஃபிரான்ஸ் நாட்டு ஆய்வாளரான கரின், நான், நந்தன் என்று நண்பர்களுடன் இதனருகே நின்று முதல்முறை புகைப்படம் எடுத்துக்கொண்டோம். 'இதுதான் ஒரு காலத்தில் கறுப்பர் நகரத்தின் எல்லையாக நடப்பட்டது', என்று வெங்கடேஷ் சொல்ல, கதையைக் கவனமாகக் கேட்டுக் கொண்டோம்.

அதென்ன கறுப்பர் நகரம்? வெள்ளையர் நகரம்? வெள்ளையரான ஐரோப்பியர் 1700களில் ஜார்ஜ் கோட்டையைக் கட்டியபின் அதற்குள்ளேயே குடியிருந்தனர். அவர்களுக்குக் குற்றேவல் புரிய இந்தியர்களை அருகிலேயே குடியமர்த்த வேண்டும் என்று எண்ணி, அவர்களுக்காக கோட்டைக்கு வடபுறம் இடம் ஒதுக்கினார்கள். நெருக்கமான தெருக்கள், சரியான கழிவுநீர், குடிநீர் வசதி என்று எதுவுமே இன்றி இந்தப் பகுதி பெரும் குடியிருப்பாக உருவானது. இங்கு வசித்தவர்களை அவர்கள் செய்த தொழில் கொண்டு தனித்தனி தெருக்களில் குடியமர்த்தினார்கள். குயவருக்கு,

படகோட்டிகளுக்கு, வண்ணாருக்கு, பறையருக்கு, கள் இறக்குபவருக்கு, நெசவாளருக்கு, ஆடல் பெண்களுக்கு என்று ஒவ்வொருவருக்கும் தனி தெருக்கள் ஏற்படுத்தப்பட்டன.

கோட்டைக்கும், கறுப்பர் நகரத்துக்கும் இடையே கோட்டைச் சுவரும், அகழியும் இருந்தன. செப்டம்பர் 7, 1746 அன்று தூப்ளே தலைமையிலான பிரெஞ்சுப்படைகள் ஜார்ஜ் கோட்டையைக் கைப்பற்றின. தூப்ளேயின் உத்தரவுப்படி பழைய கறுப்பர் நகரத்தின் பகுதிகள் அழிக்கப்பட்டன. 1749ஆம் ஆண்டு ஆய்லாசாபெல் ஒப்பந்தப்படி மதராஸை ஆங்கிலேயருக்கு வழங்கி, கிழக்கு கனடாவின் லூயிஸ்பர்க் பகுதியை பிரான்ஸ் பெற்றுக்கொண்டது. டேவிட் கோட்டையிலிருந்த ஆங்கிலப்படைகள் ஜார்ஜ் கோட்டைக்குத் திரும்பத் தொடங்கினார்கள். ஆனால் பிரெஞ்சுப் படைகளோ இங்கிருந்து கிளம்புவதற்கு முன் கோட்டையின் வடக்குச் சுவரிலிருந்து 400 யார்டு தொலைவில் இருந்த இடம்வரை மொத்தமாக அழித்துச் சென்றனர். அதில் தப்பிப் பிழைத்தவை இரண்டு கோயில்கள் மட்டுமே.

மற்றொரு புறம் ஆங்கிலேயருக்கு பெரும் அச்சுறுத்தலாக ஹைதர் அலி உருவாகியிருந்தார். தரைவழி ஹைதர் தாக்குதல் நடத்தக் கூடும் என்ற அச்சம் ஆங்கிலேயருக்கு இருந்தது. கறுப்பர் நகரம் மீண்டும் தழைக்கத் தொடங்கியது. ஆனால் மீண்டும் பிரெஞ்சுப் படைகள் 1758-59ஆம் ஆண்டுகளில் அத்துமீற, இம்முறை ஆங்கிலேயர் விழித்துக் கொண்டார்கள். 1759ஆம் ஆண்டு பழைய கறுப்பர் நகரம் ஒட்டுமொத்தமாக அழிக்கப்பட்டு, எஸ்பிளனேட் அமைக்கப்பட்டது. தங்களுக்கு 'க்ளீன் லைன் ஆஃப் ஃபயர்' - சுடுவதற்கான திறந்தவெளி வேண்டும் என்று காரணம் காட்டி கறுப்பர் நகரத்தின் பெரும்பகுதியை அழித்தார்கள்.

இந்த எஸ்பிளனேட் பகுதிக்கு அப்பால் 'புதிய கறுப்பர் நகரம்' புத்துயிர் பெற்றது. 1772ஆம் ஆண்டு புதிய கறுப்பர் நகரத்தின் எல்லை வகுக்கப்பட்டது. எல்லையைக் குறிப்பிட்டுக்காட்ட பாரிமுனை, தம்புசெட்டித் தெரு முனை, பிராட்வே முனை, கொண்டிசெட்டித் தெரு முனை, ஸ்ட்ரிங்கர் தெரு முனை, பத்ரியன் தெரு முனை என ஆறு ஸ்தூபிகள் அமைக்கப்பட்டதாக வெகுநாள்கள் வரலாற்றாளர்கள் நம்பினார்கள். 13 ஸ்தூபிகள் இருந்தன என்றும் சொல்லப்படுவதுண்டு. சில ஆண்டுகளுக்கு முன் என்.எஸ்.சி.போஸ் சாலை - பார்த்தசாரதி ஃப்ளைஓவர்அடியிலுள்ள பழைய வண்ணாரப்பேட்டை காவல் நிலையம் வளாகத்தில் ஒரு கல்வெட்டு கண்டுபிடிக்கப்பட்டது. இந்தக் கல்வெட்டு

இப்படியான ஸ்தூபி ஒன்றின் கல்வெட்டு என்பது அதிலுள்ள வாசகங்கள் மூலம் தெரியவந்தது. பழைய வண்ணாரப்பேட்டையில் இருந்தே கறுப்பர் நகரத்தின் எல்லையைக் குறிக்க இந்த 15 அடி உயரம் கொண்ட ஸ்தூபிகள் அமைக்கப்பட்டன என்று தெளிவாகியது.

இந்த ஸ்தூபிகளில் இப்போது ஒன்று மட்டுமே நல்ல நிலையில் பாரிமுனை டேர் ஹவுஸின் முன் இருக்கிறது. இதில் 1.1.1773 என்ற தேதி தெளிவாகக் குறிப்பிடப்பட்டுள்ளது. வண்ணாரப்பேட்டை காவல் நிலையத்திலுள்ள கல்வெட்டோ 1822ஆம் ஆண்டு காணாமல் போன அங்குள்ள ஸ்தூபி நிறுவப்பட்டதாகக் குறிக்கிறது. ஒருவேளை 1773ஆம் ஆண்டு மட்டுமல்லாமல் பின்னாட்களிலும் நகரின் எல்லையைக் குறிக்க ஸ்தூபிகள் எழுப்பப்பட்டிருக்கலாம். 1880களில் பழைய கறுப்பர் நகரம் இருந்த இடத்தில் மதராஸ் உயர்நீதிமன்ற வளாகம் பிரம்மாண்டமாக எழும்பியது.

வெங்கடேஷுடன் ஸ்தூபியைக் கண்டு திரும்பிய நாள் மனதில் பசுமையாக இருக்கிறது. ஸ்தூபியைச் சுற்றிச்சுற்றி நாங்கள் புகைப்படம் எடுத்துக்கொண்டிருந்தோம். அடியேன் வாக்கரில் தத்திக்கொண்டிருந்தேன். எங்களை வினோதமாக பார்த்த முதியப் பெண் ஒருவர் அருகே வந்தார். 'என்னா செஞ்சுக்குறீங்க?', என்று அவர் நாடியில் கைவைத்துக் கேட்க, ஸ்தூபி வந்த கதையை விளக்கினேன். 'எப்ப கட்டிக்கிறாங்கோ?', என்று மீண்டும் கேட்டார். '1773', இன்னொரு முறை சளைக்காமல் கதை சொல்ல, 'ஏயப்பா..இப்பலாம் இப்டி கட்ட முடியுமா சொல்லு? என்னா கட்டிக்கிறாங்கோ? வூடு, ஆபீசு எம்மாம்பெர்சா கட்னாலும் ஒரே வருசத்துல பேந்துனு நிக்கிது. இங்கிலிஸ்காரன் கட்டுனா எப்டி கீது பாரு ஷ்ட்ராங்கா!', என்றவர், 'காலு எப்டி இப்டி ஆச்சி?', என்று கவலையுடன் என் விபத்து கதையைக் கேட்டுக்கொண்டார்.

ஹைகோர்ட் கேட் போலவே இந்த எல்லை ஸ்தூபியையும் அவ்வப்போது 'கண்டுக்கினு' செல்வதுண்டு. அப்படி செல்லும் போதெல்லாம் அதனருகே தெரு முனையில் பூ விற்றுக் கொண்டிருக்கும் அக்காவை காண்பதுண்டு. என்னை தொடர்ச்சியாக கவனித்தவர், 'இந்தாம்மா… இன்னா நீ? வர்ர, போற… இன்னா பார்த்துனு போற?' என்று கேட்டார். 'இது பத்திரமா இருக்கான்னு அப்பப்ப வந்து பாக்குறேன். இதைக் கட்டி 250 வருசம் ஆவப்போவுது அக்கா', என்று சொல்ல, அக்காவின் விழிகள் விரிந்தது.

'தே..இங்க வா, இத்த பாரு எர்னூரு வர்சம் பழசாம்..இந்தப் பொண்ணு சொல்லிக்கிது', என்று பக்கத்தில் நின்ற செக்யூரிட்டியை

அழைத்துக் கதை சொன்னார். அதில் அவருக்கு அத்தனை பெருமிதம். அக்காவுக்கு வேலூர் பக்கம் எதோ கிராமம். சிறுவயதிலேயே திருமணம் செய்து கொடுத்துவிட்டார்கள். ரிக்‌ஷா ஓட்டிய கணவர் குடித்தே உயிர்விட, குழந்தைகளை வளர்க்க வேண்டிய சூழலில் அக்கா கிடைத்த வேலைகளை எல்லாம் செய்தாள். வீட்டு வாடகை தர முடியாமல் போக, சாலையில் தான் வசிப்பு. மகள்களை திருமணம் செய்து கொடுத்துவிட்டு நிமிர்ந்து பார்ப்பதற்குள் முதுமை இவளை அரித்திருந்தது. மகள்களுக்கு, மகனுக்கு பாரமாக இருக்கவேண்டாம் என்று மீண்டும் சாலைக்கே வந்துவிட்டாள்.

டேர் ஹவுஸ் ஸ்தூபிக்கு அருகேதான் அக்காவின் ‘வீடு.’ ஒரு பழைய தார்ப்பாய், அழுக்கேறிய தலையணை, பழைய ஃப்ளெக்ஸ் பானர். இரண்டு சட்டி, ஒரு ஸ்டவ், பூக்கூடை, சிறிய தகர டின். இதுதான் அவரது மொத்த சொத்து. ஆனால் தினமும் காலை ஸ்தூபியை ஒட்டிய பகுதியை பெருக்கி சுத்தம் செய்து தண்ணீர் தெளித்து வைக்கிறார். ஸ்தூபியின் அருகே மழையில் உடைந்து விழுந்துவிட்ட வேப்ப மரத்தின் கிளைகளை வெட்டி அப்புறப் படுத்துவதில் அரசு அதிகாரிகள் ஆளாளுக்கு வந்து கைவிரித்துச் சென்றதை வருத்தத்துடன் சொன்னாள். ‘என்னால முடிலமா... இருந்தா நானே வெட்டி வீசிட்ருப்பேன். வயசு ஆளை கொண்டுனு போகாம படுத்துது’, என்றவருக்கு ஆறுதல் சொல்ல என்னிடம் வார்த்தைதான் இல்லை.

என்.எஸ்.சி.போஸ் சாலை நெடுக அக்காவைப்போன்ற பெண்களை நீங்கள் பார்க்கலாம். சாலையோரம் தள்ளுவண்டியில் வாழ்க்கை. பெரிதாக சொத்து எதுவும் இல்லை, நகரம் தரும் துணிவை மட்டும் கையில் பிடித்தபடி பயணிக்கிறார்கள் இந்த அக்காக்கள். ஆர்மீனியன் தெரு முனையில் இருக்கும் அக்கா இன்னும் ஸ்பெஷல். அவர் அருகேயுள்ள சாலையோர கோயிலை தினமும் அதிகாலை சுத்தம் செய்து கோலமிடுவதைப் பார்ப்பதே அழகு. மஞ்சள் பூசிய முகமும், நெற்றி நிறைய குங்குமமுமாக அத்தனை களை இருக்கும் அந்த முகத்தில். முந்தைய இரவு பெய்த மழையில் இங்குமங்கும் ஓடி தார்ப்பாய் கொண்டு வண்டியை மூடி பொருள்களை பாதுகாத்த அசதி அவரது முகத்தில் இருக்காது. தனக்கே ஒண்டிக்கொள்ள எதுவுமில்லாத நிலையில், அக்கா ஆசையாக கோழி வளர்த்துக் கொண்டிருக்கிறார்.

தினமும் நாம் கிழக்கும் மேற்குமாக அலைந்து திரியும் சாலைகளில் இந்தப் பெண்கள் நம்பிக்கை என்ற ஒற்றைக் கயிறில் வாழ்க்கையை

கட்டித் தூக்கி நிறுத்திக் கொண்டிருக்கிறார்கள். பார்ப்பவர்களிடம் எல்லாம் இவள் இப்படி கதை பேசித் திரிகிறாளே, இவளென்ன பைத்தியமா என்று நினைக்கிறீர்கள்தானே? ஸ்தூபி அருகேயுள்ள அக்காவுக்கு இனி அதன் கதை தெரியும், அதனுடன் அவள் இனி பேசுவாள். ஸ்தூபிக்கு அருகே நீங்களே குப்பையைக் கொட்டினால், வரிந்துகட்டிக்கொண்டு சண்டைக்கு வருவாள்.

எளிய மனிதர்களுக்கு வரலாறு சொல்லப்படாத காரணத்தால் மறைந்து போன ஸ்தூபியையும் உங்களுக்கு அறிமுகம் செய்கிறேன். பிராட்வே தெரு முனையில் ஒரு ஸ்தூபி இருந்தது என்று படித்தோமல்லவா? அந்த ஸ்தூபி 1970கள்வரை இருந்திருக்கிறது! அதற்கான புகைப்பட ஆதாரங்கள் உள்ளன. டி.ஏ.எஸ். பட்டணம் பொடி கடையை ஒட்டி கம்பீரமாக நின்றிருந்த அந்த ஸ்தூபியை இப்போது காணவில்லை. சென்னை நகரின் முக்கிய பகுதியான உயர்நீதிமன்றத்தின் பின் வாசலில், நூற்றுக்கணக்கான நீதிபதிகளும், வழக்கறிஞர்களும் தினம் கடந்து செல்லும் பகுதியிலிருந்த நகரின் முக்கிய எல்லை ஸ்தூபி, 250 ஆண்டுகள் தொன்மையானது இன்று இல்லை என்று சொன்னால் அதிர்ச்சியாக இருக்கிறதல்லவா?

டேர் ஹவுஸ் ஸ்தூபி இன்று நின்றுகொண்டிருப்பது அதிசயம் என்று நான் ஏன் நினைக்கிறேன் என்று உங்களுக்குப் புரிகிறது இல்லையா? எளிய மனிதரிடம் சென்று சேரும் எந்தச் செய்தியும் காலத்துக்கும் அழியாமல் நிற்கும் என்பதை திடமாக நம்புகிறேன். செல்லும் இடமெல்லாம் கதை சொல்லித் திரிகிறேன். இந்த அத்தியாயம் நகரம் கவனிக்கத்தவறிய என் அக்காக்களுக்கு சமர்ப்பணம்.

•

3

ரயில்வே அச்சகம்

சென்னை நாள், ஒவ்வொரு ஆண்டும் ஆகஸ்ட் மாதம் 22ஆம் தேதியன்று கொண்டாடப்படுகிறது. ஃபிரான்சிஸ் டே, ஆன்ட்ரூ கோகன் என்ற இரு ஆங்கிலேயக் கிழக்கிந்தியக் கம்பெனி ஏஜண்டுகளுக்கும் தாமர்ல வெங்கடாத்ரி நாயக்குக்கும் இடையே சென்னை/மதராஸ் பகுதி ஒப்பந்தம் இதே நாள், 1639ஆம் ஆண்டு கையெழுத்தானது. அதைக் கொண்டாடும் வகையில் கடந்த பத்து இருபது ஆண்டுகளாக மதராஸ் தினம் கொண்டாடப்பட்டாலும், மதராஸ் என்ற நகரம் 1880களிலேயே 'மதராஸ் விழா' இங்கே நடைபெற்றுள்ளதற்கான ஆதாரங்கள் உள்ளன.

ஒவ்வொரு ஆண்டும் டிசம்பர் 31 அன்று சென்னை சென்ட்ரல் ரயில் நிலைய வளாகத்துக்குப் பின்புறமுள்ள 'மை லேடீஸ் கார்டன்'/ 'பீப்பிள்ஸ் பார்க்' பூங்காவில் கொண்டாடப்பட்டுள்ளது. விக்டோரியா மகாராணியின் பிறந்தநாளைக் கொண்டாட ஏற்படுத்தப்பட்டதாகச் சொன்னாலும், விடுதலைக்குப் பின்னும் 1970கள்வரை இந்த 'மதராஸ் ஃபேர்' வெற்றிகரமாகவே வாண வேடிக்கைகள், ரேக்ளா போட்டிகள் என்று களைகட்டியுள்ளது.

இந்த ஆண்டு மதராஸ் விழாவின்போது ஒரு மரபு நடையை மட்டுமாவது நடத்திவிட வேண்டும் என்று ஆவல் கொண்டேன். மரபு நடைகள் மதராசுக்கு புதிய வரவுதான் என்றாலும், அதனுடன் 'வழிநடைச் சிந்து' எப்போதும் தொடர்புபடுத்திக் கொள்வேன். இரு நூற்றாண்டுகளுக்கும் முன்பாக ஊர் சுற்ற அத்தனை வசதிகள் இல்லாத காலத்தில், ஓர் இடத்திலிருந்து மற்றொரு இடம் செல்லும்

வழியில் காணும் காட்சிகளை எல்லாம் சிந்துப் பாடலாகப் பாடி. அச்சிலும் ஏற்றிவைத்துவிட்டார்கள் நம் முன்னோர். ‘சின்னக் காலேஜியென்று வழங்குகிற பீபில்ஸ் பார்க்கு திருமயிலை - அறுபத்துமூவர் உச்சவம் - இவைகளின் வழிநடைத் தங்கம் ஓரடிச்சிந்து’ 1900களின் இயற்றப்பட்டது.

> சீர்மருவுஞ்சென்னை நகர் - செங்காங்கடைக்கடுத்த முல்லா வீதிதனில் - மொய்குழலே வீற்றிருக்கும் காரிழையே நாமிருவர் - கைகோர்த்து யிப்பொழுது, மயிலை நகருக்கு - மாதரசே போகலாம். அறுபத்து மூவரையும், அங்கம்பூம்பாவையையும், கபாலீசர் வருகிற காட்சியையுங் காணலாம்

என்று தொடங்கும் பாடல், அடுத்த சில வரிகளில் விக்டோரியாள் தோட்டத்தை விவரிக்கிறது.

> விக்டோரியா தோட்டமிதின் விசித்திரங் கேளடி, அந்தமான கிராதி - அழகான கேட்டு, பாறா இருக்கிறார் - பாரடி பெண்மயிலே - மண்ணாலே மேடிட்டு - மரத்தாலே பாலங்கட்டி, பேரால் பெருத்த - புழலேரி தண்ணீரை, வாட்டர் பைப்ஸ் வைத்து - வழங்குகிறார் பாரடி - வாலிபப்பெண்கள் வரிசை வரிசையாக தண்ணீரை மொண்டு தலையிலே தானெடுத்து, இசைய வழி நடந்து போகிறார் பாரடி - ஆண் கரடி, பெண் கரடி அதற்கொரு கொட்டாயாம், பெரும்புலி சிறுத்தை - பேர்போன சிங்கம், கல்லானையொன்று -கனமுடன் வாழுதற்கு, சுற்றிலுந்தகட்டால் - சொகுசாய் மறைத்துவிட்டு, ஆளொருவருக்குமே அரையணா வாங்குகின்ற இனிஸ்பெக்டரிவர் தான் - யெதிரிலே பாரடி, பலகைலாராவதி - பாங்கான மேடு, சுற்றிலுந் தண்ணீரில் சொகுசான போட்டுவிட்டு, காலணா வாங்குவார் கட்டழகி கேளடி

என்று தொடர்கிறது இந்த சிந்து.

பீப்பிள்ஸ் பார்க்கில்தான் 1983ஆம் ஆண்டுவரை மிருகக்காட்சி சாலை இருந்திருக்கிறது. அங்குள்ள நீர் நிலைகளின் எண்ணிக்கை 11. சுமார் 116 ஏக்கர் அளவிருந்த அந்தப் பூங்காவில் மரப்பாலமும், படகு ஓட்டமும் இருந்ததை 1950களில் அங்கு சென்றவர்கள் கண்டிருக்கலாம். எத்தகைய ஆவணம் இது! வெறும் குஜிலிப் பாட்டு என்று இதை ஒதுக்க முடியுமா? 1900களில் விலங்குகளைப் பார்க்க அரையணா கட்டணமும், படகு சவாரிக்கு காலணா கட்டணமும் வசூல் செய்ததை எவ்வளவு அழகாகப் பதிவு செய்திருக்கிறார்கள். குளத்து நீருக்கு புழலேரி நீரை ‘வாட்டர் பைப்’ கொண்டு எடுத்துவந்தது முதற்கொண்டு சொல்கிறது இந்தப் பாடல்.

சிந்துப் பாடல்போல இல்லையென்றாலும், இந்த நூலில் நீங்கள் வடசென்னையை இப்படியான வழிநடையாக என்னுடன் சுற்றி வருகிறீர்கள். ஒரு குறிப்பிட்ட பகுதியிலுள்ள முக்கிய மரபு சின்னங்களை விரும்புபவர்களை அழைத்துச் சென்று சுற்றிக் காட்டி விளக்குவது தான் மரபு நடை. கிட்டத்தட்ட நான் மேலே குறிப்பிட்ட வழிநடை போல! அப்படியான மரபு நடை ஒன்றை வட சென்னையில் நிகழ்த்தவேண்டும் என்ற ஆசையில் மாதக்கணக்கில் என் அப்பாவி பைக்கை பெட்ரோல் நிரப்பி, உதைத்து, டயர் தேயத் தேய சுற்றியிருக்கிறேன்.

பீச் ரயில் நிலையத்தைக் கடந்து வடதுபுறம் சிறிது தூரம் சென்ற பிறகு பீச் சாலை இடது பக்கம் திரும்பும். இந்த சாலை இப்ரஹிம் சாஹிபு சாலையில் இணைகிறது. மீண்டும் வடக்கே திரும்பி ராயபுரத்தை அடையும். இந்த இப்ரஹிம் சாஹிபு சாலைக்குச் சற்று முன்பு சாலையின் வலதுபுறமிருக்கும் சோகையான போர்டு 'தென்னக ரயில்வே அச்சகம்' என்று அறிவிக்கும். இந்த வளாகத்துக்குள் என்ன இருக்கிறது என்று ஏற்கெனவே அத்துறையில் பணியாற்றியதால் தெரிந்திருந்தாலும், சற்றுத் தயக்கத்துடன்தான் அன்று உள்ளே நுழைந்தேன். அறியாத புதிய இடங்களுக்குள் நுழைவது இந்த நகருக்குக் குடிவந்த பிறகு நம் 'ஃபேவரிட் பொழுதுபோக்காக' மாறியிருக்கிறது.

உள்ளே வெளியாட்களுக்கு அனுமதி இல்லை என்ற போர்டையும், செக்யூரிட்டியையும் ஹெட் ஆஃபீசில் பணியாற்றிய நண்பர் ஒருவரது பெயர் சொல்லித் தப்பிப் பிழைத்து நுழைந்துவிட்டேன். பழங்கால ஓடு வேய்ந்த கட்டடம்; கட்டாயம் நூறாண்டு தாண்டியிருக்கும். சிரத்தையுடன் பழைய கார்டு டிக்கெட்டுகளும் புதிய கம்ப்யூட்டர் டிக்கெட்களும் தயாரிக்கும் பணிகளில் ஊழியர்கள் மூழ்கியிருந்தார்கள். அட்டைகளாலான ரயில்வே கார்டு டிக்கெட்டுகளை இந்தியா முழுக்க அச்சடிக்கும் அச்சகங்கள் ஐந்து மட்டுமே இப்போது உயிர்ப்புடன் உள்ளன. அவற்றில் தென்னக ரயில்வேயில் ராயபுரம் அச்சகம் மட்டுமே தப்பிப் பிழைத்துக் கிடக்கிறது. எப்படியாவது அதனுள் நுழைந்து ஆவணப்படுத்தி விடவேண்டும் என்ற ஆவல் அச்சத்தைச் சுத்தமாக துடைத்து விட்டிருந்தது.

அச்சகத்தின் பொறுப்பு வகிக்கும் அதிகாரியிடம் நேரடியாகச் சென்றது தவறாகப் போய்விட்டது. 'ஐயா ஐ.சி.எஃப். சென்டிருக்கிறார்; ஐயா மருத்துவமனை சென்றிருக்கிறார்; ஐயா கிளம்பிவிட்டார்; ஐயா இன்னும் சில நிமிடங்களில் உங்கள் முன்

இருப்பார்', என்று வழக்கமான தட்டிக்கழிக்கும் சால்ஜாப்புகள் வந்தாலும், நான்கு மணிநேரம் நான் எங்கும் நகரவில்லை. ஒரு வழியாக ஐயா வந்து கடைக்கண் காட்டிய பிறகு, 'முடியாது', என்ற ஒற்றை வார்த்தையில் சுவற்றில் அடித்த பந்தாக எட்டி உதைத்து வெளியே அனுப்பிவிட்டார்.

அதற்கு பின்புலம் இல்லாமலில்லை. 2017ஆம் ஆண்டு அக்டோபர் மாதம் நாடு முழுவதுமிருந்த ரயில்வே அச்சகங்களை மூட வேண்டும் என்று அமைச்சகம் உத்தரவிட்டிருந்தது. ஆனால் ஊழியர் சங்கங்களின் போராட்டம் வலுக்கவே, 2018ஆம் ஆண்டு பிப்ரவரி மாதம் அந்த முடிவை ரயில்வே கைவிட்டது, பைகுல்லா, செக்கந்திராபாத், ஹௌரா, சாகர்பஸ்தி, ராயபுரம் ஆகிய அச்சகங்கள் தப்பிப் பிழைத்துக் கிடந்தன. அவற்றுக்குள் வெளியாட்களை அனுமதிப்பது கடினம் என்று நான் அறிந்ததுதான். ஆனால், கிட்டத்தட்ட கண்ணில் நீர் எட்டிப் பார்த்துக் கொண்டிருந்தது. இதை ஆவணப்படுத்த எத்தனை ஆசை கொண்டிருந்தேன், இதை செய்யக்கூடிய முதலும் கடைசியுமான ஆள் நானாக இருக்கக்கூடும் என்பது மட்டும் புரிந்தது. கண்ணைத் துடைத்துக்கொண்டு அங்கிருந்தே பழைய ரயில்வே நண்பர்கள் ஒன்றிருவருக்கு தொலைபேசியில் அழைத்து உதவி கேட்டேன்.

ஒவ்வொருவராக மாற்றி மாற்றி கை காட்ட, என் விண்ணப்பம் இன்ச் இன்ச்சாக ஒவ்வொரு அதிகாரியின் மேசையிலும் இழுத்துக்கொண்டிருந்தது. பப்ளிக் ரிலேஷன்ஸ் துறை என்ற ஒன்று இருக்கிறது. ஆனால் அவர்களோ, 'எங்களுக்குத் தெரியாது. வேறு யாரிடமாவது கேளுங்கள். இதுவரை யாருக்கும் அனுமதி தந்ததில்லை. அது பணத்துக்கு ஈடான டிக்கெட்டுகள் புழங்குமிடம். வெளியாட்களுக்கு எப்படி அனுமதி அளிப்பது?' என்று கைவிரித்துவிட்டார்கள். அதற்குள் 15 நாள்கள் கடந்திருந்தது.

அண்ணாநகரில் கூப்பிடு தொலைவில் 90 வயது தோழர் உண்டு. முன்னாள் ரயில்வே அதிகாரி; என்னை இன்னும் 'நீ என் மகளா, தாயா?' என்று சந்தேகம் கேட்டுக்கொண்டிருக்கும் எஸ்.கனகசபாபதி சாருக்கு மூக்கை சிந்தியபடி ஃபோன் செய்தேன். 'அடடே... இதற்கா இவ்வளவு வருத்தம்? நாளை காலை முக்கிய அதிகாரி ஒருவரை சந்திக்க அனுமதி வாங்கித் தருகிறேன். கவலைப்படாமல் தூங்கு மகளே' என்று சொல்லிவிட்டார். அடுத்த நாள் யாரை சந்திக்கப் போகிறோம் என்று தெரியாமலேயே புறப்பட்டு அலுவலகத்தில் காத்திருந்தால், ஏ.ஜி.எம். அறைக்கு

நேரே போ என்று ஒற்றை வரியில் கட்டளையிட்டுவிட்டு ஃபோனை வைத்துவிட்டார் எஸ்.கே. அப்பா.

நாக்கு மேலன்னத்தில் ஒட்டிக்கொண்டது. ஏ.ஜி.எம். அறை வாசலில் திணறியபடி நிற்க, உதவியாளர் நம் முகத்தைக் கண்டதும், 'நிவேதிதா?', என்ற ஒற்றைக் கேள்வியைக் கேட்டு உள்ளே அழைத்தார். கைகால்கள் உதறியபடி ஏ.ஜி.எம். அறைக்குள் நுழைந்தேன். முதல் கேள்வியே கூக்ளிதான். 'ஏன் வேலையை விட்டுவிட்டு இதைச் செய்கிறாய்?.' உள்ளங்கைக்குள் வியர்வை பிசுபிசுப்பை உணர்ந்து, 'பிடிக்கவில்லை சார். இது பிடித்திருக்கிறது', என்றேன் ஒற்றை வரியில். அவருக்கோ சிரிப்பு. எஸ்.கே. அப்பா என்ன சொல்லித் தொலைத்தாரோ என்று எரிச்சல் மண்டியது. அப்புறம் வைத்துக்கொள்கிறேன் என்று மனதுக்குள் கருவிக்கொண்டேன்.

'நியூஸ்பேப்பர், பிரஸ் ஆட்களை நம் பிரின்டிங் பிரஸ்ஸுக்குள் கொண்டுவர ஆசைப்படுகிறீர்கள் போலிருக்கிறதே? பாதுகாப்புக்கு என்ன உத்திரவாதம்?' என்று அடுத்த பவுன்சர். 'நான்தான் சார் உத்திரவாதம். நானே பொறுப்பு. எந்தச் சிக்கலும், யாருக்கும், எதற்கும் நேர்ந்துவிடாமல் பாதுகாப்பாக உள்ளே நுழைந்து வெளியேறிவிடுவேன். வந்ததும் போனதும் தெரியாது. என்னை நம்புங்கள்; வேண்டுமானால் எழுதித் தந்துவிடுகிறேன்', என்று சொல்ல, என்னை ஒரு நொடி தீர்க்கமாகப் பார்த்தார். 'சரி, டி.ஆர்.எம்மை போய்ப் பாருங்கள், நான் அவரிடம் பேசுகிறேன்', என்றார். சட்டென நன்றி சொல்லி எழுந்துகொண்டேன். 'யு ஆர் ஸ்மார்ட். யு ஷுட் ஹாவ் ஸ்டேய்ட் வித் அஸ்', என்றார். தொண்டைக்குள் ஒரு துக்கப் பந்து உருண்டு முட்டிக்கொண்டு நின்றது. 'சாரி சார், ஐ ஹேட் அதர் பிரயாரிட்டீஸ்', என்ற சுருக்கமான பதிலுடன் வெளியேறிவிட்டேன்.

வெளியே வந்த பின் நண்பர் ஹரி சாரை பார்த்த பிறகுதான் உயிர் வந்தது. இந்த ஒரு மாத காலம் என்னுடன் ஒவ்வொரு டேபிளாக அலைந்தவர் அவர். என் ரயில்வே நட்புகளில் இன்றும் அதே அன்புடன், கனிவுடன் இருப்பவர். டி.ஆர்.எம்மை சந்திக்கப் போனோம். அங்கே அடுத்த டெஸ்ட்.

ஏ.டி.ஆர்.எம். தினேஷ் சாரை பார்க்கச் சொல்லி டி.ஆர்.எம். அலுவலகத்தில் அனுப்பிவிட்டார்கள். 20 வயதிலிருந்து தினேஷ் சாரைப் பார்த்துக்கொண்டிருக்கிறேன். 'கியூரியஸ் கேட்' - அவர் என்னை அடிக்கடி அழைக்கும் பெயர் இது. இப்போது அனேகமாக அவர் என்னை மறந்திருக்கக்கூடும் என்று நினைத்தபடி அறைக்குள்

சென்றால், புதிதாகப் பார்ப்பதுபோலப் பார்த்தார். என் சூழலை விளக்கி அனுமதி கடிதம் கேட்டேன். ஏ.ஜி.எம். அழைத்துச் சொல்லியிருக்க வேண்டும். ஆனாலும் என்னை எளிதில் வெளியே விடக்கூடாது என்பதில் தெளிவாக இருந்தார்.

'வாட் டூ யூ நோ அபவுட் திஸ் சிட்டி?', என்று முதல் கேள்வி வந்தது. கவுன் பனேகா குரோர்பதி போட்டியில்கூட இத்தனை கேள்விகளை ஒருவன் சந்தித்திருக்க மாட்டான். நொந்துபோய் விளக்கத் தொடங்கினால், அவரது ஆந்திரப் பகுதியை செழிப்பாக்கிய ஆர்தர் காட்டன்பற்றி அடுத்த கேள்வி வந்தது. குஷி தானாக வந்து ஒட்டிக்கொண்டது. கிட்டத்தட்ட அரை மணி நேரம் இருவரும் ஆர்தர் காட்டன் பற்றியும், அவர் கட்டிய அணைகள்பற்றியும், கூடுதலாக பென்னிகுயிக் பற்றியும் பேசிக் கொண்டிருந்தோம். ரயில்வே அச்சகம் கண் அருகே வந்துவிட்டது. ஒருவழியாக அவர் அனுமதி கொடுத்த பிறகும் அன்று மாலை 6 மணி வரை அங்கிருந்த கமர்ஷியல் சூப்பர்வைசர் என்னை அலைக்கழித்து, நான் ரயில்வேயை விட்டுச் சென்றது எத்தனை நல்ல முடிவு என்று நிரூபித்துக்கொண்டிருந்தார்.

என் அனுமதி கடிதத்தை நானே டிக்டேட் செய்து, பிரின்ட் அவுட் எடுத்து, ஒரு வழியாக அனுமதிக் கடிதத்தை வாங்கிக்கொண்டு கேட் அருகே கட்டஞ்சாயா குடிப்பதற்குள் தாவு தீர்ந்துவிட்டது. தோழிகள் மூவர் சிறு தூறலில் நனைந்தபடி இதமான சூட்டில் பிளாக் டீயை ரசித்துக் கொண்டே பள்ளி நாட்களையும், தொலைந்து போன பழைய காதலையும் பேசிச் சிரித்துக்கொண்டிருந்தோம். ஓர் அச்சகத்தை சுற்றிப் பார்க்க அனுமதி வாங்க ஒரு மாதமும், நிறைய பொறுமையும், எக்கச்சக்க 'புஷ்'ஷூம் தேவைப்பட்டிருக்கிறது. 'ஹா, மரபு நடை என்ன பெரிய விஷயமா?' என்று இனிமேல் எளிதாக நினைக்கவேண்டாம்; அதற்குப் பின் இப்படி மாதக்கணக்கில் உழைப்பு இருக்கிறது.

அனுமதி கிடைக்க ஒரு மாதமாகிவிட்டிருந்தது. மரபு நடை ஆகஸ்ட் 11 அன்று என்று அறிவிப்பு வெளியிட்டு, அந்தத் தேதியைக் குறிப்பிட்டு அனுமதியும் பெற்றிருந்தேன். என் அனுமதிக் கடிதத்தைக் கொண்டு பாதுகாப்புக்கு அச்சகத்தில் ஜி.ஆர்.பி. காவலர்களுக்கு ஸ்பெஷல் டூட்டி போடப்பட்டிருந்தது. காலை 10 மணிக்கு வந்துவிடுவோம் என்று தகவலும் சொல்லியிருந்தேன். ஆனால் மரபு நடை (பைக் ரைட்) தொடங்கும் நாளன்று குறைந்த காற்றழுத்தத் தாழ்வு மண்டலம் மழையை சென்னைக்கு மூட்டைகட்டிக் கொண்டுவந்தது. காலை ஆறு மணிக்கே தூறலில்

ரயில்வே அச்சகம் - உயரமான, நீண்ட ஒற்றை ஹால்தான் இந்த அச்சகம்

ரெயின் கோட் சகிதம் ராயபுரம் ரயில் நிலையத்தில் ஆஜராகி விட்டேன். முப்பது பேர் மரபு நடைக்கு பதிவு செய்திருந்தார்கள். ரயில்வே அனுமதியும் 30 பேருக்கு மட்டுமே. மழை மனதுக்குள் கொஞ்சம் கிலியைத் தந்தாலும், மக்கள் கூடத் தொடங்கி உயிர் மூச்சைத் தந்தார்கள். அடாது மழையிலும் மற்ற இடங்களை எல்லாம் விடாமல் சுற்றித் திரிந்து 11 மணிக்குத்தான் ரயில்வே அச்சகத்தை எங்கள் நடையின் இறுதி இடமாக வந்தடைந்தோம். வாசலில் வரவேற்றார் துணை அலுவலர். கூடவே துப்பாக்கி ஏந்திய காவலர்கள். நாசிக் பிரெஸ் அளவுக்கு பாதுகாப்பு ஏற்பாடு செய்யப்பட்டிருந்தது.

உயரமான, நீண்ட ஒற்றை ஹால்தான் இந்த ரயில்வே அச்சகம். இதில் ஒரு பகுதியை தனியே தடுத்து அதில் பி.ஆர்.எஸ். என்ற கம்ப்யூட்டர் ரிசர்வேஷன் டிக்கெட்டுகளையும், யூ.டி.எஸ். என்ற அன்ரிசர்வ்டு டிக்கெட்டுகளையும் அச்சிட்டுக் கொண்டிருந்தார்கள். பெரும்பாலும் இந்த வேலையை 'அவுட் சோர்சிங்' மூலம் வெளியாட்களுக்குக் கொடுத்தாயிற்று. ரயில்வே வளாகத்தில் இங்கு மட்டுமே அவை தயாராகி வந்தன. ஹால்ட்டுகள் என்று சொல்லப்படும் சிறிய தனியார் ரயில் நிலையங்களில் மட்டுமே அட்டை டிக்கெட்டுகள் இப்போது பயன்படுத்தப்பட்டு வருகின்றன.

அவற்றை அவுட் சோர்சிங் செய்வதில்லை, காரணம் அதற்கு தேவைப்படும் தொன்மையான தளவாடங்கள் தான்!

இந்த அச்சகத்தில் அதன் ஸ்பெஷல் அதனுடைய ஜெர்மன் போர்டு கட்டிங் இயந்திரம். 1927ஆம் ஆண்டு தயாரிக்கப்பட்ட அந்த இயந்திரம் ஓர் ஓரமாக தூசு படிந்து கிடந்தது. அந்த இயந்திரம் மட்டுமே அவ்விடத்தின் தொன்மையைச் சொல்வதாக அமைந்திருந்தது. நூல்களில் இது குறித்த தரவுகள் தேடினால் 1926ஆம் ஆண்டு இந்த அச்சகத்திலிருந்து புதிதாக அமைக்கப்பட்ட மெட்ராஸ் டிரேட் ஸ்கூல் பள்ளியில் புதிய அச்சகப் பிரிவு தொடங்கப்பட்ட போது, அங்கு பாடமெடுக்க இங்கிருந்து 'டெபுடேஷனில்' ஆசிரியர்கள் சென்றிருக்கிறார்கள் என்பது மட்டும் புலனாகிறது. 1891ஆம் ஆண்டு அச்சகம் தொடங்கப்பட்டது என்பது இங்குள்ள ஊழியர்கள் சொல்லும் செவிவழிச் செய்தியாக இருக்கிறது. ஆனால் அதற்கான ஆதாரம் கல்வெட்டு வடிவிலோ வேறெந்த வடிவிலோ அங்கு கிடைக்கவில்லை.

மஞ்சள் வண்ண அட்டைகளில் தென்னக ரயில்வேயின் சின்னம் 'ஹோலோகிராம்' வடிவில் முதலில் அச்சிடப்படுகிறது. ஒவ்வொரு அட்டையிலிருந்தும் 192 டிக்கெட்டுகள் ஹெச்.எம்.டி. மிஷின்கள் மூலம், எழுத்துகள் அச்சுக் கோர்த்து இயந்திரத்தில் அச்சிடப்படுகின்றன. 500 ஜி.எஸ்.எம். தடிமன் கொண்ட அட்டை அதன் பின் கட்டிங் மிஷின் மூலம் வெட்டப்படுகிறது. வெட்டப் பட்ட, அச்சிடப்பட்ட அட்டைகள் 'ஸ்லக்' எனப்படும் மரச் சட்டத்துக்குள் அடுக்கப்படுகிறது. 250 டிக்கெட்டுகள் ஒரு பண்டிலாக சேர்த்து கயிறு கொண்டு கட்டப்படுகிறது. இவ்வாறு கட்டப்படும் டிக்கெட் கட்டுகள் பெட்டியில் அடுக்கப்பட்டு டிவிஷனல் அலுவலகங்களுக்கு அனுப்பப்படுகிறது. ஒவ்வொரு பெட்டியிலும் 10,000 டிக்கெட்டுகள் இவ்வாறு அடுக்கப் படுகின்றன. இவை மட்டுமல்லாமல் ரயில்வே ரிசர்வேஷன் ஃபார்ம், 'மணி வேல்யூ புக்ஸ்' எனப்படும் பேப்பர் டிக்கெட்டுகளும் இங்கு தான் அச்சிடப்படுகின்றன.

கிட்டத்தட்ட ஒரு மணி நேரம் டிக்கெட்டுகள் அச்சிடப்படுவது, வெட்டப்பட்டு கட்டப்படுவதை மெய்மறந்து வேடிக்கை பார்த்துக்கொண்டிருந்தோம். 12 மணிக்கு கூட்டம் கலைந்து செல்ல, அங்கிருந்து வண்டியை ஸ்டார்ட் செய்தேன். மழை பெய்து கொண்டிருந்தது. வண்டியை முக்கிய சாலையில் திருப்பும் முன் அந்தப் பழைய கட்டடத்தை ஒருமுறை திரும்பிப் பார்த்தேன். 125 ஆண்டுகள் இந்த நகரின் வளர்ச்சியை, ரயில்வேயின் வளர்ச்சியை

மௌன சாட்சியாகப் பார்த்திருந்த கட்டடம், மழை நீரை கண்ணீராக வடித்து எனக்கு விடை தந்தது. என் பணி முடிந்தது; கடன் தீர்ந்தது. அன்றைய நாள் செண்டிமெண்டல் நாள்போல. சட்டென கண் குளம் உடைந்து நீர் பெருக்கெடுத்தது. இதோ இப்போதும்தான்.

125 ஆண்டுகள் ரத்தமும் வியர்வையும் சிந்தி ஆயிரக்கணக்கான ஊழியர்கள் உழைத்த உழைப்பின் சின்னம், மார்ச் 31, 2020 அன்று மூடப்பட்டது. ஆங்கில செய்தித் தாள்களிலும், யூடியூபிலும் இதைப் பற்றிய குறிப்புகள் உள்ளன. நீங்கள் ராயபுரம் ரயில்வே பிரெஸ் என்று தேடி எடுக்கும் எந்த கூகிள் படத்திலும் அந்த ஆகஸ்டு மாத மழை நாளின் பிசுபிசுப்பு தெரியும். காணாமல் போகும் உழைப்பின் வலியும்.

•

4

மாடிப்பூங்காவும், மதராஸ் பெருஞ்சுவரும்...

மாசி மகம். காலை 7 மணிக்கே பவளக்காரத் தெரு முனையில் நான் இருக்கவேண்டும் என்பது வெங்கடேஷின் கட்டளை. ‘லேட்டா வந்தா ஆட்டோ, கார் எதுவுமே உள்ள வர வழி இருக்காது நிவி, ஜாக்கிரதை!’ என்று எச்சரித்த பிறகும் கையில் கேமரா பை சகிதம் நான் பவளக்காரத் தெருவைத் தேடி வந்து சேர்வதற்குள் தாமதமாகி விட்டது. எங்கும் மக்கள் வெள்ளம். மக்கள் என்றால் என்னைப்போன்ற சுடிதார் அணிந்த கேமரா தூக்கும் பெண்கள் அல்ல. ஜரிகை சேலையும் பாவாடை தாவணியும் பளபளக்க, வைர ஜிமிக்கிகளும், அட்டிகைகளும் மினுக்க மயில்போல நடை பயின்று கொண்டிருந்த நகரத்தார் வீட்டுப் பெண்கள். தேவகோட்டை சத்திரத்தைக் கண்டுபிடிக்க பெரிதாக தாமதம் எதுவும் ஆகவில்லை. நேரே சத்திரத்துக்குள் சென்று வெங்கடேஷையும் அவர் மனைவி லட்சுமியையும் தேடினேன்.

‘லேட்டா வந்துட்டு என்ன நிக்கறே? போ... போய் சாப்பிடு சீக்கிரம், சாமி பார்த்துரலாம்’, என்று இருவரும் விரட்ட, ஓடிச் சென்று அங்கேயே காலை உணவை முடித்துக்கொண்டு கேமராவும் கையுமாக சாமி தரிசனம். தண்டாயுதபாணி. வெள்ளி உற்சவர் சிலை. அலங்காரம் முடித்து கொள்ளை அழகுடன் வெள்ளித் தேர் ஏறத் தயாராக நின்றார். ஆடி, ஹோண்டா கார்களில் வந்திருந்த பட்டுடுத்திய, சரிகை வேட்டி கட்டிய நகரத்தார் மக்கள் அரோகரா போட்டவண்ணம் தேர் முன்செல்ல, பின் தொடர ஆரம்பித்தார்கள்.

கையில் கேமராவுடன் நானும் கூட்டத்தில் இடி வாங்காமல் லாகவமாக தப்பி நடந்தேன். வரிசையாக வீட்டு வாசல்களில் பேனர்கள்; அவற்றில் கடைகள் அல்லது செட்டியார் சங்கப் பெயர்கள். பக்தர்களின் கைங்கரியங்கள் - ஆரஞ்சு மிட்டாய், மோர், ரோஸ்மில்க், பிஸ்கட், பென்சில், சர்க்கரைப் பொங்கல், ஆரஞ்சுப் பழங்கள் என்று களைகட்டியது. கூட்டம் இப்ராஹிம் சாஹிப் தெருவை அடைந்ததும் வலது புறம் திரும்ப, நான் கூட்டத்திலிருந்து விலகி இடது புறம் திரும்பினேன்.

சாலையின் வலதுபுறம் என்னவோ வித்தியாசமான சுவர் போலத் தெரிந்தது. தேர்ந்த வரலாற்றாளர் அதைக் கண்டதும் முக்கிய சுவரைத் தாங்கிப் பிடிக்கும் பக்கவாட்டு ‘முட்டு’ - ‘புட்ரஸ்’ அது என்று அடையாளம் கண்டுகொள்ளக்கூடும். பழக்கமில்லாத காரணத்தால் அது என்ன என்று என்னால் கணிக்க முடியவில்லை. அந்தச் சுவர் சற்றே வினோதமாக இருந்தது. சிறிது தூரம் நடந்ததில் சுவர் உள்வாங்கி உயரமான மேடை போன்ற அமைப்பு வந்தது. அதன் முன் பூட்டப்பட்ட பெரிய இரும்பு கிராதிக் கதவு ஒன்றும், ‘மாடிப் பூங்கா’ என்ற போர்டும் தெரிந்தன. நெற்றி சுருக்கி யோசிக்க சட்டென நினைவுக்கு வந்தது. எங்கள் முந்தைய பழவேற்காடு பயணத்தின்போது அங்கு சென்றிருக்கிறோம். காரிலிருந்து இறங்கி நேரே உள்ளே சென்றதால் சுற்றி என்ன இருந்தது என்பதைக் கவனிக்கத் தவறியிருக்கிறேன்.

மாடிப் பூங்கா

மாடிப் பூங்கா. பேருக்கு ஏற்றாற்போல மாடி அளவு உயரத்தில் ஒரு பூங்கா. பாபிலோனின் தொங்கு தோட்டங்கள் வடிவமைப்பு உங்களுக்கு நினைவிருந்தால் கிட்டத்தட்ட அதேபோன்ற அமைப்புதான் இந்தப் பூங்காவிற்கும் இருக்கிறது. பத்துப் பதினைந்து படிகள் ஏறி மேலே சென்றால் பெரிய மைதானம். அதில் அங்கங்கே விளக்குகள். இரு உயரத் தூண்களில் சிங்கங்களுடன் கூடிய அசோக சின்னம், நடைபாதை, புல்வெளி, கூட்டம் கூட்டமாய் காக்கைகள். வெளிப்பார்வைக்கு ஏதோ ஒரு பூங்கா போலத்தான் காட்சி தருகிறது இந்தப் பூங்கா. படிகளில் ஏறும் முன்னரே நீங்கள் சில கல்வெட்டுகளை சுவரின் இருபுறமும் காணலாம்.

அவற்றில் தொன்மையானது 7.11.1957 அன்று பிரதம நீதிபதி பி. ராஜகோபாலன் மாடிப் பூங்காவைத் திறந்து வைத்த கல்வெட்டு. அதில் ஆச்சர்யமாக 1வது வட்ட உறுப்பினர் திருமதி சரசுவதி பாண்டுரங்கனின் பெயரும் இருக்கிறது. பெரும்பாலும் இவ்வாறான தொன்மையான கல்வெட்டுகளில் பெண்களின் பெயர்களைப் பார்ப்பது அரிதுதான். அதன் பின் இருமுறை செப்பனிடப்பட்டு மு.க.ஸ்டாலின் தலைமையில் 2001ஆம் ஆண்டும், 2009ஆம் ஆண்டு அவரது முன்னிலையில் அன்பழகன் திறந்து வைத்ததையும் சொல்லும் இரு கல்வெட்டுகள் இருக்கின்றன.

மாடிப்பூங்காவாக மாற்றப்பட்டது என்னவோ 1957ஆம் ஆண்டுதான். ஆனால் இரண்டு நூற்றாண்டுகளுக்கும் மேல் தொன்மையானது அந்த இடம் என்று சொன்னால் ஆச்சர்யமாக இருக்கிறது அல்லவா? சீனப் பெருஞ்சுவர் கேள்விப்பட்டிருக்கிறீர்கள். மதராஸின் பெருஞ்சுவர் கேள்விப்பட்டிருக்கிறீர்களா? அந்தப் பெருஞ்சுவரின் பகுதிகள்தான் இந்த மாடிப்பூங்கா!

கறுப்பர் நகரைப் பாதுகாக்கும் பொருட்டு கட்டப்பட்ட பெருஞ்சுவர் இது. கட்டப்பட்ட ஆண்டு 1772! 1773ஆம் ஆண்டு எல்லை ஸ்தூபிகள் அமைக்கப்பட்டன என்று ஏற்கெனவே படித்தோம் அல்லவா? அந்த ஸ்தூபிகளுடன், கறுப்பர் நகரத்தின் எல்லையைக் குறிக்க பெருஞ்சுவர் ஒன்றை எழுப்ப ஆங்கிலேய கிழக்கிந்தியக் கம்பெனி நினைத்தது. ஒரு பக்கம் பிரெஞ்சுப் படைகள் பயம் காட்டியிருந்தன; மற்றொரு பக்கம் ஹைதர் அலியும் அவர் மகன் திப்புசுல்தானும் பெரும் அச்சுறுத்தலாக விஸ்வரூபம் எடுத்து நின்றார்கள். வெள்ளையர் நகரத்தைப்போலவே கறுப்பர் நகரையும் பாதுகாக்கும் பொறுப்பு ஆங்கிலேயருக்கு இருந்தது. அவர்களது பணியாட்கள் வசித்த பகுதி அல்லவா?

1768ஆம் ஆண்டே இந்த சுவரைக் கட்டும் எண்ணம் ஏற்பட்டிருந் தாலும், 1769ஆம் ஆண்டு இந்தப்பணியை ஜான் கால் என்ற கான்டிராக்டர் வசம் ஒப்படைத்தது கிழக்கிந்தியக் கம்பெனி. அவர் இப்பணியை பால் பென்ஃபீல்டு என்ற பொறியாளர் வசம் ஒப்படைத்தார். இந்த பால் பென்ஃபீல்டுதான் சேப்பாக்கம் அரண்மனையையும் கட்டி முடித்தவர். கறுப்பர் நகரின் வடக்குப் பக்கமும், மேற்குப்பகுதியிலும் இந்தச் சுவர் கட்டவேண்டும் என்று திட்டமிடப்பட்டிருந்தது. கிட்டத்தட்ட ஆறு கிலோமீட்டர் (3.5 மைல்) தொலைவு பெரும் சுவர் ஒன்று எழுப்பப்பட்டது.

சுண்ணாம்புக் காரை கொண்டு பூசப்பட்ட பெருஞ்சுவரில் 7 வாயில்களும், 17 பீரங்கித் தளங்களும் அமைக்கப்பட்டன. போர்ட் டிரஸ்ட் குவாட்டர்ஸ் அருகே போட்மென் கேட், ராயபுரம் திருப்பத்தின் அருகே புல்லி கேட், ஸ்டான்லி மருத்துவமனை அருகே திருவொற்றியூர் கேட், மின்ட் பகுதி அருகே எண்ணூர் கேட், எலெஃபன்ட் கேட், குஜராத்தி சத்திரத்தின் அருகே சக்ளர் கேட், பொது மருத்துவமனை அருகே ஹாஸ்பிடல் கேட் என ஏழு வாயில்கள் அமைக்கப்பட்டன. இதில் மேற்குப் பக்க சுவர் கட்டி எழுப்பப்படும் முன்பே பொது மக்களிடம் கடும் எதிர்ப்புக் கிளம்பியது. காரணம் - சுவர் கட்டி முடித்தபின் கிழக்கிந்தியக் கம்பெனி கறுப்பர் நகருக்குள் நுழையும் பொருள்களின் மேல் விதிக்கக் காத்திருந்த 'சுவர் வரி'!

இந்த சுவர் வரி - வால் டாக்ஸ் மேற்குப் பக்க சுவர் தாண்டி வரும் பொருள்களுக்கு விதிக்கப்படும் என்ற தகவல் கறுப்பர் நகருக்குள் கசிய, வெகுண்டு எழுந்தார்கள் மக்கள். வரிக்கும், சுவருக்கும் கடும் எதிர்ப்பை அவர்கள் தெரிவிக்க, பஞ்சாயத்து பிரிட்டிஷ் பாராளுமன்றம்வரை சென்று புயல் கிளப்ப, சுவரை எழுப்பும் எண்ணத்தைக் கைவிட்டது கம்பெனி. மேற்குப் பக்க சுவர் அமையவிருந்த பகுதி வரியின் பெயர் கொண்டே நிலைத்துப் போயிற்று - வால்டாக்ஸ் சாலை - சுவர் வரி சாலை! 3.5 மைல் சுவரை ஏன் 'பெருஞ்சுவர்' என்று சொல்கிறேன் என்று ஐயம் கொள்கிறீர்கள் இல்லையா? இதன் அளவுதான் காரணம் - 60 அடி அகலமும், குறைந்தது 12 அடி உயரமும் கொண்ட பிரம்மாண்டம் இது. பீரங்கிகள் ஏற்றி நிறுத்துமளவுக்கு உறுதி கொண்ட சுவர் என்றால் அதன் அமைப்பை உங்களால் கற்பனை செய்து பார்க்க முடிகிறது அல்லவா? 1902 ஆம் ஆண்டு இந்தியத் தொல்லியல் துறை இந்தச் சுவரின் புகைப்படங்களை எடுத்து ஆவணப்படுத்தியுள்ளது.

மேடையில் பக்கவாட்டுச் சுவரில் அடர் ரோஸ் வண்ண போகன்வில்லா பூக்கள் பூத்துக் குலுங்கிக்கொண்டிருந்தன. இன்றும்

மாடிப் பூங்காச் சுவரின் கொத்தளம்

அந்த மஞ்சள் நிற சுவர் பூச்சுக்கு கான்ட்ராஸ்டாக அந்த ரோஸ் வண்ணம் மனதைக் கொள்ளையடித்துக் கொண்டிருந்தது. தமிழ் மரபு அறக்கட்டளை நிறுவனர் சுபாஷினிக்கு அந்த போகன் வில்லா மலர்கள் பிடித்துப் போயிற்றுபோல. அதனுடன் புகைப்படம் எடுத்துக்கொள்ள விரும்பினார். இருவரும் பீரங்கித் தளத்தின் பக்கவாட்டுச் சுவரில் ஏறி போகன்வில்லா கொடியின் முட்கள் கைகளில் குத்தாதவண்ணம் மலர்களை விசிறிக்கொண்டு புகைப் படங்கள் எடுத்துக்கொண்டோம். எங்களைக் கடந்து 'காம்பவுண்டு வீடு' மனிதர்கள், கைகளில் கூடையுடன் டீ வாங்கச் சென்று கொண்டிருந்தார்கள். பீரங்கித் தளத்தின் பின்புறம் நெடிய காம்பவுண்டு வீடு ஒன்று உண்டு. அதன் வாசலில் சில அக்காக்கள் தலைவிரி கோலமாக கூந்தலை சீவிக்கொண்டிருந்தார்கள். 250 ஆண்டுகளுக்கு முன்பு இந்தத் தளத்தில் இருந்த பீரங்கிபற்றி அவர்கள் அறிந்திருக்க வாய்ப்பில்லை. பழைய ஜெயில் சாலையின் பி.டபிள்யூ.டி அலுவலகத்தின் முன்புறம் உள்ள பீரங்கிகளில் ஒன்று இங்கிருந்ததாக இருக்கலாம்.

வெறும் வெட்டவெளியாக இருந்த பூங்காவை செப்டம்பர் 2018 முதல் அங்குள்ள மக்களே மரங்கள் நட்டு, பேணும் வகையில் மாநகராட்சி ஏற்பாடு செய்திருக்கிறது. மண்ணடியைச் சேர்ந்த சில அன்பர்கள் பூங்காவின் மரங்களைப் பேணி வருகிறார்கள். என்றாவது அதிகாலைப் பொழுதில் அங்கு சென்று நடைபயிலும் பகுதி மக்களிடம் அந்தச் சுவர் பற்றி பேசியே ஆகவேண்டும். குறைந்த பட்சம் டீ வாங்கிவிட்டுச் செல்லும் காம்பவுண்டு வீட்டு அண்ணன்களிடமாவது. அவர்கள் யாருடனும் முடியவில்லை என்றால் என்னைக் கண்டதும் எகிறிக் குதிக்கும் பழுப்பு நிறப் பூனைக்காவது சொல்லவேண்டும். காத்திருக்கிறேன்.

•

5

ராயபுரம் ரயில் நிலையம்

இந்த முறையாவது ரயில் நிலைய வாயில் எந்தப் பக்கம் என்று கண்டுபிடித்துவிடவேண்டும் என்று மனதுக்குள் ஜெபம்போல சொல்லிக்கொண்டேன். பைக்கை மூன்றாவது முறையாக இப்ராஹிம் சாஹிப் தெருவிலிருந்து பிரியும் ராயபுரம் சாலையில் செலுத்தினேன். கண் முன் தெரிகிறது ரயில் நிலையம். ஆனால் உள்ளே செல்லும் பாதை தெரியவில்லை. வண்டியை மேம்பாலத்துக்கு இடதுபுறம் இப்போது திருப்பினேன். சிறு கோயில் ஒன்று, அதன் அருகே குடிசை ஒன்று. அதன் வாசலில் துணி காயப்போட்டுக் கொண்டு திரும்பி நின்றிருந்தார் அந்த அக்கா.

‘அக்கா... ரயில்வே ஸ்டேஷன் உள்ள போக எந்தப்பக்கம் வழி இருக்கு? மூணு தடவை இந்த ரோடை சுத்தி சுத்தி வந்துட்டேன். கொஞ்சம் சொல்லுங்களேன்’ என்ற என் குரல் கேட்டு திரும்பினார். முகம் கொள்ளா மஞ்சள், பெரிய வட்டப் பொட்டு, கை நிறைய கண்ணாடி வளையல்கள். ‘தோ... மெயின் ரோடுல முன்னுக்க போயி, ரைட்டுல திரும்பி, அடுத்த ரைட்டு... இல்லாங்காட்டி இங்க லெஃப்டு, மறுக்கா லெஃப்டு. பாத்து போ’ என்று சொல்லிவிட்டு திரும்பினார் அந்தத் திருநங்கை. ராயபுரம் மரபு நடை திட்டமிட்டு நான் சென்ற முதலிடம் ரயில்வே ஸ்டேஷன்தான், அங்கு எப்படிச் செல்வது என்று சாமிபோல எனக்கு வழி சொன்னவர் அந்த அக்காதான். இன்று வடசென்னைபற்றி ஒரு நூல் எழுதத் தொடங்கியிருக்கிறேன் என்றால் அதற்கு வழி சொன்னது அந்த அக்காதான்.

மகிழ்வுடன் நன்றி சொல்லி, வண்டியைத் திருப்பி ரயில்வே பிரஸ்ஸுக்கு அடுத்த சாலையில் மெல்ல நுழைந்தேன். வண்டி ஒரு கட்டத்துக்கு மேல் மண்ணில் செல்ல மறுத்து அடம் பிடித்தது. அது வழக்கமாக மக்கள் புழங்கும் சாலை அல்ல என்று தெரிந்தது. வண்டியை ஓரமாக நிறுத்திப் பூட்டிவிட்டுப் பார்த்தேன். முன்னால் ரயில்வே தண்டவாளங்கள் கலைத்துப் போட்ட இரும்புக் காடு போலத் தெரிந்தது. பராமரிப்புப் பணிகள் நடந்துகொண்டிருந்தன. என் பார்வை முழுக்க சிவப்பு வண்ண ரயில் நிலைய கட்டடத்தின் மேல் இருந்தது. தண்டவாளங்கள் இரண்டை எகிறிக் குதித்துத் தாண்டி இரண்டாவது நடைமேடையில் நின்றேன்.

சிவப்புக் கட்டடம் எனக்கு சரியாக எதிரே சிரித்தபடி நின்றது. அருகே இருந்த சிமெண்ட் பெஞ்சில் அமர்ந்தேன். சரளைக் கற்கள், தண்டவாளங்களைத் தாண்டிய அசதி கால்களில் தொக்கி நின்றது. இரு கால்களையும் நீட்டினேன். பார்வை தண்டவாளத்தையும், நடைமேடையையும் சுற்றிவிட்டு, அழுக்கேறிய என் கால்களில் வந்து நிலைகுத்தியது. நீண்ட நாள்களுக்குப் பிறகு கால்களில் இத்தனை தூசி. செம்மண் ஏடாக படிந்திருந்த அழுக்கைத் தட்டிவிட முயன்றேன். முடியவில்லை. மனதில் ஓடிய சில நினைவுகளையும்.

ராயபுரம் ரயில் நிலையம்

கையில் அப்பாய்ன்ட்மென்ட் ஆர்டர் சகிதம் திருச்சி ரயில்வே கூட்ஸ்யார்டுக்குள் நுழையும்போது என் பயணம் 17 ஆண்டுகளில் நிறைவடையுமென்று நினைக்கவில்லை. வெள்ளை நிற ஆயா பிளவுஸ், நீல நிற ஜார்ஜட் சேலை. 18 வயதில் ஹாஸ்டல் அக்கா ஒருவர் உதவியுடன் சேலையை பின் செய்துகொண்டு இரண்டு கிலோமீட்டர் தூரம் நடந்து முதல் நாள் பணிக்குச் செல்வது என்பது கொஞ்சம் ஆயாசம் தரக்கூடியதுதான். எட்டு சேஃப்டி பின்களைக் குத்தி சேலை கட்டிய முதல் அபூர்வ சிகாமணி நானாகத்தான் இருப்பேன். ரயில் நிலைய கூட்ஸ்யார்டை அதற்கு முன் சென்னை சால்ட் குவார்ட்டர்ஸில் பயிற்சிக் காலத்தில் பார்த்திருக்கிறேன்; ஆனால் அது சில மணி நேரங்கள் மட்டுமே.

சேலையைக் கட்டிக்கொண்டு ஒரு கிலோமீட்டர் நீள வார்ஃபில் நடந்து சென்று 'டிரான்ஷிப்மென்ட்' அலுவலகத்தை அடைவதற்குள் வியர்த்து ஊற்றியிருந்தது. நெற்றியிலிருந்து மூக்கு வழியே வியர்வை வழிந்தோடியது. தொடை தொடங்கி பாதம்வரை சுடு வியர்வைக் குளியல் தான். ஒரு கிலோமீட்டர் தூரத்துக்குள் பூனை அளவு பெருச்சாளிகளைக் கண்டு கெதக்கென விதிர்விதித்து, மூட்டை தூக்கும் அன்பர்களின் காது கிழிக்கும் விசில், 'ஏய் மொட்டை' என்ற அழைப்புகள் தாண்டி அலுவலகத்துக்குள் நுழைவதற்குள் பாதி செத்திருந்தேன்.

முதல் நாளே மூன்று ரேக்குகள் நெல் மூட்டைகள் பரபரப்பாக டிரான்ஷிப் (மீட்டர் கேஜ் லைனிலிருந்து பிராடு கேஜ் லைனுக்கு மூட்டைகளை மாற்றி ஏற்றிவிடுவது) ஆகிக்கொண்டு இருந்தன. அடியேனுக்கு 'கோல் டாக்கை' அழைத்துச் சென்று காட்டுமாறு சீனியர் செல்வராணி மேடத்துக்கு பணி தரப்பட்டிருந்தது. சோதனைக்கு என்று அன்று அந்தக் கரி இறக்கும் மேடையில் யூரியா வந்திருந்தது. சர்வ ஜாக்கிரதையாக சேலையை தூக்கிக்கொண்டு குதித்து ஏறி அந்த நீண்ட நடைமேடை முழுவதும் நடந்து பார்வையிட்டுவிட்டு மீண்டும் அலுவலகம் வந்து சேர்ந்தோம்.

யூரியா மூட்டைகள் அங்கொன்று இங்கொன்றாக உடைந்து யூரியா அந்த நடைமேடை முழுவதும் கொட்டிக் கிடந்ததை கவனித்தாலும், பெரிதாக அலட்டிக்கொள்ளவில்லை. ஆனால் அலுவலகத்துக்குள் சென்று இரு கால்களையும் குனிந்து கவனித்தால், கருகருவென கரி ஒட்டியிருந்தது. பேட்டா ஷோரூமில் அப்பாவிடம் சண்டை போட்டு வாங்கிய 300 ரூபாய் செருப்பு வினோதமான பிசுபிசுப்புடன் காலுக்கு அடியில் வழவழத்தது. ரெஸ்ட் ரூம் சென்று கால்கள், முகம், கைகள் கழுவி

வந்து என் சேரில் உட்கார்ந்தேன். முதலில் முகத்தில்தான் குறுகுறுவென ஏதோ எரிந்தாற்போல இருந்தது. நேரம் செல்லச் செல்ல கழுத்து, கைகள், முதுகு என்று அரிக்கத் தொடங்கியது. கண்ணில் எரிச்சல், நீர் வழியத் தொடங்கியது. பாதங்கள் இரண்டும் திகுதிகுவென நெருப்பில் நிற்பதுபோல எரியத் தொடங்கின.

மூன்று மணிக்கு மேல் அலுவலகத்தில் உட்காரவே முடியவில்லை. 'அலர்ஜிபோல இருக்கிறது சார்' என்று சூப்பர்வைசரிடம் சொல்லவும், 'ரூமுக்கு போய் என்னன்னு பாரும்மா. ஆரம்பத்துல இப்டித்தான் இருக்கும், போகப் போக சரியாயிடும்', என்று நமுட்டுச் சிரிப்புடன் சொன்னார். விறுவிறுவென எரியும் உடலுடன் வெளியே வந்தேன். மூட்டைகளை ஏற்றி முடித்து விட்டு, நடைமேடை பைப்படியில் குளித்துக்கொண்டிருந்த கூட்டம் மொத்தமும் என்னைக் கண்டு ஹேய் என்று கத்தியது.

பாப் கட், அதற்கு கொஞ்சமும் பொருத்தமே இல்லாத நீல சேலை கட்டிக்கொண்டு, தடுமாறி நடந்துகொண்டிருந்த சின்னப் பெண் அவர்களுக்கு விளையாட்டு பொம்மைபோலத் தோன்றியிருக்க வேண்டும். 'முடுக்குப்பட்டி ஆளுங்க ரொம்ப பொல்லாதவனுங்க. அவனுங்ககிட்ட மட்டும் எதும் வச்சிக்காத', என்று செல்வராணி மேடம் காலையிலேயே எச்சரிக்கை செய்திருந்தார். 'ஏ... சும்மாருங்கயா', என்று குட்டிமணி அண்ணன் கத்தினார். அதையே அவர்கள் சூப்பர்வைசர் சேட்டும் வழிமொழிய, அமைதியானார்கள்.

அன்றைய உழைப்பின் அழுக்கை உடலிலிருந்து களைந்து கொண்டிருந்த முதிய கூலிகள் இருவரது முதுகுகளைக் கவனித்தேன். காய்ப்புப் பிடித்துப்போய் அந்த முதுகுகள் கூனியிருந்தன. அதில் திட்டுத் திட்டாக யூரியா உப்புப் பூத்திருந்தது. இப்போது எனக்கு அவர்களைக் கண்டு அச்சமும் இல்லை, கோபமும் வரவில்லை. சிறு புன்னகையை உதிர்த்துவிட்டு நடையைத் துரிதப்படுத்தினேன்.

ஹாஸ்டலுக்கு வந்து பார்த்தால், கரி காலை விட்டு விலகமாட்டேன் என்று அடம்பிடித்தது. கால் விடவும் இல்லை; கைவிடவும் இல்லை. அன்றிரவே இரு பாதங்களிலும் கொப்புளங்கள் முளைத்தன. விடிந்து பார்த்தால் வீங்கிய கருப்பு பாதங்கள் கொப்பளங்களுடன் என்னைப் பார்த்து கண்ணடித்தன. முட்டிக்கொண்டுவந்த கண்ணீரைத் துடைத்தேன். அம்மாவை ஏனோ மனம் தேடியது. அவள் 300 கிலோமீட்டர்களுக்கு அப்பால் மகள் அரசு வேலையில் ஜம்மென இருப்பாள் என்று நினைத்துக் கொண்டிருப்பாள். தேங்காய் எண்ணெய் தவிர வேறெந்த மருந்தும்

ஆளுக்கு 900 ரூபாய் தந்து தங்கும் அந்த ஒர்க்கிங் வுமன் ஹாஸ்டலில் கிடைக்கவில்லை.

தேங்காய் எண்ணெய்யைத் தேய்த்துக்கொண்டு, நீள கைக் குட்டைகள் இரண்டை பாதத்தைச் சுற்றி கட்டிவிட்டு, கட் ஷூவை தேடி எடுத்து அணிந்துகொண்டேன். காலை தரையில் ஊன்றினாலே விண் விண் என்று வலித்தது. பணியில் சேர்ந்து முதல் 15 நாள்களுக்கு விடுப்பு எடுக்கக்கூடாது என்பது விதி. விதியை நொந்துகொண்டு, இன்னும் அரித்துக் கொண்டிருந்த முகத்தைச் சொறிந்தபடி வழக்கமான 2 கிலோமீட்டர் தூரத்தை நத்தைபோலக் கடந்து கூட்ஸ்யார்டை அடைந்தேன். வழக்கமான விசில், பாட்டு, ஏ...மொட்டை என்ற கலாய்ப்பு. சின்னப் புன்னகையுடன் அவர்களைக் கடந்துவிட்டேன்.

அதன்பின் மூன்று ஆண்டுகள் அந்த கரி டாக்கிலும், மற்ற நடைமேடைகளிலும் மைல் கணக்கில் நடந்திருக்கிறேன். சேலையைத் தூக்கிச் செருகியபடி வேகன்களில் ஏறி அட்டிகளை எண்ணியிருக்கிறேன். ஒரு மூட்டை குறைந்தாலும் கண்ணால் அளந்து சொல்லி, மூட்டை தூக்குபவர்களிடம் சண்டைக்குப் போயிருக்கிறேன். மொட்டப் பிசாசு என்று பெயர் வாங்கி இருக்கிறேன். ஆஃப் சைடில் நெல்லிக்குப்பம் சர்க்கரை மூட்டைகளை, முடுக்குப்பட்டி ஆள்கள் ஊக்குகளால் குத்திவிட்டு, பக்கெட்டுகளில் பிடித்துச் செல்வதை ஓடிச்சென்று குதித்து புரண்டு விரட்டியிருக்கிறேன். காட்டன் பேல்களின் மேல் ஏறி, அது சரிந்து விழுந்து காலைச் சுளுக்கியிருக்கிறேன்.

குட்டிமணி அண்ணன், சேட்டு என்று பழைய ஆள்களிடம் மனம் சுற்றிவிட்டு ராயபுரம் ரயில் நிலையத்தின் நடைமேடையில் வந்து நிலைத்தது. மெல்ல எழுந்து ஓவர்பிரிட்ஜில் நடந்து ஸ்டேஷனுக்குள் நுழைந்தேன். உயரமான ஆர்ச்சுகள், மதராஸ் கூரை, தேக்கு மரக் கட்டைகள், பழைய எம்.எஸ்.எம்.ஆர் (மதராஸ் - சதர்ன் மராட்டா ரயில்வே) சின்னம் பொறித்த பெஞ்ச் ஒன்று, கொரிந்திய தூண்கள் என்று அமர்த்தலான அழகுடன் பொலிவிழந்த ஓவியம்போலத் தெரிந்தது.

'ஸ்டேஷனை சில அன்பர்களைக் கூட்டிவந்து சுற்றிக் காட்டலாமா சார்?', என்று அங்கிருந்த டூட்டி எஸ்.எம்மிடம் கேட்டதுதான் தாமதம், சீறிவிட்டார். 'இதென்ன பிக்னிக் ஸ்பாட்டா, நீங்கள் அனுமதியை பி.ஆர்.ஓ அல்லது டி.ஆர்.எம்மிடமிருந்து வாங்கி வாருங்கள்' என்று விரட்டினார். ரயில்வே அலுவலகங்கள், ரயில் நிலையங்களை முன் அனுமதியின்றி புகைப்படம் எடுப்பது

சட்டப்படி குற்றம் என்று தெரிந்துகொண்ட நாள் அது. திருட்டுத்தனமாக சில படங்களை எடுத்துக்கொண்டு வழக்கம்போல அனுமதி கேட்டு அலைந்தேன். ரயில்வே பிரெஸ்ஸுக்கும், ரயில் நிலையத்துக்கும் சேர்த்து எடுத்த அனுமதிக்கான போராட்டத்தை ஏற்கெனவே சொல்லியிருக்கிறேன்.

•

காலை 6 மணிக்கு மழை தூறிக்கொண்டிருந்தது. ரெயின் கோட் சகிதம் வண்டியை பி.ஹெச்.சாலையில் முடுக்குவதற்குள் பாதி நனைந்துவிட்டேன். ராயபுரம் ரயில்வே நிலைய வாசலில்தான் மரபு நடைதொடங்குவதாக ஏற்பாடு. நடை அல்ல, பைக் பயணம் அது. மரபு நடைகள் சென்னையில் பெரும்பாலும் கால் நடையாக மயிலாப்பூர், திருவல்லிக்கேணி தெருக்களை சுற்றிவரும் ஜானவாசம் போல நிகழ்வதுண்டு. வட சென்னைக்கு இது பொருந்தாது. பரப்பும் அதிகம், இடங்களும் ஒன்றுக்கொன்று தொலைவில் இருப்பவை. பைக் ஓட்டத் தெரியாதவர்கள் இப்படியான பைக் ரைடுகளில் எப்படிக் கலந்துகொள்வது? அதற்கும் ஓர் உபாயம் தோழி திருபுரசுந்தரி வழியாகக் கண்டுபிடித்தேன். பாலாஜி அண்ணன்! மாற்றுத் திறனாளிகள் தங்கள் மூன்று சக்கர பைக்குகள் மூலம் டாக்சி சர்வீஸ் ஒன்று நடத்துவதை அறிந்து அவரைத் தொடர்பு கொண்டேன். 8 பைக்குகள் அவரிடம் புக் செய்துகொண்டேன்.

அடாது மழையில் நான் என் பைக்கை ஸ்டேஷன் வாசலில் நிறுத்தச் சென்றால் எனக்கு முன் அங்கே பாலாஜி அண்ணனும், அவரது மாற்றுத் திறனாளி நண்பர்களும் வந்துவிட்டிருந்தார்கள். கொட்டும் மழையில் குடைகூட இல்லாமல் எங்களை ஊர் முழுக்க சுற்றிக் காண்பித்த அந்த அன்பு உள்ளங்களின் அறிமுகம் எனக்குக் கிடைத்த வரங்களில் ஒன்று! மூன்று மணி நேரம் சுற்றோ சுற்று என்று சுற்ற அவர்கள் வாங்கிய கட்டணம் மிகக் குறைவுதான். இப்போதும் அவ்வப்போது பாலாஜி அண்ணனின் முகநூல் பக்கம் சென்று எட்டிப் பார்த்து அவர் தொழில் எப்படி செல்கிறது என்று கவனிப்பதுண்டு.

ஒவ்வொருவராக பதிவு செய்தவர்கள் வந்து சேர்ந்ததும், ஓவர்பிரிட்ஜில் ஏறி ஸ்டேஷனை அடைந்தோம். டி.ஆர்.எம்மிடம் இருந்து வந்த கடிதத்தைத் தந்த பின்னும், 'ஸ்டேஷனில் என்ன நடந்தாலும் நானே பொறுப்பு' என்று மீண்டும் ஒரு கடிதம் எழுதித் தரச்சொன்னார் ஸ்டேஷன் மாஸ்டர். இப்போது பார்வைக்கு பளபளப்பாகத் தெரியும் இந்த ஸ்டேஷன் ஏற்கெனவே இருந்த

பாலாஜி பைக் டாக்சி குழுவினர்

ரயில் நிலையத்தைவிட சிறியது! மேல் மாடி மொத்தமாக காலியாகி விட்டிருக்கிறது.

தென்னிந்தியாவில் முதன்முதலில் கட்டப்பட்ட ரயில்வே நிலையம் ராயபுரம்தான். இன்னும் இயங்கிக் கொண்டிருக்கும் இந்தியாவின் மிகத் தொன்மையான ரயில் நிலையமும் இதுவே. பரப்பளவின்படி இந்தியாவின் இரண்டாவது பெரிய ரயில் நிலையமும் ராயபுரம்தான் - இதன் மொத்த பரப்பளவு 2,46,000 சதுர மீட்டர் பரப்பளவு கொண்ட பிரம்மாண்டம் இது. ஜஸ்டிஸ் பத்மனாபா கமிட்டி பரிந்துரை செய்திருக்கும் மதராஸின் தொன்மைவாய்ந்த கட்டடங்கள் பட்டியலில் கிரேடு '1' பிரிவில் ராயபுரம் ரயில் நிலையம் இடம்பிடித்துள்ளது. 2005ஆம் ஆண்டு 3 மில்லியன் ரூபாய் செலவில் புனரமைக்கப்பட்டு அக்டோபர் 2 அண்டு அன்றைய மத்திய அமைச்சர் ஆர்.வேலு தலைமையில் பழைய படம் புதிய காபியாக ரயில் நிலையம் திறந்து வைக்கப்பட்டது.

1856ஆம் ஆண்டு இந்த ரயில் நிலையம் திறந்துவைக்கப்பட்டபோது பெரும் திருவிழாவாக அதன் திறப்பு விழா அமைந்தது. இல்லஸ்டிரேட்டட் லண்டன் நியூஸ் ஆங்கில இதழ் ராயபுரம் ரயில்

நிலையம் தொடங்கப்பட்டதை ஓவியத்துடன் செய்தியாக வெளியிட்டது. திறப்பு விழாவில் பங்கேற்ற கேப்டன் பார்னெட் ஃபோர்ட் அந்த நொடியை தன் தூரிகைக்குள் அத்தனை அழகுடன் சிறைபிடித்துள்ளார்.

1856ஆம் ஆண்டு ராயபுரம் முதல் ஆர்க்காடுவரை ரயில்வே சேவை தொடங்கப்பட்டாலும், மதராஸில் ரயில் சேவை அதற்கு முன்பே ஏற்படுத்தப்பட்டதை அறிவீர்களா? நாட்டின் முதல் ரயில் மும்பைமுதல் தானேவரை ஏப்ரல் 16, 1853 அன்று ஓடியது என்பது நாம் அறிந்த கதைதான். ஆனால் நாட்டின் முதல் ரயில் போக்குவரத்து, சரக்குப் போக்குவரத்து தான்; அதுவும் சென்னை கோக்ரேன் கால்வாயிலிருந்து சிந்தாதிரிப்பேட்டைவரை ஏற்படுத்தப் பட்டது. இந்தத் தடத்தில் மாட்டு வண்டிகளில் கற்கள் கொண்டு செல்லப்பட்டன. இந்தக் கற்கள் தூய ஜார்ஜ் கோட்டையின் சுவரைப் பலப்படுத்த வெட்டி எடுத்து அனுப்பப்பட்டன. இந்தப் போக்கு வரத்து ஏற்படுத்தப்பட்டது 1836ஆம் ஆண்டு!

அதைவிட சற்று முன்னேறிய சரக்குப் போக்குவரத்து ரெட் ஹில்ஸ் பகுதியிலிருந்து மதராஸ்வரை 1838ஆம் ஆண்டு ஏற்படுத்தப்பட்டது. அதன் சரியான நீளம் நமக்குத் தெரியவில்லை. ஆனால் அதற்கு 'ரெட் ஹில்ஸ் ரெயில் ரோடு' என்று பெயரிடப்பட்டிருந்தது ஆங்கிலேய ரிக்கார்டுகளில் பதிவாகியுள்ளது. ஆகஸ்ட் 28, 1838 அன்று டி.ஜே. ஸ்மித் என்ற ஆங்கிலேய பொறியாளர் ஆர்தர் காட்டனுடன் இணைந்து இந்த லைனில் ஏவரி எஞ்சின் கொண்டு சரக்கு வண்டிகளை ஓட்டி வெள்ளோட்டம் பார்த்தார்.

ஆர்தர் காட்டன் என்ற ஆங்கிலப் பொறியாளர் இந்த எஞ்சினை இறக்குமதி செய்யக் காரணமாக இருந்தவர்; அவரது தலைமையில் இந்த ரயில் ரோடு இயங்கி வந்தது. 1837ஆம் ஆண்டு சிறைக் கைதிகளைக் கொண்டு இந்த ரயில் ரோடை சீர்செய்து பணியாற்றி வந்த ஆர்தர் காட்டனுக்கு மாறுதல் உத்தரவும், அவரது பணியிடத்தில் கேப்டன் இ.டி.மார்கனை பணியமர்த்தும் உத்தரவும் வெளியாகியுள்ளது. ஆக, முதல் ரயில் போக்குவரத்து இந்தியாவில் தொடங்கப்பட்டது மதராஸில்தான்!

மதராஸில் ரயில் பாதை போடவேண்டும் என்ற எண்ணத்தில் தொடங்கப்பட்ட நிறுவனம் மெட்ராஸ் ரயில்வே கம்பெனி. 8 ஜூலை 1845 அன்று லண்டனில் இந்த நிறுவனம் ஏற்படுத்தப் பட்டது. மதராஸுடன் ஆங்கிலேயரின் காலாட்படை பாசறை அமைத்திருந்த ஆர்க்காடு நகரை இணைக்கும் அவசியம்

ஆங்கிலேயருக்கு ஏற்பட்டது. துரிதமாக போர்வீரர்களை நகர்த்தவும், தளவாடங்களைக் கொண்டுசெல்லவும், பருத்தி போன்ற பொருள்களை ஏற்றுமதிக்குக் கொண்டு செல்லவும் ரயில் போக்குவரத்து அவர்களுக்குத் தேவைப்பட்டது. அந்த நிறுவனத்தின் முதல் இயக்குனரான சிம்ஸ் என்பவர் திட்டத்தை முன்மொழிந்தார். ஜூன் 9, 1853 அன்று பணிகள் தொடங்கின. 65 மைல் நீளமுள்ள ரயில் பாதையை அமைக்க மூன்றாண்டுகளானது. ஒரு மைலுக்கு 5500 பவுண்டுகள் செலவு பிடித்தது. ஜூலை 16, 1856 அன்று முதல் இந்த ரயில்பாதையில் ரயில்கள் இயங்கத் தொடங்கின.

அதற்கு சில நாள்கள் முன்பே ஜூலை 1, 1856 அன்று சோதனை ஓட்டம் நடத்தப்பட்டது; ரயில் நிலையமும் திறந்து வைக்கப்பட்டது. இரண்டு ரயில்கள் ஒன்றன் பின் ஒன்றாகப் புறப்பட்டன. முதல் ரயில் 300 ஐரோப்பியர்களை ஏற்றிக் கொண்டு ஆம்பூர்வரை சென்றது. அங்கு அவர்களுக்குத் தடபுடல் விருந்துக்கு ஏற்பாடு செய்யப்பட்டிருந்தது. இந்தியர்கள் சென்ற இரண்டாவது ரயில் திருவள்ளூர்வரை மட்டுமே சென்றது. ரயில் வண்டியின் கோச்சுகள் மதராஸ் சிம்சன் கம்பெனியால் தயாரிக்கப்பட்டன. இரண்டு எஞ்சின்கள் இங்கிலாந்திலிருந்து கப்பல் மூலம் வந்திறங்கின. எஞ்சின் சென்னை வந்தடைந்த அன்று பொது விடுமுறை அறிவிக்கப்பட்டது; ஊர் கூடி வேடிக்கை பார்த்தது!

இல்லஸ்டிரேட்டட் லண்டன் நியூஸ் இந்தச் சோதனை ஓட்டத்தைக் குறித்து எழுதிய கட்டுரையிலிருந்து - ‘மெட்ராஸ் ஆர்மியைச் சேர்ந்த கேப்டன் பார்னெட் ஃபோர்ட் வரைந்துள்ள இந்த ஓவியம், மெட்ராஸ் நகரின் ரயில்வே டெர்மினஸ் திறப்பு விழாவின்போது வடபுற வெராண்டாவில் நடைபெற்ற மத நிகழ்ச்சியை கண்முன் நிறுத்துகிறது. இந்த ரயில்நிலையத்தின் அறைகள் பங்காக்களுடன் பார்வைக்கு மிக அழகாகத் தெரிகின்றன. வெளிர் வண்ண ஆடைகளணிந்த பெண்கள் கூட்டத்துக்கு முரணாக கறுப்பின ஆண்களின் வண்ணம் பார்வைக்குத் தெரிந்தது.’

‘ஆமூர் வந்து சேர்ந்தால், கூட்டம் கட்டுக்கடங்காமல் போயிருந்தது. வண்டியிலிருந்து இறங்கி வந்த ஹாரிஸ் துரையை வரவேற்கும் விதமாக 19வது ரெஜிமென்ட் அணிவகுப்பு நடத்தியது. தனியார் ரயில் கம்பெனியின் மேலாளர் ஜென்கின்ஸ் மற்றும் அவரது ஊழியர்கள் வரவேற்றார்கள். விருந்தினர் இறங்கி நடக்க ஷாமியானா பந்தல் போடப்பட்டிருந்தது; அவர்கள் அமர்ந்து இசையை ரசிக்க பேண்ட் ஸ்டேண்டு அமைக்கப்பட்டிருந்தது.

பளபளத்த சூரிய வெளிச்சத்தில் வண்ணமயமான ஆடைகள் அணிந்த கூட்டம் கைதட்டி வரவேற்றது ஓர் ஓவியம்போல இருந்தது. விருந்தினருக்கு குடில்கள் அமைக்கப்பட்டிருந்தன. ஹாரிஸ் துரை ரயில்வேயின் நன்மைக்காகவும், ஜென்கின்ஸின் உடல்நலனுக்காகவும் 'டோஸ்ட்' செய்தார்.'

கட்டுரையை வாசிக்க வாசிக்க அதிலுள்ள மேட்டிமைத்தனம் புரிகிறது இல்லையா? வரலாறு மேலிருந்து கீழ் நோக்கி எழுதப்படும்போது இப்படித்தான் பெரும்பாலும் எழுதப்படுகிறது. அதில் சமன்பாடு இல்லை. கறுப்பினம் என்று நாம் சொல்லப் படுகிறோம். இதைவிட எரிச்சல் தரக்கூடிய விவரணை ஒன்று உண்டு. 'பெரிய கருப்பு விலங்குபோல ரயில் அதன் பாதையில் கூவிக்கொண்டு வருவதைப் பார்த்து ஆடு மாடுகளும், அவற்றை மேய்த்துக் கொண்டிருந்தவர்களும் பயங்கரமான விலங்கு என்ற அச்சத்தில் சிதறி ஓடினார்கள்', என்று தொடர்கிறது இந்த வர்ணனை!

இப்படி மினுக்காக ஆங்கிலேயர்விட்ட வெள்ளோட்டம்பற்றி சொல்லப்பட்டிருக்கிறதே, நம் மக்கள் இதை ஆவணப்படுத்தி இருக்கிறார்களா என்று தேடிப் பார்த்தால், அருமையான கும்மிப் பாடலையே பாடியிருக்கிறார்கள்! 'ரெயில்வே ஸ்டேஷன் கடைக்கால் கும்மி' என்ற அந்தப் பாடல் 1925ஆம் ஆண்டு திருவொற்றியூர் ஸ்ரீ ராமானுஜர் அச்சுக்கூடத்தால் வெளியிடப் பட்டுள்ளது.

நன்னே நன்னான நானேநன்னா
நன்னாநானே நானேநானே நன்னானே
சென்னைப்பட்டணமெனும்கெடிஸ்தலத்தில்
தன்னாலேரெயில்போடராயபுரத்தில் (நன்)
ராயபுரத்தில்ரயில்ரோட்டுப்போட
நவாப்புகெவுனர்செனல்மேனேஜரும்கூட (நன்)
கர்னல்துரைசிப்பாயிதுருப்புதானே
சேர்ந்தார்போலீசுதுரைசேவகனுடனே (நன்)
வேட்டுவர்போட்டார்கள்இருபத்துஒண்ணு
பட்டாளம்துருப்புரயில்செய்தார்நிண்ணு (நன்)
சிறந்தஇஞ்சினீயர்ஓடிகொடிபிடிக்க
இருந்தஇஞ்சினீயர்நிலம்அளந்தார்நெடுக்க (நன்)
மண்ணைபொன்மண்வெட்டியால்நவாப்புவெட்ட
மண்ணையேந்திகெவுனர்சுமந்துகொட்ட (நன்)
நவாப்புக்கையால்முகூர்த்தம்செய்துவிட்டபின்
அப்போதுசாதுர்யமாகவேலைக்காரர்கள் (நன்)

சட்டமாய்நிலத்தில்மரம்பரப்பிவைத்து
திட்டமாய்இரும்புசட்டம்சாயாமல்வைத்து (நன்)
புகைவண்டிகிரிசையோடுஆறுசக்கரம்
வகையுடன்பின்வண்டிக்கிநாலுசக்கரம் (நன்)
வண்டியின்மேல்அனல்போடஆனையைப்போல்
ஒண்டிகுழைபோகவைத்ததின்மேலே (நன்)
தொட்டிவைத்துதண்ணிரொப்பிஅனல்மூட்டி
பொட்டிவண்டிசாமான்வண்டிபின்னாலேபூட்டி (நன்)
புகைபோட்டுச்சாவிக்கொண்டுஆள்முடுக்க
திகைத்திடும்படிசத்தம்கீச்சென்றுஎடுக்க (நன்)
ஓடுதுபார்ரயில்போகுதுபார்
வேகமாய்ப் புகைந்துசீரியே போகுது பார் (நன்)
அங்கங்கே ஸ்டேஷன் தோறும் வண்டிநிறுத்தி
தங்கிய கன சாமானை வண்டியிலேற்றி (நன்)
ராயபுரத்தில் ரயில் புறப்பட்டது
ஓயாமல் மேல்சமுத்திரம் சேர்ந்துவிட்டது (நன்)
மகிழ்நாதர் சாப் ரயில் வேகத்தை பாடி
புகலவே கேளுங்கள் யாவருங்கூடி (நன்)

இதைவிட சிறந்த மக்கள் ஆவணம் வேறென்ன இருந்துவிட முடியும்? 21 வேட்டுகளை பட்டாளத்தார் போட, நவாப் (ஆர்க்காடு நவாப் நத்தர் சாஹிப்) கையால் முகூர்த்தம் செய்யப்படுகிறது. மண்ணை பொன் மண்வெட்டியால் நவாபு வெட்ட, மண்ணையேந்தி கவர்னர் சென்று கொட்ட, பட்டாளத் துருப்புதான் ரயில் பாதை அமைத்தார், எஞ்சினியர் பணியில் ஈடுபட்டார். கிரீஸ¬டன் முன்வண்டி (எஞ்சின்தான்!) ஆறு சக்கரத்துடன், பின்வண்டிக்கு நான்கு சக்கரம், பொட்டி வண்டி தனி, சாமான் வண்டி தனி, நீராவி எஞ்சின், ஸ்டேஷன் தோறும் நிறுத்தம், ராயபுரம் முதல் மேல்சமுத்திரம்வரை சென்ற ரயில்... என்று எவ்வளவு தகவல்கள் இந்தக் கும்மியில்! ஆங்கிலேய இதழ்கள் திறப்பு விழாவைக் கொண்டாடின; தமிழ்க் கும்மிப் பாடல் கடக்காலிட்டதைப் பாடுகிறது. உழைப்பாளியின் வரலாறு எது என்று நீங்களே சிந்தியுங்கள்.

முதலில் கட்டப்பட்ட நிலையம் என்பதால் 1907ஆம் ஆண்டு சென்னை சென்ட்ரல் நிலையம் அமையும்வரை மதராஸ் மற்றும் தென் மராட்டா ரயில்வேயின் தலைமை ரயில் நிலையம் - டெர்மினஸாக ராயபுரம் நிலையமே இருந்தது. அலுவலகக் கட்டடங்களும் இங்கேயே அமைக்கப்பட்டன. இந்த ரயில்

நிலையத்தின் நீண்ட ஹால் 'சிவிக் ரிசப்ஷன் ஹாலாகவும்' பயன்படுத்தப்பட்டது.

'டிசம்பர் 17, 1875 அன்று வேல்ஸ் இளவரசர் ஏழாம் எட்வர்டு மதராஸ் வந்தபோது, 200 யார்டு நீளமிருந்த ராயபுரம் ரயில் நிலைய ஹாலில் பெரும் வரவேற்பு அளிக்கப்பட்டது. தகர ஷீட்கள் அடிக்கப்பட்ட மேல் கூரையிலிருந்து தொங்கவிடப்பட்டிருந்த சாண்டலியர் விளக்குகள் ஜொலித்தன. தேவதாசிகள் நடன நிகழ்ச்சிகளை நடத்தினார்கள். தங்க சிம்மாசனத்தில் இளவரசர் அமரவைக்கப் பட்டார். மதராஸ் மாநகராட்சி தங்கப் பேழை ஒன்றில் வரவேற்புரையை வைத்து இளவரசருக்குப் பரிசளித்தது.'

அமர்ந்திருந்த பழம் பெஞ்சிலிருந்து எழுந்து தூசு தட்டிக் கொள்கிறேன். அண்ணாந்து பார்த்தால், காரை பெயர்ந்து கொண்டிருந்த கூரையிலிருந்து சுண்ணாம்புத் துகள்கள் கண்ணில் விழுந்தது. ஆளரவமற்ற ஸ்டேஷனின் கூட்ஸ் அலுவலகத்தில் இருந்து ஒருவர் எட்டிப் பார்த்தார். 'மேடம், இங்கலாம் ரொம்ப நேரம் உக்காரக் கூடாது. கூரை பேர்ந்து விழுந்திருக்கு பாருங்க. சீக்கிரம் போங்க', என்று அவசரப்படுத்தினார். மீண்டும் ஒரு புனரமைப்புக்கு ராயபுரம் ரயில் நிலையம் தயாராகவே இருக்கிறது. செய்வார் யார்?

•

6

குன்ஹிராமன் ஸ்டோர்ஸ்

'அண்ணா... ரெண்டு மேங்கோ ஐஸ்கிரீம் குடுங்க', என்ற என் குரலுக்கு, 'டோக்கன் எங்க?', என்ற எதிர் கேள்வி வந்தது. கடையின் இடதுபக்கம் அவர் சுட்டிக்காட்ட, இரண்டு மேங்கோ டோக்கன்கள் வாங்கினேன். ஐஸ்கிரீம் கப்பை எடுத்துக்கொண்டு நானும் பழனி சாரும் ஜன்னல் திண்டில் அமர்ந்துகொண்டோம். களைப்பாக இருந்தது. இருவரும் ராயபுரம் முழுக்க சுற்றிவிட்டு வெயிலில் தீய்ந்து அயர்ந்து போயிருந்தோம். பேசக்கூடத் திராணியில்லை. ஆனால் ஐஸ்கிரீமின் முதல் ஸ்பூன் நாவில் பட்டவுடன் உற்சாகம் உடலெங்கும் ஊடுருவ ஆரம்பித்தது.

பழனி சார் வடமேற்கு சென்னையின் பெண்கள் அரசுப் பள்ளியில் வரலாற்று ஆசிரியர். சென்னை நகரத்தின்மேல் தீவிர ஈடுபாடும் அதன் புராதனத்தின்மேல் பெரும் காதலும் அவருக்கு உண்டு. முன்னொரு காலத்தில் நகரம் புரிபடாமல் புதிதாக இருந்தபோது நான் ஏற்பாடு செய்த மரபு நடை 'ரெக்கி'களுக்கு பழனி சார் அஞ்சாமல் துணை வருவார். காலை 8 மணிக்குத் தொடங்கினால் மாலை 6 மணிவரை கால்கள் வலிக்க, பைக் டயர் தேய சுற்றித் திரிவோம். இப்பொழுது தொடர்பற்றுப் போனாலும், புதிய இடம் ஒன்றுக்கு செல்லும்போதெல்லாம் அவரை நினைத்துக் கொள்வதுண்டு.

'சார், ஐஸ்கிரீம் ரொம்ப நல்லா இருக்கு. ஓனர் இல்லையா?', மெல்ல என் கேள்வியை டோக்கன் கவுன்டரில் இருந்தவரைப் பார்த்து வீசினேன். அவர் அதே வேகத்தில், 'முதலாளி கீழ வர

மாட்டார். மாடில வீடு. வயசாச்சு இல்லையா? அங்கேயேதான் இருக்கார். என்ன வேணும் சொல்லுங்க. எதாவது ஃபங்க்ஷனுக்கு சப்ளை பண்ணனுமா?', என்று கேள்வியை லாகவமாகத் திருப்பினார். 'இல்லை, இந்தக் கடை ரொம்ப பழசுன்னு கேள்விப்பட்டேன். அதான் எப்ப ஆரம்பிச்சது, என்னன்னு கேக்க...', என்று இழுத்தேன். என்ன நினைத்தாரோ தெரிய வில்லை, சட்டென ஒரு பேப்பர் கிழித்து அதில் ஃபோன் நம்பர் ஒன்றை எழுதித் தந்தார். நன்றி சொல்லி வண்டியேறினோம்.

ஐஸ்கிரீம் தித்திப்பும் குளிர்ச்சியும் ஏனோ மைக்கிள்ஸ் ஐஸ்கிரீமை நினைவூட்டியது. திருச்சி நகரை அறிந்தவர்கள் மைக்கிள்ஸ் ஐஸ்கிரீம் கடையை மறக்கமுடியாது. 1990களின் இறுதியில் ஒரு வெனிலா ஐஸ்கிரீம் 2 ரூபாய், எஃப்.எஸ். என்ற ஃப்ருட் சாலட் 3 ரூபாய். ஹாஸ்டல் தோழி ஒருத்திதான் முதலில் கடையை எனக்கு அறிமுகம் செய்தது. அந்த எஃப்.எஸ். ஒன்றே ஒன்றோடு நின்று விடக்கூடியதா என்ன? முதல்முறை சென்றபோது நான் சாப்பிட்ட ஐஸ்கிரீம் எண்ணிக்கையைக் கண்டு அழைத்துச் சென்ற விஜயாக்கா மூச்சடைத்துப் போனாள். ஒன்பது ஐஸ்கிரீம்!

மைக்கிள்ஸ் ஐஸ்கிரீம் இன்றைய நவீன குவாலிட்டி, அருண் ஐஸ்கிரீம் போல அடர்த்தியானதல்ல. மெல்லிய ஐஸ், அதனுடன் வெட்டிய வாழைப்பழத் துண்டுகள்; எப்போதாவது அதிசயமாக ஆப்பிள், பைன் ஆப்பிள் துண்டுகள் வருவதுண்டு. ஆனால் ஓர் ஐஸ்கிரீமோடு கட்டாயம் நிறுத்த முடியாது! ஒவ்வொரு மாதமும் மாத இறுதி நாளன்று வரும் ஊதியத்துக்காகக் காத்திருப்பேன். கையில் கவர் வந்ததும் ஓட்டமும் நடையுமாக வண்டி மைக்கிள்ஸ் பார்லரில்தான் நிற்கும். ஒன்பது ஐஸ்கிரீம் வளர்ந்து பத்தானது. நம்மைக் கண்டதும் ரெகுலர் சர்வர் அண்ணன் இரண்டிரண்டாக ஐஸ்கிரீம் கப்புகளை எடுத்து வருவார். ஐந்துமுறை அலைக் கழிக்கிறாளே என்ற எரிச்சல் ஒருநாளும் அவரிடம் கண்டதில்லை. 30 ரூபாய்க்கு ஐஸ்கிரீமை மொக்கிய பின்தான் தலையை நிமிர்த்துவது!

எனக்கு ஒரு மைக்கிள்ஸ் என்றால் அப்பாவுக்கு நெல்லை ஜங்ஷனில் உள்ள சிறிய 'அரசன் ஐஸ்கிரீம்' கடை! அவ்வப்போது அப்பாவுடன் நெல்லைக்கு ஷாப்பிங் செல்லும் பிள்ளைப் பிராயத்தில் மனதிலும் நாவிலும் அரசனின் வனிலா ஐஸ்கிரீம் சுவை மறக்க இயலாத தாக்கத்துடன் இருக்கும். சின்னக் கடைதான். காத்திருந்து இடம் பிடிக்க வேண்டும். அரசன் வனிலாவுக்கு உயிரைக்கூட தரலாம் என்று ஒரு காலத்தில் நினைத்தது உண்டு. இன்னொரு ஐஸ்கிரீம் வேண்டும் என்று மனம் ஏங்கும்போது அம்மா விழி உருட்டி எழுப்பி விடுவதும் உண்டு. இளமையில் வறுமை

கொடுமை என்று எங்கோ படித்த ஞாபகம். எப்போதாவது அரசன் கசட்டா அதிசயமாகக் கிடைப்பதுண்டு. மீன் வடிவ கண்ணாடிக் கிண்ணத்தில் வரும் கசட்டாவின் வானவில் வண்ணங்கள் கனவில் கண்டிருக்கிறேன் என்று சொன்னால் சிரிப்பீர்களா? உலக மயமாக்கல், புதிய பொருளாதாரக் கொள்கை என்று இப்படியான குறும் தொழில்களையும், 'லோக்கல் ஸ்பெஷாலிட்டிகளையும்' நாம் இழந்திருப்பதை மறுப்பதற்கில்லை. பெரும் வர்த்தக நிறுவனங்களுடன் போட்டியிட்டு இந்தக் குட்டி தொழிலதிபர்கள் வெல்வதே பெரும் ஆய்வுக்குரிய தலைப்புதான். அந்தந்த ஊருக்கான 'ஸ்பெஷல்' ஐட்டங்களை இந்த அகண்ட பாரதக் கனவிலும், புதிய இந்தியக் கனவிலும் தொலைத்திருக்கிறோம் என்பதில் கொஞ்சமும் சந்தேகமில்லை.

•

மார்ச் மாதத்திலேயே இனியன் அழைத்துவிட்டான். 'அக்கா, ஜூலை மாசம் குழந்தைகளுக்கான கலை விழா நடத்தப் போறோம். இந்த தடவை சென்னைதான். தயாரா இரு', என்றான். இனியன் ஃபேஸ்புக் நண்பனாக முதலில் அறிமுகமானவன். 'குழந்தைகள் செயல்பாட்டாளர்' என்று யார் கேட்டாலும் பட்டென பதில் தருவான். குழந்தைகளை இத்தனை நேசிக்கும் மனிதனை இது வரை நான் கண்டதில்லை. 2017ஆம் ஆண்டு புத்தக விழாவில்தான் நேரடியாக அவனைச் சந்தித்தேன். ஐந்து நிமிடங்கள் பேசியிருப்போம். மற்றவை எல்லாம் ஃபேஸ்புக் வழி மட்டுமே.

அடுத்த ஆண்டு விகடன் மேடையில் இனியனைக் கண்டு அடைந்த மகிழ்வுக்கு அளவேயில்லை. குழந்தைகளை அவர்கள் போக்கில் விளையாடவிட்டு வளர வாய்ப்பு தரவேண்டும் என்ற இனியனின் கருத்துடன் அதிகம் உடன்படுவதால் நட்பு இன்னும் நெருக்கமாயிற்று. கிட்டத்தட்ட 100 குழந்தைகள் வருவார்கள்; அனைவரையும் சென்னையைச் சுற்றிக்காட்டவேண்டும் என்ற வேண்டுகோளை இனியன் முன்வைத்திருந்தான். அன்றுதான் முதன்முதலில் மணிரத்னத்தையும் (சினிமா டைரக்டர் மணிரத்னம் இல்லை) சந்தித்தேன். காலை 10 மணிக்கு அரசு அருங் காட்சியகத்துக்கு குழந்தைகளை அழைத்து வருவதாகவும், அங்கு சுற்றிக் காண்பித்துவிட்டு, நுங்கம்பாக்கம் மதராஸ் லிட்டரரி சொசைட்டி நூலகம், அங்கிருந்து வடசென்னை என்று திட்டம் வகுத்து வைத்திருந்தேன்.

மணிரத்னத்தை முதலில் பார்த்தபோது நட்புப் புன்னகையுடன் வணக்கம் சொல்லிக்கொண்டேன். குழூமூர், பூவலை, ஜவ்வாது மலை என்று பல பகுதிகளிலிருந்து வந்திருந்த பள்ளிக் குழந்தைகள்

இவர்கள்; அவர்களில் பலர் கடலைக் கூடக் கண்டதில்லை என்பது பின்னர் நான் தெரிந்துகொண்டது. நூறு குழந்தைகளின் பெயர் பட்டியலும், குறைந்த கட்டணத்தில் அருங்காட்சியகத்தைப் பார்வையிட அனுமதி கடிதம் லெட்டர் பேடில் வேண்டும் என்று சொல்லப்பட்டது.

மணி தன் பையிலிருந்த பேடை எடுத்து கடிதம் எழுதத் தொடங்கும் போதுதான் காகிதத்தின் தலைப்பு முகத்தில் அறைந்தது - 'மருத்துவர் அனிதா டிரஸ்ட்.' நீட் போராட்டத்தில் உயிர் மாய்த்துக் கொண்ட அனிதாவின் அண்ணன் மணிரத்னம் என்பதை அறிந்திருந் தாலும், கண் முன் அனிதாவின் பெயர் அச்சிட்ட காகிதம் மனதில் கனமாக அழுந்த அமர்ந்தது. கல்வி அனைவருக்கும் சமமானதா என்று என்னை நானே மீண்டும் ஒருமுறை அருங்காட்சியகத்தின் நெடிய மரங்களின் கீழ் நின்று கேட்டுக்கொண்டேன். வந்திருக்கும் குழந்தைகள் அரசுப் பள்ளி மாணவர்கள், பலர் உண்டு உறைவிடப் பள்ளிகளில் வாழ்வின் பெரும்பகுதியைக் கழித்தவர்கள்; அறிவுத் தாகம் கொண்டவர்கள்.

இனியனின் பெரும் பலம் அவனது நட்புகள். சாந்த சீலா, ரமேஷ், மகாலட்சுமி என்று அருமையான சமூகப் பொறுப்பு கொண்ட ஆசிரியர்களை எனக்கு அறிமுகம் செய்து வைத்தவன் இனியன். நம்மைச் சுற்றி இந்த சொற்பமான ஆசிரியர்கள் ஒரு பெரும் புரட்சியை முன்னெடுத்து இயங்கிக்கொண்டிருக்கிறார்கள் என்பது மட்டும் தெளிவாகப் புரிந்தது. அந்தக் குழந்தைகளுக்கு என்னாலான ஒரே உதவி, அந்த நாளை அவர்கள் மறக்க முடியாத நாட்களில் ஒன்றாக மாற்றுவதுதான்!

நடையில் துள்ளலை சேர்த்துக்கொண்டேன். நகைச்சுவையும், கதையும், பாட்டுமாக அருங்காட்சியகம், நூலகம் என்று சுற்றினோம். குழந்தைகளுக்கு டைனோசர் காலரியைக் காட்டியே ஆகவேண்டும் என்று அடம்பிடித்து இழுத்துச் சென்றேன். அங்கே அவர்களை அமர வைத்து, அந்த காட்சிக்கூட பொறுப்பாளர் பொம்மை டைனோசரை இயக்க, விரிந்த விழிகளும், ஹே என்ற கூச்சலும், கைதட்டலும் வேறெந்த பரிசும் எனக்குத் தந்திடாதவை. நிறைவில் மனது விம்மி வெடித்துவிடும் அளவுக்கு மகிழ்ந்திருந்த நாள் அது.

காசிமேடு கடற்கரைக்கு அழைத்துச் சென்று குழந்தைகளுக்குக் காட்டி, அங்குள்ள படகு கட்டும் தளத்தையும் சுற்றிக் காட்டினேன். அவர்களில் பலர் படகுகளையும் பார்த்ததில்லை என்பது புரிய மனம் கனத்தது. திரும்பும் வழியில் ஐஸ்கிரீம் சாப்பிடலாமா இனியன்

என்ற என் ‘அப்பாவி மூஞ்சி’ கேள்விக்கு ஒரு வழியாக இனியன் தலையசைத்தான். பஸ் குன்ஹிராமன் முன் நிற்க, மொத்த குழந்தைப் பட்டாளமும் ஆரவாரத்துடன் குதித்து இறங்கியது.

குன்ஹிராமன் என்ற பெயர் சென்னையில் கொஞ்சம் வித்தியாசமாகத் தெரிகிறது இல்லையா? கேரள மாநிலம் கோழிக் கோட்டைச் சேர்ந்த சி. குன்ஹிராமன் சென்னைக்கு பிழைப்பு தேடி வந்தவர். 1925ஆம் ஆண்டு ராயபுரம் ரயில் நிலையத்துக்கு எதிரே சிறு மளிகைக் கடை ஒன்றைத் திறந்து தொழில் செய்து வந்தார்.

அப்போது ராயபுரம், ஆங்கிலோ இந்தியர்கள் மற்றும் பார்சிகளின் கோட்டையாக இருந்தது எனலாம். கிறிஸ்துமஸ் மாதம் ராயபுரத்தின் சாலைகள் இங்கிலாந்தின் கடற்கரை நகரங்களை ஒத்திருக்கும். தையல் கடைகளில் கோட் சூட்களும், வெளிர் வண்ணக் கவுன்களும் தைத்து தயாராக கம்பிகளில் தொங்கவிடப் பட்டிருக்கும். வீடுகளின் வெளியே அங்கங்கே கிட்டாரும் கையுமாக பாடல்களும், ஆடல்களும், ஆறாக ஓடும் பீரும், வண்ண விளக்குகளும் என்று ஒரு மாயையான உலகமாக மாறித் தெரியும். ஆங்கிலோ இந்தியர்களிடமிருந்து ஐஸ்கிரீம் செய்யும் கலையை குன்ஹிராமன் கற்றிருக்கவேண்டும். 1950 - 60களில் தங்கள் ஐஸ்கிரீம் ரெசிப்பிகள் பக்காவாக தயாராகிவிட்டன என்று பாஸ்கரன் குன்ஹிராமன் (குன்ஹிராமனின் மகன்) கூறினார்.

மேங்கோ ஐஸ்கிரீம், மேங்கோ ஷேக், கிரேப் ஜூஸ், சமோசாக்கள் என்று இன்று பல ஐட்டங்கள் விற்றுத் தீர்ந்தாலும், மேங்கோதான் எப்போதுமே குன்ஹிராமனின் ஃபேவரிட். ஐஸ்கிரீம் இந்தியாவுக்குப் புதிய வரவுதான். அதிலும் மதராஸுக்கு

ஐஸ்கிரீமை ஆங்கிலேயர் தான் அறிமுகம் செய்து வைத்தார்கள். ஐஸ்கிரீமுக்கான ஐஸ் கட்டிகள் அமெரிக்காவிலிருந்து சென்னைக்கு கப்பல்கள் மூலம் கொண்டுவரப்பட்டன என்று சொன்னால் உங்களால் நம்பமுடிகிறதா? குளிர்சாதனப் பெட்டிகள் இல்லாத அந்தக் காலத்தில் ட்யூடர் ஐஸ் கம்பெனிதான் முதலில் மதராஸுக்குள் ஐஸ் கொண்டு வந்தது.

அமெரிக்காவின் நியூ இங்கிலாந்துப் பகுதியில் இருந்தே முதலில் ஐஸ் கட்டிகள் இந்தியாவுக்கு அனுப்பப்பட்டன. 1833 ஆம் ஆண்டு, முதல் கப்பல் கொல்கொத்தாவுக்கு ஐஸ் நிரப்பி வந்தது. 1846-47ஆம் ஆண்டு குளிர்காலத்தில் இயற்கையாகவே உறைந்து போயிருந்த 'வால்டன்' ஏரியிலிருந்து ஐஸ் வெட்டி எடுக்கப்பட்டதை பதிவு செய்திருக்கிறார் ஹென்றி டேவிட் தோரோ. 'சார்ல்ஸ்டன், நியூ ஆர்லீன்ஸ், கொல்கத்தா, மதராஸ் என அனைத்து ஊர்களின் மக்களும் இதன் நீரைப் பருகினார்கள். கங்கையும் வால்டனும் கலந்தன' என்று எழுதினார்!

மரத்தாலான பெரும் பெட்டிகளில் கீழடுக்கில் தோல் பரப்பி, அதன்மேல் உமியைப் பரப்பி, ஐஸ் பாளங்களை இடைவெளியின்றி அடுக்கி, அவற்றின் மேல் வைக்கோல் கொண்டு அழுத்தி மூடி பாஸ்டன் நகரிலிருந்து அனுப்பினார் 'ஐஸ் கிங்' என்று அழைக்கப்பட்ட டியூடர். நான்கு மாதப் பயணத்துக்குப் பின் இந்தியா அடைந்த கப்பல்கள் துறைமுகத்தில் நுழைந்ததும் சரக்கைக் காத்திருக்காமல் இறக்க ஏற்பாடுகள் செய்துகொண்டார்.

இறக்கப்பட்ட ஐஸ், 'இன்சுலேஷன்' செய்யப்பட்ட ஐஸ் ஹவுசுக்குக் கொண்டு செல்லப்பட்டது. அங்கிருந்து கொஞ்சம் கொஞ்சமாக வெட்டி விற்பனைக்கு அனுப்பப்பட்டது. இவ்வாறான ஐஸ் ஹவுஸ்களை நாட்டின் முக்கிய நகரங்களில் அமைத்திருந்தார் ஃப்ரெட்ரிக் ட்யூடர். பின்னாளில் ஆவி மூலம் ஐஸ் தயாரிக்கும் தொழில்நுட்பம் இங்கு பரவியதும் தொழில் நட்டமடைந்தது, ஐஸ் ஹவுஸ்களை விற்றுவிட்டார். கடற்கரைச் சாலையிலுள்ள ஐஸ் ஹவுஸைக் கட்டி பெயரிட்டவர் ட்யூடர். இன்றைய விவேகானந்தர் இல்லம்தான் ஒரு காலத்தில் மதராஸ் நகருக்கு ஐஸ் விநியோகம் செய்துவந்த இடமாக இருந்தது.

குன்ஹிராமன் ஸ்டோர்ஸின் இப்போதைய உரிமையாளரை சந்திக்க முடியவில்லை எனினும், பாஸ்கரன் ஐயாவிடம் அலைபேசியில் பேசியிருக்கிறேன். பெருமளவில் மேங்கோ ஐஸ்கிரீம்தான் குன்ஹிராமனில் விற்பனையாகிறது என்பதை ஒப்புக்கொள்பவர், தினமும் காலையில் இதற்கான கூழ் தயாரிக்கப்படுகிறது என்று சொல்கிறார். சீஸன் இல்லாத காலங்களில் எப்படி தயாரிக்கிறார்கள்

என்றால், அதை தொழில் ரகசியம் என்றே சொல்கிறார். பெருமளவில் விலையேற்றவும் இல்லை, பெரிய லாப போதை எதுவும் இல்லை. அங்கங்கே கடைகள் திறக்கும் ஆசையும் இல்லை என்று சொல்கிறார். ஒரே கடை, அதில் எத்தனை ஆண்டுகளானாலும் ஒரே சுவை என்பதில் தெளிவாக இருக்கிறார்கள் குன்ஹிராமனின் உரிமையாளர்கள்.

கடையின் மாடியிலேயே உரிமையாளரும் குடியிருப்பது கடையை நிர்வகிக்க எளிதாகவே இருக்கிறது என்று சொல்கிறார். ஆளுக்கொரு கப்பை ஏந்தியபடி கண்கள் விரிய குட்டி சுட்டிகள் ஐஸ்கிரீமை சப்புக் கொட்டி ரசித்து சுவைக்கிறார்கள். ஜன்னல் திண்டில் என் வழக்கமான இடத்தில் உட்கார்ந்து ரசித்துக் கொண்டிருக்கிறேன். அரசன் ஐஸ்கிரீம் கடையில் என்னைப் பார்த்து அப்பா புன்னகைக்கும் நொடிகளும், மைக்கிள்ஸில் என்னைப் பார்த்து சர்வர் அண்ணா புன்னகைப்பதும் நினைவுக்கு வந்தது. அதற்கு மேல் அங்கே நின்றால் மகிழ்ச்சியில் மூர்ச்சையாகி விடுவேன் என்று தோன்றியது.

ஐஸ்கிரீமுக்கான பணத்தை எண்ணித் தந்துவிட்டு திரும்பினால் இனியன். 'யக்கா... உனக்கு எவ்வளவு நான் தரணும் சொல்லு. ஒரு நாள் முழுக்க எங்க பிள்ளைங்ககூட நீ இருந்திருக்க. சுத்திக் காட்டியிருக்க. உன் நேரம், அறிவு எல்லாம் செலவு பண்ணி இருக்க. ரொம்ப தேங்க்ஸ். இரு பணம் தரேன்', என்று பைக்குள் துழாவினான். 'அடி பிச்சுருவேன் எரும... இவங்க எல்லாரும் உங்களுக்கு மட்டும்தான் பிள்ளைங்களா என்ன? எனக்கு யாராம்? காசு தரேன்னு அசிங்கப் படுத்தாத மேன்', என்று சொல்லிவிட்டு அவன் பதிலுக்கு நிற்காமல் ஆட்டோ ஏறிவிட்டேன். குழந்தைப் பட்டாளம் 'தேங்க் யூ அக்கா', என்று ஐஸ்கிரீம் வழிய வழிய கையசைத்தது.

அங்குதான் எனக்கு வினோத்தின் அறிமுகமும் கிடைத்தது. குழுமூரைச் சேர்ந்த சுட்டி இவன். மணிரத்னத்தின் அனிதா நூலகத்தில் பழியாய்க் கிடக்கும் குட்டிப் பையன். எப்போதாவது மணியின் அலைபேசியில் வினோத்தை அழைத்துப் பேசுவதுண்டு. 'அக்கா... உங்கள நெனப்புல வெச்சிருக்கேன். கண்டிப்பா நீங்க சொன்ன மாதிரி நல்லா படிச்சு பெரிய ஆளா வருவேன் கா. பெரிய ஆளாகி உங்களை வந்து பார்ப்பேன் கா', என்று நம்பிக்கையை குழுமூரிலிருந்து எனக்குள் விதைத்துக்கொண்டே இருக்கிறான். குழுமூரிலிருந்து இந்தக் கனவாவது கருகாமல் மலரட்டும், வினோத். அக்கா காத்திருக்கிறேன்.

•

7

ராயப்பர் தேவாலயம்

மழை முட்டிக்கொண்டு வானத்தில் தொக்கி நின்றது. வண்டியைவிட்டு நானும் பழனி சாரும் இறங்கிக்கொண்டோம். ராயபுரத்தின் பெயர்க் காரணம் தந்த ராயப்பர் தேவாலயம், சூழ்ந்திருக்கும் மேகக் கூட்டத்தைத் தாங்கியதுபோல ரம்மியமாகத் தெரிந்தது. இளைஞர்கள் குழு ஒன்று முழு முஸ்தீபுகளுடன் கிரிக்கெட் விளையாடிக்கொண்டிருந்தது. தேவாலயம் பூட்டிக் கிடந்தது. அதை இருமுறை சுற்றிச் சுற்றி வந்துவிட்டோம். கல்வெட்டோ வேறெதுவோ தென்படவில்லை. வலது பக்கத்தில் மணிக்கூண்டு தனியே தெரிந்தது. அதிலும் ஒன்றையும் காணவில்லை. வாசலில் ஒருவன் மொபைலில் வீடியோ கால் செய்துகொண்டிருந்தான்.

ஆலயத்துக்குள் செல்ல யாரிடம் அனுமதி கேட்பது என்று வயதானவர் ஒருவர் கண்ணில் தென்பட அவரிடம் கேட்டோம். ‘அதெல்லாம் உள்ள நுழைய விடமாட்டாங்க. நீங்க ஞாயித்துக் கிழமை வந்தா சர்ச் திறந்திருக்கும்’, என்று முடித்துக்கொண்டார். ஆலயத்துக்கு வெளியே சாமியார் பங்களா இருந்தது. அனுமதி கேட்டுச் சென்றால் என்ன என்று ஒரு நொடி தோன்ற, இயல்பாகவே மதக் கட்டமைப்புகள் இயங்கும் முறையின்மேல் நம்பிக்கையற்றவள் என்பதால் ஆலயத்தைப் பார்க்கவேண்டும் என்று எழுந்த எண்ணத்தை அடக்கிக்கொண்டேன். சற்று நேரம் நானும் பழனி சாரும் வேப்ப மரத்தடி மூட்டில் நின்று ஆலயத்தின் கதையைப் பேசிக்கொண்டோம்.

பின்னாளில் மழை நாளொன்றில் நடந்த மரபு நடையில் நண்பர் ஆண்ட்ரூ சேசுராஜ் சார் சொல்லிக்கொண்டிருந்தார் - 'நீங்க ஒரு வார்த்தை எங்கிட்ட கேட்டிருந்தா உள்ள போய் பார்க்க பெர்மிஷன் வாங்கித் தந்திருப்பேனே மேடம்.' சின்ன சிரிப்பை அவருக்கு பதிலாகத் தந்தது நினைவிருக்கிறது. மத நிறுவனங்களுக்குள் பொது மக்கள் செல்ல இருக்கும் 'பெரும் தடைக்கான' காரணம் பின்னாளில் வேறொரு சந்தர்ப்பத்தில் தெரிந்தது.

பெரும்பாலான மத நிறுவனங்கள் பெரும் வியாபார நிறுவனங்களாகவே இன்று வளர்ந்து நிற்கின்றன. தங்கள் இடங்களுக்குள் வெளியாட்களை அனுமதிக்க மறுப்பதன் முக்கிய நோக்கம் இவர்களிடமிருக்கும் பெரும் சொத்து தான். நகரின் முக்கிய பகுதியான சாந்தோமிலிருக்கும் தேவாலயம் இன்றும் சிக்கலில் இருக்கிறது. உள்ளே யார் வேண்டுமானாலும் செல்லலாம் என்ற சூழல் இருந்தாலும், பிற மதத்தைச் சேர்ந்தவர்கள் என்று தாங்கள் எண்ணுபவர்களைத் தங்கள் இடங்களுக்குள் விட ரொம்பவே தயக்கமிருக்கிறது.

•

டைம்ஸ் ஆஃப் இந்தியா, ராயபுரம் பகுதியில் மரபு மற்றும் உணவு நடை ஒன்றை ஏற்பாடு செய்யத் தொடங்கியது. பிரபல பாடகர் மற்றும் சமையல் கலை நிபுணரான ராகேஷ் ரங்கனாதனும் நானும் அந்த மரபு நடையை சேர்ந்து முன்னெடுப்பதாக இருந்தோம். ராயபுரம் பற்றிய வரலாற்றுச் செய்திகளை நானும், உணவு சார் வரலாறை ராகேஷூம் பார்த்துக்கொள்ளலாம் என்று ஏரியா பிரித்துக்கொண்டோம்.

முன்னோட்டமாக இருவரும் ஒருநாள் செல்லவிருக்கும் இடங்களை ஆய்வு செய்யலாம் என்று போனபோது ராயப்பர் ஆலய வளாகத்தில் முந்தைய நாள் பெய்த மழையில் அங்கங்கே தேங்கிப் போயிருந்த குட்டைகளையும் சட்டை செய்யாமல் சிறுவர் படை கால்பந்து விளையாடிக்கொண்டிருந்தது. இந்தியாவின் தேசிய விளையாட்டு என்ற இடத்தை ஹாக்கியிடமிருந்து கிரிக்கெட் தட்டிப் பறித்துக்கொண்டதைப்போல, வட சென்னையின் விளையாட்டு என்ற இடத்தைப் பிடித்துக்கொண்டிருக்கும் விளையாட்டுகள் இரண்டு - ஒன்று பாக்சிங், மற்றொன்று கால்பந்து!

கால் கிரவுண்டு வெற்றிடம் கிடைத்தால்கூட, வட சென்னையில் பிஞ்சுக் கால்களில் கால்பந்து உதைபடத் தொடங்கிவிடுகிறது.

பக்தவத்சலம் காலனி, கொடுங்கையூர் கண்ணதாசன் நகர், கன்னிகாபுரம், முல்லை நகர் என்று கண்ணில் படும் மைதானங்களில் கூட்டமாக சிறுவர்களும், இளைஞர்களும் பந்தை உதைத்து குதூகலத்துடன் ஆடுகிறார்கள். வடசென்னை குட்டி பிரேசில் என்றுதான் சொல்லப்படுகிறது.

தண்டையார்பேட்டை, எண்ணூர், காசிமேடு, ராயபுரம், வியாசர்பாடி மற்றும் பெரம்பூரில் இளைஞர்களும் குட்டிப் பையன்களும் கால்பந்து மேல் கிறுக்காகித்தான் சுற்றிக் கொண்டிருக்கிறார்கள். சின்னச் சின்ன வீடுகளுக்குள்கூட ஃபுட்பால் கப்களும், மெடல்களும், வாசல்களில் ஸ்போர்ட்ஸ் ஷூக்களும், பந்துகளும் கண்ணைப் பறிக்கின்றன. யானை கவுனி, மூலக் கொத்தளம், காத்படா, வியாசர்பாடி, ராயபுரம், எழில் நகர், கே.எம். கார்டன், ஜி.டி சோஷியல் கிளப், டி.பி.ஒய்.சி என்று சின்னச் சின்ன கிளப்கள் இங்கு ஏராளம் உண்டு.

அவர்களுக்குள் கடும் போட்டியும், அவ்வப்போது சின்ன உரசல்களும் நிகழ்வதுண்டு. இந்திய அணியின் முன்னாள் வீரர்களான நாகேஷ் - கருணாகரன் நினைவு கால்பந்து போட்டிகள் சிறுவர்களிடையே பிரபலம். *14* வயதுக்குட்பட்ட குட்டி ரொனால்டோக்களும், மெஸ்ஸிகளும் விளையாடும் அழகைக் காண உண்மையில் கோடிக் கண்கள் வேண்டும். உலகக் கோப்பை கால்பந்து போட்டிகளின்போது ராயபுரம் பகுதியே விழாக் கோலமாய் களைகட்டும் என்று சொல்லப்படுவதுண்டு.

ராயப்பர் தேவாலய வளாகத்தில் கால்பந்தாடும் இளைஞர்கள்

2018 உலகக் கோப்பை கால்பந்தை முல்லைநகர் திடலில் அகன்ற திரையில் பெருங்கூட்டமே கண்டு களித்தது. ‘சென்னை - 28’ எப்படி கிரிக்கெட் என்ற விளையாட்டை சென்னையின் அடையாளமாக நிலைநிறுத்தியதோ அதேபோல கால்பந்தை வடசென்னையின் அடையாளமாக முழுக்கச் சொல்லும் படங்கள் மெட்ராஸ்போல இன்னும் நிறைய வரவேண்டும்!

கால்பந்தை வடசென்னைக்கு வியாசர்பாடி பகுதியின் தேவாலய அருட்தந்தைகள்தான் 60 ஆண்டுகளுக்கு முன் முதலில் அறிமுகம் செய்ததாக சொல்லப்படுகிறது. இப்போது வியாசர்பாடியில் தங்கராஜ் மாஸ்டரின் அகாடமி மற்றும் சாலையோரக் குழந்தை களுக்கான கால்பந்து கருணாலயா அறக்கட்டளை என்று பல அமைப்புகள் வட சென்னையின் குழந்தைகளுக்கு கால்பந்து ஆர்வத்தை ஊட்டிக்கொண்டிருக்கிறார்கள். பெண் குழந்தை களுக்கான வெளியையும் கால்பந்து உருவாக்கித் தந்திருக்கிறது.

தங்கள் கழுத்தை நெறிக்கும் ஏழ்மையைத் துரத்தவும், அரசுப் பணிகள் கிடைத்து வாழ்க்கை மேம்படவுமே பெரும்பாலும் கால்பந்து விளையாடப்படுவதால், அவர்கள் இதில் காட்டும் ஆர்வமும், பக்தியும் நம்மை மலைக்கவே வைக்கிறது. பெரும்பாலும் ரவுடித்தனமும், சிறு வயதில் பாதை மாறிப்போக குடியும் போதையும் எளிதாக வழிகாட்டிக் கொண்டிருந்தப் பகுதிகளில் இப்போது அடுத்த தலைமுறைக்கான வெளிச்சத்தை கால்பந்து காட்டிக் கொண்டிருக்கிறது.

ராயப்பர் தேவாலய மைதானத்தில் எப்போதும் குறைந்தது இரண்டு அணிகளாவது கால்பந்து விளையாடிக் கொண்டிருக்கும். முதல்முறை கேமராவுடன் சென்றபோது சட்டை செய்யாததுபோல விளையாடிக் கொண்டிருந்தவர்கள், சில படங்கள் எடுத்து வண்டியில் அமர்ந்து அவற்றை பார்த்துக்கொண்டிருந்தபோது ஒவ்வொருவராக பக்கம் வந்தார்கள். சிறு சலசலப்பும், அரும்பு மீசை சிரிப்புமாக ஒதுங்கிய சில குட்டிகள், துணிவுடன் அப்படி என்னதான் புகைப்படம் எடுத்திருக்கிறாள் என்று அருகே வந்து நிற்கும் துணிச்சல்காரர்கள் என்று இரண்டு டீமாக என் முன் நின்றிருந்தார்கள்.

எந்தப் பள்ளி என்று விசாரிக்க, ராஜகோபால் ஸ்கூல், கெவின்ஸ் என்று அக்கம்பக்கமுள்ள அத்தனை பள்ளிகளின் பெயர்களையும் சொன்னார்கள். ஆண்டுக்கணக்கில் பயிற்சி எடுத்துக் கொண்டிருக்கும் அந்த ஆர்வ முகங்களில் சிலதை மனதுக்குள் பத்திரப்படுத்திக்கொண்டேன். குறிப்பாக அந்த மஞ்சள் ஜெர்சி

மெல்லிய குழந்தை. விண்ணில் பறந்தபடி பந்தை காலில் உதைத்துக்கொண்டிருக்கும் அவனது புகைப்படத்தை இப்போது பார்த்தாலும் உற்சாகம் கொப்பளிக்கும்!

இத்தனை கனவுகளும் அந்த ஈர மைதானத்தில் விதைக்கப்பட்டு உரமேற்றிக்கொண்டு காத்திருக்கின்றன. வேறோர் இடத்தில் நடும் நாற்று விளைந்து கதிர் தருவதுபோலத்தான் இந்த தேவாலயமும். ஆர்மகாவ்ன் (ஆறுமுகம்) தான் 17ஆம் நூற்றாண்டில் ஆங்கிலேயர் தங்கள் தொழிற்சாலைக்குத் தேர்ந்தெடுத்த இடம். வடக்கே பழவேற்காட்டில் போர்த்துகீசியர்களும், தெற்கே சதுரங்கப் பட்டிணத்தில் டச்சுக்காரர்களும் தொழில் செய்துவர, அவர்கள் இருவரையும் கண் பார்வைக்குள் வைத்துக்கொள்ளும் முயற்சியில் இரு ஊர்களுக்கும் நடுவே இடம் தேடத்தொடங்கினார்கள். துர்கராயப் பட்டிணத்துக்கு அருகேயுள்ள ஆறுமுகம் அவர்களுக்கு ஏற்ற இடமாகத் தோன்றியது. ஆனால் பாறைகள் நிறைந்த அந்தப் பகுதியில் கப்பல்களைச் செலுத்த முடியாது என்று அறிந்து வேறிடம் தேடியவர்கள் கைகளில் ஒரு வழியாக நரிமேடு சிக்கியது.

நரிமேடுப் பகுதியை வாங்கி கிழக்கிந்தியக் கம்பெனி தங்கள் கோட்டையைக் கட்டும்போது, அவர்களுக்குப் பணி செய்ய நிறைய பணியாட்களின் தேவை இருந்ததை உணர்ந்தார்கள். சென்னை இயற்கைத் துறைமுகமல்ல. கரையிலிருந்து இரண்டு மைல்களுக்கு அப்பால் கப்பல்களை நிறுத்தி, பொருள்களையும் ஆள்களையும் இறக்கி, சிறிய படகுகளில் மட்டுமே கொண்டுவர முடியும். இந்தப் படகுகளைச் செலுத்த படகோட்டிகள் தேவைப் பட்டார்கள். ஏற்கெனவே துர்கராய பட்டிணத்தைச் சேர்ந்த படகோட்டிகளுடன் இவர்களுக்கு நல்ல பழக்கம் ஏற்பட்டிருந்தது.

அந்தப் பகுதி படகோட்டிகள் மசூலிப்பட்டிணம் பகுதியில் செய்யப்படும் கட்டுமரத்தை விட சற்றே பெரிய படகுகளை செலுத்தி வந்தவர்கள். மசூலிப்பட்டிணம் பகுதிப் படகுகளை ‘மசூலா’ படகுகள் என்று பெயரிட்டு துர்கராயப் பட்டிணம் படகோட்டிகள் செலுத்திவந்தார்கள். இந்த மசூலாப் படகுகள் சென்னைக்கு வரவழைக்கப்பட்டன. அவற்றைச் செலுத்தும் படகோட்டிகளும் இங்கு வந்து சேர்ந்தார்கள். நல்லவீரன், மொண்டி, ஆச்சாரப்பன், ஆண்டி முதலிக் குடும்பங்களைச் சேர்ந்தவர்கள் இவர்கள்.

தங்களை குருகுல வம்ச வர்ணகுல முதலியார்கள் என்று அழைத்துக்கொண்டார்கள். 1700களில் இங்கு குடிவந்தவர்கள், 1731ஆம் ஆண்டு கத்தோலிக்க கிறிஸ்துவ மதத்தைத் தழுவினார்கள்.

ராயப்பர் தேவாலயம்

1746ஆம் ஆண்டு பிரெஞ்சுப் படைகள் கோட்டையைக் கைப்பற்றியபோது இந்தப் படகோட்டிகள் ஆங்கிலேயர் வசமிருந்த தேவனாம்பட்டினம் டேவிட் கோட்டை பகுதிக்கு இடம் பெயர்ந்தார்கள். மீண்டும் ஆங்கிலேயர் சென்னைக்கு வந்தபோதே இவர்களும் வந்து சேர்ந்தார்கள். 1749ஆம் ஆண்டு மயிலாப்பூர் பிஷப்பின் கட்டுப்பாட்டில் தாங்கள் வசித்த சேப்பாக்கம் பகுதியில் சிறிய தேவாலயம் ஒன்றை கட்டிக்கொண்டார்கள்.

1798ஆம் ஆண்டு இந்த ஆலயத்தை மயிலாப்பூர் மக்களும், இந்த முதலிகளும் சேர்ந்து நிர்வகிக்க உடன்படிக்கை ஒன்றை மாஸ்டர் அட்டெண்டன்ட் தாஸ்வால் முன்னிலையில் செய்து கொண்டார்கள். அதன்படி ஒவ்வொரு படகு உரிமையாளரும் ஒரு படகுக்கு ஒரு நடைக்கு இரண்டு பணமும், 16 பேர் கொண்ட படகுக் குழு எனில் ஒரு மாதத்துக்கு 16 பணமும் ஆலயத்தை நிர்வகிக்கத் தரவேண்டும் என்று ஒப்புக்கொண்டார்கள்.

1799ஆம் ஆண்டு கிழக்கிந்தியக் கம்பெனியின் சுங்க வரி அலுவலகம் மற்றும் மாஸ்டர் அட்டெண்டன்ட் அலுவலகங்கள் கோட்டை பகுதியிலிருந்து கறுப்பர் நகரத்துக்கு மாற்றப்பட்டது. டிசம்பர் 5, 1799 அன்று படகோட்டிகள் அனைவரும் புதிய அலுவலகத்துக்கு அருகே இடம் மாற்றப்பட்டார்கள். அவர்கள் வசித்த சேப்பாக்கம் பகுதியை ஆர்க்காடு நவாபுக்கு தந்தது கம்பெனி. வடக்கு வாயிலிலிருந்து 300 கஜம் தொலைவில் 720 கிரவுண்டு நிலம் இந்த படகோட்டிகள் குடியிருப்பு அமைத்துக்கொள்ள வழங்கப்பட்டது.

இங்கு தங்கள் பாதுகாவலரான ராயப்பருக்கு தற்காலிக ஆலயம் ஒன்றையும் அமைத்தார்கள். அவரது ஆலயத்தைச் சுற்றி அமைந்த பகுதி என்பதால் ‘ராயபுரம்’ என்ற பெயரும் இந்தப் பகுதிக்கு வந்தது என்று சொல்லப்படுகிறது. ஜீன் பாப்டிஸ்ட் என்ற கப்புச்சின் பாதிரியார் இதன் முதல் பாதிரியாராகப் பணியாற்றத் தொடங்கினார். அதே சமயம், அங்காள பரமேஸ்வரி கோயிலிலுள்ள பாவாடை ராயர் பெயரே ‘ராயபுரம்’ என்று இன்னொரு கதையும் சொல்லப்படுகிறது. ஆனால் ஆங்கிலேய பதிவுகளில் ராயபுரம் பகுதி பற்றிய குறிப்புகள் இந்த ஆலயத்தை மையப்படுத்தியே அமைந்துள்ளன.

1825ஆம் ஆண்டு கம்பெனி தந்த 40,000 ரூபாயில் நிரந்தரக் கட்டடம் எழுப்பும் பணிகள் தொடங்கின. தலைமைப் பொறியாளர் பால்ஃபர் தலைமையில் 1829ஆம் ஆண்டு ஆலயம் கட்டி முடிக்கப்பட்டது. ஆலயத்தின் சாவியை ‘தலையாரிகள்’ (எட்மென்) பெற்றுக் கொண்டார்கள். இது பெரும் சிக்கல்களுக்கு பின்னாளில் வித்திட்டது. மயிலை ஆயர் டாம் மனுவேல் ஆவெ மரியா ஆலயத்தை அர்ச்சித்தார். புதிய ஆலயத்தின் முதல் விகாராக அந்தோனிஸ் மாடர்டின் டி-சில்வா நியமிக்கப்பட்டார். எட்மென்களின் ஆதரவும் இவருக்கு இருந்தது. 1834ஆம் ஆண்டு புதிதாக மைக்கில் என்பவரும் விகாராக நியமிக்கப்பட, குழப்பம் ஏற்பட்டது.

ஒரு சாரார் ஐரிஷ் சபையையும், மற்றொரு சாரார் கோவா சபையையும் ஆதரிக்க மக்களுக்குள் பிளவு ஏற்பட்டது. கோவா சபையை ஆதரிப்பவர்கள் சார்பாக ராயப்பர் கோயிலுக்கு எதிரே அந்தோணியார் ஆலயம் ஒன்று அமைக்கப்பட்டது. சபை இரண்டுபட்டது. கோவா சபை ஆதரவாளர் ஒருவரை ராயப்பர் ஆலயத்தில் எட்மேனாக இருந்தவர் அடக்கம் செய்ய, அவரை எதிர்த்து விகார் வழக்கு தொடுத்தார். மயிலை ஆயர், விகார் மற்றும் எட்மேன்கள் என்று இரு பிரிவாக மாறி மாறி வழக்குகள் தொடுத்தார்கள். கிட்டத்தட்ட 100 ஆண்டுகளாக வளர்ந்த இந்த மோதல் முற்றி, 1925ஆம் ஆண்டு முதல் இந்த ஆலயத்துக்கு பாதிரியார்கள் நியமிப்பதை மயிலை பேராயம் நிறுத்திக் கொண்டது.

1925 முதல் 1934 வரை ஒன்பது ஆண்டுகள் இந்த தேவாலயத்தில் மதச் சடங்குகள் நடைபெறவில்லை. 1934ஆம் ஆண்டு வழக்கு ஒன்றில் வாரிசுமுறை எட் மேன் வழக்கம் ஒழிக்கப்பட்டு தேர்தல் மூலம் எட் மேன் நியமனம் செய்யவேண்டும் என்று உயர்நீதிமன்றம் தீர்ப்பு

வழங்க, டிரஸ்ட் ஒன்று நியமிக்கப்பட்டது. தேர்தல் நடத்தப்பட்டு நிர்வாகிகள் தேர்ந்தெடுக்கப்பட்டனர். மீண்டும் கோயிலைச் சுற்றியுள்ள வணிக வளாகம், கடைகள், கல்வி நிறுவனங்கள் பற்றிய சச்சரவுகள் டிரஸ்டுக்கும் பேராயத்துக்கும் ஏற்பட, ஆலயம் இழுத்துப் பூட்டப்பட்டது. ஒரு வழியாக 1949ஆம் ஆண்டுக்குப் பின் ஆலயம் இயங்கிவருகிறது.

கோயிலின் உள்ளே மத்திய பீடம் போர்த்துகீசிய பாணியில் அழகுற அமைக்கப்பட்டுள்ளது. சூசையப்பர், சிந்தாத்திரி மாதா, குழந்தை ஏசு சொரூபங்கள் உள்ளன. ஞாயிறு அன்று சென்றால் இந்தப் பேரமைதியான ஆலயத்தின் அழகை ரசிக்கலாம், கூடவே குட்டி மெஸ்ஸிகளையும், ரொனால்டோக்களையும் ரசித்து வரலாம்!

•

8

அஞ்சுமன் பாக் - நெருப்புக் கோயில்

‘ஆஷெம் வொஹூ வஹிஸ்தெம் அஸ்தீ உஸ்தா அஸ்தீ
உஸ்தா அஸ்மை ஹியாத் அஷாய் வஹிஸ்தாய் ஆஷெம்’

‘உண்மையும் நேர்மையும் மிகச் சிறந்தவை. உண்மையைப் பேசுபவன் அவன் நேசிக்கும் உண்மையைக் கண்டடைகிறான்’ - சரதுஸ்திரத்தின் மிக முக்கிய பிரார்த்தனை இது. ‘ஆஷா’ என்ற சரதுஸ்திரத்தின் நம்பிக்கை அடிப்படையை எடுத்துச் சொல்வதாக அமைந்திருக்கும் ‘ஆஷெம் வோஹூ’வின் முதலிரண்டு அடிகள் நீங்கள் வாசித்தவை.

‘செந்து அவெஸ்தா’ என்ற சரதுஸ்திரர்களின் வழிபாட்டு நூலிலுள்ள இவ்வாறான சில பிரார்த்தனைகள் குறித்து பர்வேஸ் முல்லா அங்கிளிடம் உரையாடுவது உண்டு. ஆபிரகாமிய மதங்கள் தோன்றுவதற்கு முன்பே இங்கே சமத்துவத்தை, சகோதரத் துவத்தை, உண்மையை, நேர்மையை போதித்த மதம் சரதுஸ்திரம். பர்வேஸ் முல்லா அங்கிள்; பார்சிகள் குறித்த என் புரிதலைப் பட்டை தீட்டியவர் இவர். பகவத் கீதை பயிற்சி வகுப்புகளுக்கு ஞாயிறு தோறும் சென்று பயிலும் மாணவர். 70 வயதைக் கடந்த பின்னும் எதையாவது கற்றுக்கொள்ளும் தீரா அறிவு, ஆன்மீகத் தாகம் கொண்டவர். வீட்டு வாசலின் அறைக் கதவைத் தட்டும்போதே உள்ளிருந்து ‘அர்ரே ஆவோ நா பேட்டா’ என்ற அந்த உஷார் குரலும், ஒவ்வொருமுறை விடை பெறும்போதும் வாஞ்சையுடன் தலை தடவி ‘அப்னா கயால் ரக் பேட்டா’ என்று சொல்லும் அந்த அன்பையும் எனக்கு அள்ளித் தந்தது

பார்சி நெருப்புக் கோயில்

வடசென்னைதான்! யார் இந்த பர்வெஸ் முல்லா? யார் இந்த சரதுஸ்திரர்கள்? வடசென்னையில் என்ன செய்துகொண்டிருக்கிறார்கள்? வாருங்கள் டைம் மெஷினில் ஏறலாம்!

•

திறந்து கிடந்த அந்தப் பெரிய கேட் முன் ஒரு நொடி பைக்கின் வேகத்தைக் குறைத்து எட்டிப் பார்த்தேன். அழகிய சிவப்பு வண்ண இந்தோ-சாரசனிக் கட்டடம் ஒன்று கண்ணைப் பறித்தது. நகரின் பகுதிகளில் சுற்றிச்செல்லும்போது கண்ணாடி மாளிகைகளை, பெரும் ஷாப்பிங் மால்களை ஆவென்று வாய் பிளந்து பெரும்பாலானவர்கள் பார்ப்பது வழக்கம். ஆனால் என்னைப்போன்ற சிலருக்கோ இந்த சிவப்பு வண்ணக் கட்டடங்கள் மேல் தனி கிறுக்கு உண்டு.

அதென்ன இந்தோ சாரசனிக் பாணி கட்டடங்கள்? சென்னை பாரிமுனை பகுதி உள்ளிட்ட நகரின் தொன்மையான பகுதிகளில் நீங்கள் இந்தக் கட்டடங்களைப் பார்க்கலாம். சென்னை எழும்பூர் ரயில் நிலையம், உயர்நீதிமன்ற வளாகம், ஸ்டேட் வங்கி தலைமைக்கிளை, தபால் தந்தி தலைமை அலுவலகம், மதராஸ் பல்கலைக்கழக செனட் ஹவுஸ், இப்படிப் பல கட்டடங்கள் இந்தப் பாணியில் கட்டப்பட்டவை. 'சாரசன்' என்ற சொல்லின் பொருள் அரபு/இஸ்லாமிய மொழி பேசும் மக்கள் என்பதே. 1768ஆம் ஆண்டு

அஞ்சுமன் பாக்

சென்னையில் கட்டப்பட்ட சேப்பாக்கம் அரண்மனை இந்தப் பாணியில் இங்கு கட்டப்பட்ட முதக் கட்டடம் எனலாம்.

இந்தோ கோதிக் அல்லது இந்தோ சாரசனிக் என்று நாம் இன்று அடையாளம் காணும் சென்னையின் கட்டுமானங்கள் 19ஆம் நூற்றாண்டின் இறுதியில் தோன்றின. 'கோதிக் ரிவைவல்' என்று சொல்லப்படும் பாணியுடன் இந்தியப் பாணியையும் கலந்து கட்டிய பாணி இந்த இந்தோ-சாரசனிக் கட்டட பாணி. இதில் எட்வர்டியன் பரோக் பாணியும் அடக்கம். இந்த எட்வர்டியன் பரோக் பாணி கட்டடங்கள் ராஜ்புதானா மற்றும் முகலாய கட்டட பாணியையும், எட்வர்டிய கோதிக் பாணியையும் கலந்த 'ஃப்யூஷன்' ஸ்டைலாகும். கல்லாலான 'ஜாலிகள்', ஜரோகா எனப்படும் நெடிய சன்னல்கள், வெங்காய வடிவ குவிமாடங்கள் போன்றவை இந்த பாணி கட்டடங்களில் இருக்கும். அழகிய வளைவுகள், கவிந்த கூரைகள், கூரான கோபுரங்கள், ஸ்தூபிகள், திறந்த பெவிலியன்கள் என்று இந்த பாணிக் கட்டடங்கள் தனித்துத் தெரிபவை.

நீதிமன்றங்கள், காவல் நிலையங்கள், டவுன் ஹால், ரயில் நிலையங்கள், அருங்காட்சியகங்கள் என்று அந்தக் காலத்தின் மக்கள் கூடும் பொதுக் கட்டடங்கள் பெரும்பாலும் இந்த பாணியில் கட்டப்பட்டவை. இவற்றின் சிவப்பு செங்கற்சுவர்கள் தனித் தன்மையுடையவை. ஆங்கிலேயருக்கு முன் இங்கு கோலோச்சிய முகலாயர்களின் பெரும்பான்மை கட்டடங்கள் இவ்வாறான சிவப்பு வண்ணச் சுவர்களைக் கொண்டிருந்தன.

‘சேண்ட் ஸ்டோன்’ எனப்படும் மணற்கல் கொண்டு கட்டப் பட்டவை இவை. தில்லியின் இறுதி மன்னர் பஹதூர் ஷாவைச் சிறைப்பிடித்த பின் இந்தியாவின் ஏகபோக ஆட்சியாளர்களாகத் தங்களை கற்பிதம் செய்துகொண்ட ஆங்கிலேயர், தில்லி சுல்தான்கள் பயன்படுத்திய கட்டட பாணியில் தங்கள் ஆட்சி அலுவலகங்களை அமைப்பது மக்களிடையே மதிப்பையும், ஆட்சியாளர்கள் மேலான அச்சத்தையும் ஏற்படுத்தும் என்றே நினைத்ததன் விளைவாக இந்தக் கட்டடங்கள் சிவப்பு வண்ணம் பூசிக்கொண்டன. பெரும்பாலான நீதிமன்றங்களும், காவல் நிலையங்களும் இன்று சிவப்பு வண்ணம் பூசி நிற்பது இதன் விளைவே! ராபர்ட் ஃபெல்லோஸ் சிஷோம், சார்ல்ஸ் மான்ட், ஹென்றி இர்வின், வில்லியம் எமர்சன் மற்றும் ஃப்ரெட்யிக் ஸ்டீவன்ஸ் போன்ற கட்டட வல்லுனர்கள் இந்த பாணியை முன்னெடுத்தவர்கள். பாரிமுனைக்கு வடக்கே இவ்வாறான கட்டடங்கள் எதுவும் இருக்காது என்பது பரவலான நம்பிக்கை.

ராயபுரம் ரயில் நிலையத்துக்கு வடக்கே ராயப்பர் ஆலயத்துக்கு எதிர்புறம் இந்தோ சாரசனிக் கட்டடத்தைக் கண்டதும் முதலில் அதிர்ச்சி, அதன் பின் சுதாரித்துக்கொண்டு பைக்கை வெளியே நிறுத்திவிட்டு உள்ளே சென்றேன்.

நகரின் முக்கியப் பகுதிக்குள் அத்தனை பேரமைதி. ‘பார்சி அஞ்சுமன் பாக்’ என்ற பலகையைப் பார்த்துவிட்டு உள்ளே சென்று கட்டடத்தைச் சுற்றி வந்தேன். குஜராத்தி மொழிபோலத் தெரிந்த கல்வெட்டு ஒன்று கட்டடத்தின் முன் இருந்தது. 1910 என்பதை எனக்குத் தெரிந்த தேவநாகரி கொண்டு புரிந்துகொண்டேன். நூற்றாண்டு தாண்டிய கட்டடம் என்பது புரிந்தது. முன்புறமிருந்த பழைய மர பெஞ்சு ஒன்றில் அமர்ந்து அமைதியை உள்வாங்கிக் கொண்டிருந்தேன்.

வெள்ளை தாடி, வெள்ளை குர்தா, வெள்ளை ஜோல்னா பை சகிதம் காம்பவுண்டுக்குள் நுழைந்த முதியவர் என்னைக் கூர்ந்து கவனித்தார். ‘யார் நீங்க? என்ன வேணும்?’ என்ற அவர் கேள்விக்கு ஓடிச் சென்று பதில் சொன்னேன். ‘இங்கே ஒரு மரபு நடை செய்ய முடியுமா? இது என்ன கட்டடம்?’ என்ற என்னுடைய துளைக்கும் கேள்விகளுக்கு ‘பேட்டா, இந்த காம்பவுண்டை சுற்றிப்பார்த்து விட்டு, பின் பக்கமிருக்கும் கேட்டைத் திறந்துகொண்டு வா. அந்தக் கட்டடத்தின் கீழ் ஃபிளாட்டில் நான் இருக்கிறேன்’, என்று சொல்லிவிட்டுச் சென்றார். இங்கே சுற்றிப் பார்க்க என்ன இருக்கிறது என்று சிந்தித்தபடி கண்களைச் சுழலவிட்டதில், ஸ்தூபி ஒன்று தெரிந்தது. ஓடிச் சென்று அதைப் பார்த்தால் அதன் கீழ்

ஆங்கில மொழிக் கல்வெட்டு ஒன்று தெரிந்தது. 21.3.1941 தேதியிட்ட அந்த கல்வெட்டு, 'மத மற்றும் சமூகக் காரணங்களுக்குப் பயன்படுத்திக்கொள்ள இந்த 'பாகை' 150 ஆண்டுகளுக்கு முன்பு வாங்கி, கொடையளித்த பக்தியுள்ள, இரக்கமுள்ள சரதுஸ்திரர்களின் நினைவாக', என்று கல்வெட்டு செய்தி சொன்னது. அதன் வலதுபுறம் நிறைய பதாகைகளுடன் கல்லறை ஒன்று தெரிந்தது. இனி வெண்தாடி பெரியவர் இல்லாமல் இதை விளங்கிக்கொள்வது கடினம் என்று புரிய, பின்புற கேட்டைத் திறந்து பெரியவரின் வீட்டை அணுகினேன்.

'வா பேட்டா… என்ன தெரியணும் உனக்கு?', ஒரு டம்ளர் குளிர் நீரைப் பருகிய பிறகு பெரியவர் பேசத் தொடங்கினார். 'பார்சி வேறு, சரதுஸ்திரர்கள் வேறா?' என்ற எளிய கேள்வியில் இருந்தே என் தேடலைத் தொடங்கினேன். பார்சிகள் - பாரசீகத்திலிருந்து வந்தவர்கள் என்பதே சரி. ஈராயிரம் ஆண்டுகளுக்கு முன்பே இந்தியாவுக்கு பார்சிகள் வந்திருக்கக்கூடும் என்று வரலாற்றாளர்கள் நம்புகிறார்கள். சரதுஸ்திரர்கள் பார்சிகளாகவும் இருக்கலாம், ஆனால் அவர்கள் 'சரதுஸ்திரம்' என்ற மதத்தைப் பின்பற்றியவர்கள்.

இந்தோ ஆரிய மதங்களில் முக்கியமானதும், தொன்மையானதும் சரதுஸ்திரம்தான். 'அஹுரா' என்ற கடவுளை வணங்குபவர்கள் இவர்கள். இந்த மதத்தை முன்னெடுத்தவர் என்று சரதுஸ்திரர் சொல்லப்படுகிறார். இவர் அஹுரா என்று இம்மதக் கடவுள் களையும், இதற்கு எதிரானவர்களை 'தேவர்' என்றும் முன்னிறுத்தினார். இவர்களது முக்கிய கடவுள் 'அஹுரா மாஸ்தா' - 'டிவைன் விஸ்டம்' என்று சொல்லப்படுபவர்.

'ஞானம்' என்பதை இவர்கள் உரு தந்து வணங்குவதாக எனக்குப் படுகிறது. தேவர், அஹுரர் என்று இவர்கள் வணங்குவதைப் பார்த்து. 'திராவிட கடவுளர்களின் நண்பர்கள் உங்கள் அஹுராவா?' என்று முல்லா அங்கிளிடம் கேட்ட அன்று விழுந்து விழுந்து சிரித்தார். 'இருக்கலாம் பேட்டா… யார் கண்டது? ஆரிய மதக் கடவுள்கள் போலல்லாமல் அமைதியும், நம்பிக்கையும், நல்லெண்ணமும் கொண்டவர்கள் எங்கள் அஹுரா', என்றார். நெருப்பையும், இயற்கையின் ஐந்து பெரும் சக்திகளையும் சரதுஸ்திரர்கள் வணங்கினாலும், நெருப்புக்கு அவர்கள் வழி பாடுகளில் மிக முக்கிய இடம் உண்டு.

பாரசீகத்திலிருந்து புலம் பெயர்ந்து சரதுஸ்திர மதத்தைப் பின்பற்றுபவர்களை பெரும்பாலும் 'பார்சிகள்' என்று பொது விளி கொண்டு அழைக்கிறோம். இவர்கள் சென்னை வந்த கதை

சுவாரஸ்யமானது. மூன்றாம் நூற்றாண்டு முதலே பாரசீகத்திலிருந்து மக்கள் புலம்பெயர்ந்துள்ளார்கள். அவர்களில் சிலர் மேற்கு இந்தியக் கரையில் மங்களூரு தொடங்கி குஜராத் வரை பல இடங்களில் வசிக்கத் தொடங்கினார்கள். கர்நாடகத்தின் கூர்க் பகுதியில் கணிசமான அளவு பார்சிகள் உண்டு.

1809ஆம் ஆண்டு கூர்க் மன்னரின் சகோதரர் சென்னையிலிருந்த ஆங்கிலேய கவர்னருக்கு ஓவியம் ஒன்றைப் பரிசாகக் கொடுத்து அனுப்பினார். ஓவியத்தைக் கொண்டுவந்து ஜார்ஜ் கோட்டையில் இருந்த ஆளுனரைச் சந்தித்த பின்னர், அந்தப் பார்சி குழு நகரை சுற்றிப்பார்த்தது. ஐந்து பார்சிகளும், இரண்டு பார்சி குருக்களும் கொண்ட அந்தக் குழு, சென்னை, வணிகத்துக்கு வாய்ப்புள்ள நகரம் என்று கண்டுகொண்டது. ஹிரிஜிபாய் மானெக்ஜி கரஸ் தலைமையிலான இந்தக் குழு ராயபுரம் தேவாலயத்துக்கு எதிர்ப்புறம் சில ஏக்கர்கள் நிலம் வாங்கியது. பார்சிகள் முன்னேற்றம் தேடி சென்னையை நாடி வரத் தொடங்கினார்கள்.

1900களில் நகரின் முக்கியப் பெரு வணிகர்களாக பார்சிகள் உருவெடுத்திருந்தார்கள். கார், சைக்கிள், வாசனைத் திரவியங்கள் என்று அவர்கள் கோலோச்சிய துறைகள் கணக்கிலடங்காதவை. 1800களுக்குப் பின் வந்த அடுத்த அலை இரானிகள். 1900களுக்கு மேல் நகரை அடைந்தவர்கள் இவர்கள். இன்றைய இரானி கஃபேக்கள் இவர்கள் நகருக்குத் தந்த கொடை. ராக்சி, குளோப், எல்ஃபின்ஸ்டோன், கேசினோ என்று ஒரு காலத்தில் நகரின் முக்கிய திரையரங்குகளை பார்சிகள் நிறுவி, பராமரித்து வந்தார்கள்.

நகரின் வளர்ச்சிக்கு முக்கியப் பங்காற்றியவர்கள் வரிசையில் பார்சிகளுக்கு முக்கியப் பங்குண்டு. கீழ்ப்பாக்கம் வாட்டர் ஒர்க்ஸ் என்ற நீர் விநியோகத் திட்டத்தை தன் கனவுத் திட்டமாக வடிவமைத்து இன்று நகருக்கு குடிநீர் வசதியை அத்தியாவசியமான தேவையாக மாற்றிய பெருமை 'ஹார்மஸ்ஜி நௌரோஜி' என்ற பார்சி பொறியாளரையே சேரும். நீர் மேலாண்மையில் கோலோச்சிய இந்தியர்களில் இன்றும் உலகெங்கும் அறியப் படுபவர் நௌரோஜி.

அதேபோல சென்னை சென்ட்ரல் ரயில் நிலையத்தை அடுத்த தென்னிந்திய ரயில்வேயின் தலைமை அலுவலகத்தை நூற்றாண்டுக்கு முன்னர் நிர்மாணித்தவர்கள் பார்சிகள். ஹெச்.ஹெச். வாடியா பிரதர்ஸ் என்ற நிறுவனம்தான் தென்னிந்திய ரயில்வே தலைமை அலுவலகத்தை வடிவமைத்துக் கட்டியது. இதற்கென போர்பந்தரிலிருந்து கப்பல்கள் மூலம் 'போர்பந்தர்

கற்கள்' கொச்சிக்குக் கொண்டுவரப்பட்டு, அங்கிருந்து ரயில்கள் மூலம் சென்னை கொண்டுவரப்பட்டன! சிமென்ட் நிறத்தில் சோகையாகக் காட்சி தரும் அந்தக் கட்டடத்தின் ஒவ்வொரு கல்லும் காந்தி பிறந்த மண்ணிலிருந்து தருவிக்கப்பட்டது. ஹார்மஸ்ஜி மற்றும் மன்சேர்ஷா வாடியா என்ற இரு பார்சிகள் இந்த அதிசயத்தை நடத்திக் காட்டியவர்கள்.

'பார்சிகளில் இந்த நகரின்மீதும், மக்களின்மீதும் அதிக அன்பு கொண்டு சமூகப் பணியாற்றியவர்களில் முதன்மையானவர் ஒரு பெண்மணி. வா பேட்டா, அவர் கல்லறையை உனக்குக் காண்பிக்கிறேன்', என்று முல்லா அங்கிள் கல்லறைக்குள் கூடிச் சென்றார். அங்கு புல் மண்டிய கல்லறை ஒன்றைக் காட்டினார். 'இவர் தான்', என்று அவர் சுட்டிக் காட்டிய கல்லறைக் கல்வெட்டை நிதானமாக வாசித்தேன். 'மேரி கிளப்வாலா ஜாதவ்' என்ற பெயர் பளிச்சிட்டது.

சென்னையின் பார்சிக் குடும்பங்களில் மிகப் பிரபலமான குடும்பம் கிளப்வாலா குடும்பம். இந்த பார்சி அஞ்சுமன் பாக் இடத்தைக் கொடையாக 'அஞ்சுமன்' என்ற அமைப்புக்குத் தந்த குடும்பம் அது. கிளப்வாலா குடும்பத்தின் மருமகளாக வந்தவர் மேரி. கையில் நான்கு மாதக் கைக்குழந்தையாக மகன் ஃபில் இருந்தபோது கணவர் நோகி கிளப்வாலா இறந்துபோக, மேரி சமூக சேவையின் பால் தன் கவனத்தைத் திருப்பினார். கில்ட் ஆஃப் சர்வீஸ் அமைப்பில் உறுப்பினரானார். பின்னாளில் அதன் தலைவரானார். கௌரவ நீதிபதியாகவும் பணியற்றினார். இரண்டாம் உலகப்போரின்போது இந்திய ராணுவத்தின் துணை நின்றார். போரில் காயமடைந்த வீரர்களுக்கு உணவளித்து வந்தது முதல், மருத்துவமனைகளில் அவர்களை சந்திப்பது, உதவுவது என்று பம்பரமாகச் சுழன்றார். இந்திய ராணுவத் தளபதி ஜெனரல் கரியப்பா, மேரியை 'டார்லிங் ஆஃப் தி இந்தியன் ஆர்மி' என்றே அழைத்தார்.

ராணுவத்தின் அன்னையாக, மகளாக, சகோதரியாகப் பணியாற்றிவந்த மேரி மேல் காதல் கொண்டார் மேஜர் சி.கே.ஜாதவ். மேரியின் சம்மதமும் இருக்க, இருவரும் மணம் புரிந்து கொண்டார்கள். கீழ்ப்பாக்கம் பால விஹார், அடையாறு சேவா சமாஜம் இல்லம் போன்றவை மேரியின் சீரிய முன்னெடுப்புகள். இவை தவிர இந்த நகருக்கு மேரி விட்டுச் சென்ற பெரும் செல்வம் - அவர் தொடங்கிய 'மெட்ராஸ் ஸ்கூல் ஆஃப் சோஷியல் ஒர்க்.' சமூகப் பணி என்பதையே ஒரு படிப்பாக, துறை சார்ந்து கற்றறிந்து செய்யவேண்டிய பணியாகக் கருதினார் மேரி.

'மேரி கிளப்வாலா ஜாதவ்'ன் கல்லறைக் கல்வெட்டு

இந்தக் கல்வியை பெண்களிடம் எடுத்துச் சென்றார். மதராஸ் நகரின் முதல் பெண் ஷெரீஃப் மேரிதான். பத்மஸ்ரீ, பத்ம பூஷண், பத்ம விபூஷண் என்று நாட்டின் முக்கிய மூன்று சிவிலியன் விருதுகளை சமூகப் பணிக்காகப் பெற்ற ஒரே பெண் மேரி கிளப்வாலா ஜாதவ்.

கிளப்வாலா குடும்பத்தின் அரிய கொடை இந்த அஞ்சுமன் பாக் என்று விளக்கினார் முல்லா. 'பாரி சர்தோஷ்தி அஞ்சுமன்' என்பது பார்சிகளின் பஞ்சாயத்து போன்ற அமைப்பு. மதராஸ் அஞ்சுமனையை ஐந்து குருக்களும், 9 உறுப்பினர்களும் கொண்ட கூட்டமைப்பு வழிநடத்துகிறது. இன்று சென்னையில் சுமார் 100 பார்சி குடும்பங்கள் மட்டுமே இருக்கின்றன; ஆனால் அவர்களுக்குள் வெகு இணக்கமாக இருக்கிறார்கள். அவர்களது புத்தாண்டான நௌரோஸ் திருவிழாவை ஆண்டுதோறும் கூடிக் கொண்டாடுகிறார்கள். அஞ்சுமனின் சொத்துகளை நிர்வகிக்கும் பொறுப்பும், பார்சி நெருப்புக் கோயில் நிர்வாகமும், பார்சி சமூகத்தின் சிக்கல்களைத் தீர்ப்பதும் இந்த அஞ்சுமன் குழுவின் முக்கியப் பணியாகும். டேரியஸ் பாதுஜி என்ற பார்சி தலைவர் அஞ்சுமனையையும், நெருப்புக் கோயிலையும் நிர்வகித்து வருகிறார்.

இந்த அஞ்சுமன் பாக் கட்டடத்தை கிளப்வாலா குடும்பமே கட்டியுள்ளது. 'ஜல் ஃபிரோஸ் நினைவுக் கட்டடம்' என்று தலைப்பிட்ட கல்வெட்டு, 1906ஆம் ஆண்டு இறந்துபோன ஜல் என்ற 14 வயது சிறுவனின் நினைவாக பார்சி அஞ்சுமனுக்கு இந்த இடத்தையும் கட்டடத்தையும் கொடையாக வழங்குவதாகச் சொல்கிறது. '9 பிப்ரவரி, 1906' என்ற தேதியும் கல்வெட்டில் குறிப்பிடப்பட்டுள்ளது.

இந்த காம்பவுண்டின் அருகேதான் பார்சிகளின் நெருப்புக் கோயில் உள்ளது. தமிழகத்தில் வேறெங்கும் பார்சி நெருப்புக் கோயில் கிடையாது. கீழ்ப்பாக்கம் வாட்டர் ஒர்க்ஸ் அமையக் காரணமாக இருந்த அதே ஹார்மஸ்ஜி நௌரோஜி இந்த நெருப்புக் கோயிலை வடிவமைத்துக் கட்டியவர். கோயிலின் முன் படிக்கட்டின் அருகே உள்ள கல்வெட்டு, 'பார்சி அஞ்சுமனின் தலைவரான ஹார்மஸ்ஜி நௌரோஜி இந்தக் கட்டடத்தை வடிவமைத்துக் கட்டியவர்' என்று தெரிவிக்கிறது. 09.02.1909 தேதியிட்ட ஆங்கிலக் கல்வெட்டு, 'அவரது பெர்சனல் சூப்பர்விஷன்' இதன் கட்டுமானத்தில் இருந்தது என்றும் தெரிவிக்கிறது.

1909ஆம் ஆண்டு கட்டப்பட்டதுமுதல் இன்றுவரை இந்தக் கோயிலின் நெருப்பை அணையாமல் காத்து வருகிறார்கள் பார்சிகள்! கோயிலுக்குள் பார்சிகள் மற்றும் சரதுஸ்திர இரானியர்கள் தவிர வேறு யாருக்கும் அனுமதி இல்லை என்ற அறிவிப்புப் பலகை இருக்கிறது. தினமும் ஐந்துமுறை இங்கு நடைபெறும் வழிபாட்டின் மூலம் நெருப்பை அணையாமல் காக்கிறார்கள். இரண்டாம் உலகப் போர் மூண்ட நேரத்தில் நகரமே காலி செய்துகொண்டு ஓடிய போதும், பேஷோடன் தெமர்ஸ் டாஜி என்ற பார்சி மத குரு இந்தக் கோயிலிலிருந்து வெளியேற மறுத்துவிட்டார். அத்தனை துணிவுடன் தங்கள் மத சின்னத்தை இந்த நகரில் காப்பாற்றி வந்துள்ளார்கள் பார்சிகள்.

அதேபோல ஒவ்வொரு ஆண்டும் ரமலான் நோன்பு முடிவுறும் அன்று இவர்களது கிளப்வாலா ஹாலை இலவசமாக இஸ்லாமியர் விருந்து தந்து மகிழ ஒதுக்கித் தருகிறார்கள் இந்தப் பார்சிகள்! ஒரு நாளைக்கு சில லட்சங்கள் வாடகை தரும் பிரம்மாண்ட அஞ்சுமனுக்கு சொந்தமான ஹாலை இப்படி இலவசமாக இஸ்லாமியருக்கு ரமலான் கொண்டாட அளிப்பதை பற்றிக் கேட்டால் முல்லா அங்கிள் தோளைக் குலுக்கிக்கொண்டார். 'பேட்டா, எல்லா கடவுளும் அன்பையும், நேசத்தையும்தானே போதிக்கின்றன? நாம் எல்லோரும் சகோதரர்கள் இல்லையா? இந்த

வழக்கம் எப்போது தோன்றியது என்று எனக்குத் தெரியாது. எனக்கு நினைவு தெரிந்த நாள் முதலாய் இந்த வழக்கம் இருக்கிறது', என்று சொன்னார். இது தான் வடசென்னை!

•

டைம்ஸ் ஆஃப் இந்தியா இதழ் சமையல் மற்றும் மரபு நடை நிகழ்ச்சி இரண்டையும் ஒருங்கே ராயபுரத்தில் நடத்தத் திட்டமிட்டு என்னை அணுகியபோது, சமைத்துக் காட்ட பாதுகாப்பான இடம் தேவைப்பட்டது. முல்லா அங்கிள் வழக்கமான உற்சாகத்துடன் 'நீ இருப்பாய்தானே பேட்டா, ஒன்றும் சிக்கல் இல்லை. தாராளமாக நடத்திக் கொள்ளுங்கள்', என்று சொல்லிவிட்டார். சவேரா ஷகுனா என்ற பார்சி ஓய்வு பெற்ற ஆசிரியர் ஒருவரும், ஆங்கிலோ இந்தியப் பெண் இருவரும் தங்கள் ஸ்பெஷல் ஐட்டங்களை செய்து காட்ட, கூட்டத்தில் ஓரமாக உட்கார்ந்திருந்தேன். முல்லா அங்கிள் அப்போதுதான் அன்றைய பிரார்த்தனை முடித்து வந்திருப்பார்போல. பேட்டா என்ற அழைப்பு கேட்டதும் ஓடிச் சென்று வண்டியின் அருகில் நின்றேன். கூட்டத்தை ஒரு முறை கண் விரியப் பார்த்தார்.

'பேட்டா... இன்றுதான் இத்தனை மனிதர்களை நீண்ட நாள்களுக்குப் பின் இங்கே பார்க்கிறேன். மகிழ்ச்சியாக இருக்கிறது. இதைப் படித்துவிட்டு எனக்கு ஃபோன் செய்', என்று அவெஸ்தா உரை நூல் ஒன்றைக் கையில் திணித்தார். முன் அட்டையில் 'ஃபரவஹறன்' படம் இருந்தது. பார்சிகள் நம்பும் அவர்களது பாதுகாவலர் அவர். படத்தைப் பார்த்து சிரித்துக்கொண்டேன். தாடியுடன் இருக்கும் ஃபரவஹறன், முல்லா அங்கிளைத்தான் நினைவூட்டியது. 'பேட்டா..இந்த ஊரை, இந்த மக்களை நான் எவ்வளவு நேசித்து தனியே இங்கே வாழ்ந்துகொண்டு இருக்கிறேனோ, அந்த வாழ்க்கை வீண் இல்லை, யாருக்கோ எதற்கோ உதவுகிறது என்பதை அவ்வப்போது நீ வந்து நினைவூட்டிவிட்டுப் போகிறாய். உன்னில் என்னை நான் பார்க்கிறேன்' என்று அவர் அடிக்கடி சொல்வது நெஞ்சில் நிழலாடுகிறது. வெண் தாடி தாத்தாக்கள் என்றாலே நமக்கு என்றும் நெஞ்சில் வாஞ்சை உண்டுதான். நிறைய அன்பு முல்லா அங்கிள். கொரோனா ஓடியதும், உங்களைப் பார்க்க வருவேன். கண்டிப்பாக!

•

9

கிளி பங்களா

கூகிளாண்டவர் துணையுடன் மீண்டும் லேப்டாப்பில் 'கிளி பங்களாவை' தேடினேன். இம்முறையும் ஒன் நைட் ஸ்டான்ட்ஸ் வலைப்பூவையே காட்டியது. 2006ஆம் ஆண்டு இந்த வலைப்பூவில் கிளி பங்களாவைண் சுற்றி ஒரு திகில் கதையைப் புனைந்திருந்தார் அந்தப் பதிவர். ஒரு வழியாக அவர் பெயரைத் தேடி, அலைபேசி எண்ணையும் பிடித்த பின் கொஞ்சம் தயக்கத்துடன்தான் வாட்சப் செய்தி அனுப்பினேன். 'உங்களை கிளி பங்களா சம்பந்தமாகத் தொடர்பு கொள்ள வேண்டும்' என்று நான் அனுப்பிய செய்திக்கு, அரை மணி நேரத்தில் அழைக்குமாறு பதில் அனுப்பினார்.

பரபரப்பு தொற்றிக்கொண்டது. ராயபுரத்தின் அவிழ்க்கப்படாத புதிர்களில் ஒன்று, நம்பர் 1, மேற்கு மாதா சர்ச் சாலையிலுள்ள கிளி பங்களா. அரை மணி நேரத்தில் மீண்டும் நவீன் மகேந்திரன் எழுதிய கதையை வாசித்தேன். ஆர்மீனியர்கள் கட்டிய பழைய பங்களா ஒன்றுக்குள் சிறுவர்கள் விளையாடியபடி சென்று உள்ளே சிக்கிக்கொள்ளும் ஜுமான்ஜி ஸ்டைல் திகில் கதை. நகரும் படிக்கட்டுகள், சுவர்கள், கதவுகள் என்று மறுவாசிப்பிலும் முதுகுத் தண்டு ஜில்லிட்டது. சி.எஸ்.ஐ. வசம் அந்தப் பழைய பங்களாவை உரிமையாளர் ஒப்படைத்தபோது நடந்த விழாவில் சிறுவர்கள் 'கிலி' பங்களாவுக்குள் சிக்கித் தவித்ததைப்போன்ற புனைவு அது.

'அது முழுக்க முழுக்க ஃபிக்ஷன்', என்று நவீன் சிரித்தபடிச் சொல்லும்போது எனக்கும் சிரிப்பு பொத்துக்கொண்டு வந்தது. 'ஒரு காலத்தில் 'அல்பியன் ஹவுஸ்' என்ற பங்களா கிழக்கு மாதா சர்ச்

சாலையில் இருந்தது. அதன் பின் புறம் நாங்கள் தங்கியிருந்த வெங்கடேசன் தெருவிலிருந்து பார்க்கும்போது தெரியும். அவ்வப்போது அங்கு வந்து செல்லும் ஆங்கிலோ இந்தியர்களைச் சிறுவயதில் கண்டிருக்கிறேன். கிளி பங்களாவுக்குள் போனதில்லை என்றாலும் அதன் முன்புறத் தோட்டங்களில் கிளி பிடிக்கச் சென்றதுண்டு', என்றார்.

கிளி பங்களாவுக்கு அந்தப் பெயர் வரக்காரணம் அங்கு ஏராளமாக வந்து தங்கும் கிளிகள். 'டப்பாக்களில் கார்ட்போர்ட் அட்டை கொண்டு மூடி, அவற்றின் முனையில் நூல் அல்லது மெல்லிய கயிறு கட்டி 'பெய்ட்' வைப்போம். கிளி அதற்கு ஆசைப்பட்டு வந்தமர்ந்து பெட்டிக்குள் விழுந்துவிடும், அதை மூடி எடுத்துக்கொள்வார்கள். நான் சிறு வயதில் இருமுறை இப்படி கிளி பிடிக்க முயன்று தோற்றிருக்கிறேன். இப்படி பிடிக்கப்படும் கிளிகளை ராயபுரம் வீடுகளில் வளர்ப்பார்கள். பறந்துவிடக் கூடாது என்று இறக்கைகளை வெட்டிவிடுவதும் உண்டு', என்று சொல்கிறார் நவீன்.

நவீன் சொல்வதை ஆமோதிக்கிறார் ரோடா. 'ஒரு காலத்தில் ராயபுரம் வீடுகளில் நிறைய கிளிகள் வளர்ப்பார்கள். கிளிகள் சரளமாக கெட்ட வார்த்தை பேசும். எங்கள் வீட்டில்கூட இப்படி வந்த கிளி ஒன்றை வளர்த்தோம். ஆனால் எங்கள் வீட்டுக் கிளி பைபிள் வசனங்கள் பேசும். வீட்டில் பாட்டி கிளிக்கு அப்படி ட்ரெயினிங் கொடுத்திருந்தார்', என்று சொல்லிச் சிரிக்கிறார். இப்படி இன்று 40களைத் தாண்டிக்கொண்டிருக்கும் பல ராயபுரம் இளைஞர்களின் குழந்தைக் காலக் கனவு அந்தக் கிளி பங்களா.

ஒவ்வொருமுறை அந்த காம்பவுண்டைத் தாண்டும்போதும் வண்டியை மெதுவே உருட்டிக்கொண்டே எட்டிப் பார்ப்பதுண்டு. கோட்டை வாசல் போலத்தான் அதன் கேட்டுகள். 'உள்ளே போக முடியாது. காலை 8-10 மணிக்குள் வந்தால்தான் அனுமதி' என்று வாயிலிலுள்ள காவலாட்கள் மிரட்டுவது வழக்கம். முல்லா அங்கிள்தான் அந்த பழைய பங்களாவை அடையாளம் காட்டியது. 'பேட்டா,.. அந்த டாக்டர் இந்தப் பகுதி மக்களுக்கு நிறைய செய்திருக்கிறார். நீ அவரை ஒருமுறை நேரில் சந்தித்துப் பேச வேண்டும்' என்று சொல்லிக்கொண்டே இருப்பார்.

'ஹே... அதுக்குப் பெயர் கிளி பங்களாப்பா... நாங்க சின்ன வயசுல அதைப் பார்த்திருக்கோம். அங்கல்லாம் போகக் கூடாதுன்னு வீட்டுல பயமுறுத்துவாங்க. ஆனா என்கூட விளையாடுற பையனுங்க எல்லாம் அங்க போறதுண்டு', என்று கொஞ்சம்

பதட்டமாகவே தோழி ரோடா சொன்னார். அந்த பங்களாபற்றிய விசாரணைகளை அருகிலுள்ள உலக மீட்பர் ஆலய போதகர் ஐயாவிடமிருந்தே தொடங்கினோம். 'அந்தக் கட்டடம் நம்ம பழைய மிஷன்லதான் இருந்தது. ஆனா இப்ப யுனானி ஹாஸ்பிடல்காரங்க கிட்ட இருக்கு', என்று தகவல் தந்தார். 'எப்படியாவது அதுக்குள்ள போய் பார்க்கணும் ஐயா, ஒரு வருஷமா சுத்திட்டு இருக்கேன், உள்ள விடமாட்டேங்குறாங்க', என்று கெஞ்சினேன்.

அவருக்கு பாவமாக இருந்திருக்கவேண்டும். 'சரி, நான் அங்க சீஃப் டாக்டர்கிட்ட பேசுறேன். ஆனா நீங்க ஹாஸ்பிடலுக்குள்ள தான் முதல்ல போகணும், அவர் பெர்மிஷன் தந்தாதான் பழைய பங்களாக்குள்ள போகணும், சரியா?' என்ற எச்சரிக்கையுடன் மொபைலில் தலைமை மருத்துவரை அழைத்துப் பேசினார். நம்மைப்பற்றித் தெரிந்து வைத்திருப்பார்போல! நமக்கோ அந்தப் பழைய கட்டடத்துக்குள் போகவேண்டும் என்று பரபரத்தது.

சி.எஸ்.ஐ. ஐயர் அனுப்பினார் என்ற பாதுகாப்புக் கவசத்துடன் பங்களா இருக்கும் அரசு யுனானி மருத்துவமனைக்குள் நானும் ரோடாவும் நுழைந்தோம். சையது கிர்மான் என்ற அலுவலரை சந்திக்க முடிந்தது. அவர் கை காட்டிய திசையில் நடந்து தலைமை மருத்துவர் சகீர் அகமதை சந்தித்தோம். யார், என்ன, எதற்கு வந்திருக்கிறோம் என்று கேட்டறிந்த பின் மரபு நடைக்கு பெருந்தன்மையுடன் அனுமதி அளித்தார். அடுத்த சில நாள்களில் தமிழ் மரபு அறக்கட்டளை சார்பில் தோழி சுபாஷினியுடன் நடைக்கு ஏற்பாடு செய்திருந்தேன்.

யுனானி மருத்துவம் பற்றிய என் ஆர்வம், கேள்விகளுக்கு பதில் சொல்ல அவருக்கு உண்மையில் நேரமில்லை. எப்போதும் கூட்டம் நிரம்பி வழிந்துகொண்டிருக்கும் சென்னையின் மருத்துவ மனைகளில் முக்கியமானது ராயபுரத்தில் உள்ள வட்டார யுனானி மருத்துவ ஆராய்ச்சி நிலையம். மத்திய யுனானி ஆராய்ச்சி நிலையத்தின் கட்டுப்பாட்டில் இப்போது இயங்குகிறது என்ற தகவல் அவரிடமிருந்து கிடைத்தது. 'சார் அப்படியே அந்தக் கிளி பங்களாவுக்குள்ள போய் பார்த்துட்டு...' என்று நான் இழுக்கவும், 'நோ வே. அந்த கட்டடம் சேஃப் இல்லை. உள்ள போக யாருக்கும் பெர்மிஷன் இல்லை', என்று திட்டவட்டமாக மறுத்தார். ஏன் என்ற எங்கள் கேள்விக்கு கிடைத்த விடை உண்மையில் வேதனையானது.

கிளி பங்களா யாருடையது, அரசின் கைக்கு எப்போது வந்தது என்ற தகவல்கள் நம்மிடம் இல்லை; மருத்துவமனையிலும் இல்லை.

யுனானி ஆராய்ச்சி நிலையம் இயங்கி வந்த கிளி பங்களா

ஆனால் அது 'மரபுக் கட்டடம்' - ஹெரிட்டேஜ் பில்டிங் என்பது ஜஸ்டிஸ் பத்மனாபா கமிட்டியின் அறிக்கையில் பட்டியலிடப்பட்ட கட்டடங்கள் வரிசையில் உள்ளது. அதைப் புதுப்பிக்கவோ, இடிக்கவோ வேறு எந்தப் பணிகளும் செய்யவோ யாராலும் இயலாது. மத்திய அரசு நிறுவனங்கள்கூட இந்தக் கட்டடங்கள் மேல் கை வைக்க முடியாது. 28 அக்டோபர் 1979 முதல் இந்த மருத்துவமனை பழைய கிளி பங்களாவில்தான் இயங்கியுள்ளது. 90களின் இறுதியில் கட்டடத்தின் சில பகுதிகள் இடிந்து விழத் தொடங்க, புதிய கட்டடம் கட்டி, மருத்துவமனை இடம் பெயர்ந்தது.

'பழைய பிளாக்கை ரிப்பேர் பார்த்து யூஸ் பண்ண நினைச்சு கவர்மென்ட் பெர்மிஷன் கேட்டோம். ஆனா சேஃப்டி சர்ட்டிஃபிகேட் இருந்தாதான் அதை ரிப்பேர் பார்க்க முடியும்னு சொல்லிட்டாங்க. எஞ்சினியரிங் டிப்பார்ட்மென்ட் வந்து இன்ஸ்பெக்ஷன் எல்லாம் பண்ணிட்டு, சேஃப்டி சர்ட்டிஃபிகேட் தர முடியாதுன்னு சொல்லிட்டு போய்ட்டாங்க. மூணு வருஷம்

ஆச்சும்மா, இதை சரி பண்ண முடியாதுன்னா பரவாயில்லை, பாதுகாப்பு இல்லை, இடிக்கவாவது பெர்மிஷன் குடுங்கன்னு கேட்டு லெட்டர் அனுப்பிட்டு வெயிட் பண்றேன். இதுவரை ரெஸ்பான்ஸ் இல்ல', என்று வருத்தத்துடன் சொன்னார்.

இதுதான் நகரின் பெரும்பான்மைக் கட்டடங்களின் நிலை இன்று. ஹெரிட்டேஜ் பில்டிங்குகள் என்று பெருமை பேசி, பேனர் வைப்பதில் பலனில்லை; அவற்றைச் சரி செய்து பயன்பாட்டில் வைத்திருப்பது அதைவிட முக்கியம் இல்லையா? பூட்டிப் போட்டு எப்போது கட்டடம் விழும் என்று அதன் அருகே காத்திருக்கச் சொல்வது அரக்கத்தனமாகவே எனக்குப் படுகிறது.

இந்த மருத்துவ ஆராய்ச்சி நிலையத்தில் புறநோயாளிகள் பிரிவு, உள்நோயாளிகள் பிரிவு, பரிசோதனைக் கூடங்கள், மூலிகைத் தாவர ஆராய்ச்சி பிரிவு, மூலிகைப் பண்ணை, மருந்து தரக்கட்டுப்பாடு பிரிவு போன்றவை இயங்கிவருகின்றன. ஒரு சிறு அருங் காட்சியகம் கூட இருக்கிறது.

அதென்ன யுனானி மருத்துவம்? மருத்துவயியலின் தந்தை ஹிப்போகிரடிஸ் மற்றும் கேலன் ஆகியோரின் போதனைகளின் அடிப்படையில் ஐரோப்பியர், அரேபியர், பாரசீகர்கள் மற்றும் இந்தியரால் அறிவியல் பூர்வமான மருத்துவ முறையாக வளர்க்கப்பட்டது. மனித உடலின் ரத்தம், கபம், கருப்பு மற்றும் மஞ்சள் பித்தம் என்ற நான்கு நீர்ம கூறுகளின் அடிப்படையில் சிகிச்சை அளிக்கப்படுகிறது. பெரும்பாலும் இவ்வகை சிகிச்சை ஆங்கில அலோபதி மருந்துகள்போல உடனடி நிவாரணம் தருவதில்லை. நீண்ட நாள் சிகிச்சை, ஆனால் முழு தீர்வு என்பதே இந்த மருத்துவ முறையின் சிறப்பம்சம்.

ஹெபாடைடிஸ், ஃபிலேரியாசிஸ், மலேரியா, நீரிழிவு நோய், நாள்பட்ட ஆர்த்ரைடிஸ் போன்ற நோய்கள் குறித்த ஆய்வுகள் இங்கு நடந்திருக்கின்றன. நானும் ரோடாவும் பழைய கட்டடத்தின் முன் இருந்த கல்வெட்டை ஆர்வத்துடன் பார்வையிட்டு புகைப்படம் எடுத்துக்கொண்டோம். 1979ஆம் ஆண்டு அப்போதைய மத்திய சுகாதாரத் துறை அமைச்சர் ரபி ரே, மக்கள் நல்வாழ்வுத்துறை அமைச்சரான ஆர். சௌந்தரராஜன் முன்னிலையில் இந்த மருத்துவமனையைத் திறந்து வைத்ததை கல்வெட்டு சொல்கிறது.

இந்தக் கட்டடத்தின் இடதுபுறம் 'மூலிகைத் தோட்டம்' என்ற பலகை கண்ணில் பட, இருவரும் மெல்ல அங்கு நுழைந்தோம். இங்கு இன்னும் தொன்மையான பழைய கட்டடம் ஒன்று 'ஃபார்மசி டிப்பார்ட்மென்ட்' என்ற பழைய பலகையுடன்

பரிதாபமாக நிற்கிறது. வழியெங்கும் பச்சைப் பசேல் வண்ண மரங்கள், செடி கொடிகள். ராயபுரம் பகுதியின் மொத்த பசுமையையும் இந்தத் தோட்டம் குத்தகைக்கு எடுத்திருக்கிறது போல என்ற நாங்கள் பேசிக் கொண்டே நடந்தால், சினேகப் புன்னகையுடன் ஒரு பெண்மணி வரவேற்றார். ‘சும்மா என்ன இருக்குன்னு பார்க்க வந்தோம், பெரிய டாக்டர் பெர்மிஷன் குடுத்தார்’ என்ற எங்கள் பேச்சுக்கு கொஞ்சம் அசைந்து கொடுத்து, ‘உள்ளார வாங்க’, என்றார்.

‘அக்கா உங்களுக்கு மதுரையா?’ என்ற ஒரே கேள்விதான். அங்குள்ள அத்தனை செடி கொடிகள்பற்றியும் கண்கள் மின்ன ஓடி ஓடிச் சென்று சுட்டிக் காட்டி பேசினார்.

‘என் கை என்னமோ ராசியான கை போலம்மா. நான் வளக்குற செடி எல்லாமே பசேல்னுதான் இருக்கும். தோ இது பாரு நெல்லிக்கா, தோ இது ஓமம், இங்கே பாரு குன்ஹிமுத்து, இங்க கத்தாழ’, என்று கை பிடித்து இழுத்துச் சென்றார். தமிழகம் எங்கும் அலைந்து திரிந்து கொண்டுவரப்படும் மூலிகைகளை தன் சொந்தக் குழந்தைகளாக பாவித்து நீரூற்றி, களை பறித்து வளர்க்கிறார்கள்.

குறிப்பாக மலைவாசிகளிடமிருந்து கேட்டுப் பெறப்படும் மூலிகைகளை தனியே தொட்டிகளில் பாதுகாக்கிறார்கள். ‘இதெல்லாம் பெரிய டாக்டர் ஐயா அப்பப்ப வந்து பார்த்துட்டு போவாருங்க. செடிக்கு எதுனா ஆச்சுன்னா ரொம்ப வருத்தப்படுவாரு’ என்று சொல்கிறார் அக்கா. ஆளி, பாபி, குன்ஹிமுத்து, குமட்டி, கருஞ்சீரகம், காசினி, சேநாவு, ஓமம், பாம்பு கலா என்று யுனானி மருந்துகளுக்குத் தேவையான அத்தனை மூலிகைகளும் இந்தப் பண்ணையில் வளர்க்கப்படுகின்றன.

‘நான் கிறிஸ்டீன்தான். பொம்பளைப் புள்ளைங்கள கல்யாணம் பண்ணிக் குடுத்துட்டேன். இங்கனத்தான் ரொம்ப வருஷமா வேலை செய்றேன். அடிக்கடி வாங்க, என்ன? நான் இங்கனத்தான் இருப்பேன்’, என்று சொல்லி கையசைத்தார் அக்கா. திரும்புகையில் மீண்டும் கிளி பங்களாவை திரும்பிப் பார்த்துக்கொண்டோம். வட சென்னையின் அவிழ்க்கப்படாத புதிர்களில் ஒன்று இந்த பங்களாவும், இதன் அருகேயுள்ள பழைய கட்டடமும். இடிந்து விழக் காத்திருக்கும் பல கட்டடங்களின் பட்டியலில் கிளி பங்களாவும் இடம் பிடித்து தன் சாவுக்காகக் காத்திருக்கிறது.

•

10

உலகமீட்பர் ஆலயம்

‘175 ஆண்டுகள்’ என்ற பலகையைப் பார்த்ததும் பைக் தானாக அந்த இடத்தில் நின்று போனது. வண்டியை விட்டிறங்கி திறந்திருந்த பெரிய கேட்டுகளைத் தாண்டிப் போனேன். வெளிப்புறம் வெகு சாதாரணமாகத் தெரிந்தாலும் உள்ளே பிரம்மாண்டம் ஈர்த்தது. ஓரிருவர் தாழ் பணிந்து ஜெபித்துக் கொண்டிருந்தார்கள். மாலை 5 மணி இருக்கலாம். பீடத்தின் ஒருபுறம் தங்க நிறத்தில் வெயில், வாசல் ஒன்றைத் திறந்து வைத்திருந்தது. பேரமைதியும் நிம்மதியும் நெஞ்சுக்குள் ஆழ, அப்படியே அங்கிருந்த பெஞ்சுகளில் ஒன்றைப் பிடித்து உட்கார்ந்துகொண்டேன். வாழ்க்கையில் சில சமயங்களில் நாம் உணர்வதை வார்த்தைகளில் விளக்கும் தேவை ஏற்படுவதில்லை. அந்த சில நிமிடங்களும் அப்படியானவையே.

அடுத்த சில நிமிடங்களில் என்னுள் இருந்த ஆய்வாளர் முதுகில் உதைத்து, ஆலயம் உண்மையில் 175 ஆண்டுகள் தொன்மையானதா என்று தேடச் சொன்னாள். அங்கிருந்த கல்வெட்டுகளை மெல்ல தேடத் தொடங்கினேன். ‘சவுத் இந்தியன் யுனைட்டட் சர்ச்’ என்று தலைப்பிட்ட ஆங்கிலக் கல்வெட்டு இரு பக்க விரிவாக்கமும் 1914ஆம் ஆண்டு ஜனவரி மாதம் செய்யப்பட்டதைச் சொன்னது. இந்த தேவாலயத்தின் முதல் பாஸ்டராகவும், 1874ஆம் ஆண்டுமுதல் தமிழில் வழிபாட்டை நடத்தியவரும், 1887முதல் 1908வரை அங்கு பணியாற்றியவருமான ரெவரன்ட் டி.கே. இட்டியின் நீண்ட, நம்பிக்கைப் பணிக்கு நன்றியாகவும், அவர் நினைவாகவும் ஆலய விரிவாக்கம் செய்யப்பட்டதை கல்வெட்டு விளக்குகிறது.

அடுத்த கல்வெட்டு ரெவரன்ட் எஸ். பரமானந்தம் ஐயரின் நினைவாக வெட்டப்பட்டிருந்தது. இடதுபுறம் ஆலயத்தில் பணியாற்றியவர்களின் நீண்ட பட்டியல் வைக்கப்பட்டிருந்தது. 1879ஆம் ஆண்டு டாக்டர் வில்லியம் மில்லர் தொடங்கி தற்போதைய ஐயா எபனேசர் கிருபாகரன் பெயர்வரை ஆங்கிலேய மற்றும் தமிழ்ப் பெயர்களின் கலவையாக அந்தப் பட்டியல் இருந்தது. ஆலயம் எப்போது கட்டப்பட்டது என்ற தகவல் எதுவும் உள்ளே இல்லையே என்று யோசித்துக் கொண்டே வெளியே வந்து தேடினால், வெளி மண்டபம் முழுக்க கல்வெட்டுகள்தான். எப்படி அதைக் கடந்து உள்ளே சென்றேன் என்று புரியவில்லை. பீடத்தில் தெரிந்த ஒளி என்னை அவ்வளவு ஈர்த்திருக்கவேண்டும். தலையில் தட்டிக் கொண்டு கல்வெட்டுகளை ஒவ்வொன்றாக வாசிக்க ஆரம்பித்தேன். 1879-1979ஆம் ஆண்டுகள் - நூற்றாண்டு போற்றும் கல்வெட்டு ஒன்று இருந்தது. 1998ஆம் ஆண்டு பிஷப் அசரியா புதுப்பிக்கப்பட்ட தேவாலயத்தைத் திறந்து வைத்ததை இன்னொரு கல்வெட்டு சொன்னது. 1973ஆம் ஆண்டு ரெவரன்ட் ஹென்றி லாசரஸ் மீள் அர்ச்சிப்பு செய்ததை சொல்லும் கல்வெட்டு ஒன்றில் மட்டுமே 1842ஆம் ஆண்டு கட்டப்பட்டது என்ற தகவல் கிடைத்தது.

அடுத்த மரபு நடையில் அந்த ஆலயத்தை சேர்த்துக்கொள்ளலாம் என்று நினைத்தவள் அப்படியே மறந்தும் போனேன். அந்த ஆண்டு ஆகஸ்டு மாதம் எனக்கு அறிமுகமான நண்பர் சாம். 'கிறிஸ்துவமும் தமிழிசையும்' என்ற நிகழ்ச்சிக்கு சாமும் அவரது அப்பாவும் வந்திருந்தார்கள். சாமின் அம்மா ராயபுரம் பள்ளியில் பணியாற்றிய ஆசிரியர் என்று அன்றுதான் தெரிந்துகொண்டேன். 'உலகமீட்பர் சர்ச்சுல விழா மலர் ஒன்று போட்டிருந்தாங்க தோழா. ரொம்ப நல்லா இருக்குது, வீட்டுல இருக்கு, எப்ப வேணாலும் வந்து எடுத்துக்கோங்க' என்றார்.

ஒரு சுபயோக சுபதினத்தில் சி.எஸ்.ஐ. உலகமீட்பர் ஆலயம் 175ஆவது ஆண்டு விழா மலர் வீட்டுக்கு வந்து சேர்ந்தது. முனைவர் தயானந்தன் எழுதிய நூல் அது. ஒட்டுமொத்தமாக ராயபுரத்தில் பணியாற்றிய மிஷனரிகளின் ஆதிமுதல் அந்தம்வரை ஆங்கிலத்தில் சொல்லும் அரிய நூல் அது. முழுக்க முழுக்க வரலாற்றுத் தரவுகளுடன் எழுதப்பட்ட நூலை வாசித்ததும் அந்த ஆலயம்மீதும், மக்களின் மேலும் பெரும் அன்பு தோன்றியது. தங்கள் வரலாற்றைத் தேடியெடுத்து அச்சிட்டிருக்கும் மக்கள் உண்மையில் பெருமைக்கு உரியவர்கள். அடுத்தமுறை அங்கு செல்லும்போது சர்ச் கமிட்டி

உறுப்பினர்களை முடிந்தால் சந்திக்கவேண்டும் என்று நினைத்துக் கொண்டேன்.

கிட்டத்தட்ட ஓர் ஆண்டுக்குப் பின்புதான் ஆலயம் பக்கம் செல்லும் வாய்ப்பு கிட்டியது. ஆலய வாசலைப் பார்த்ததும் பதட்டமானேன். சிமெண்ட் கலவை, ஆங்காங்கே உடைந்து கிடந்த கட்டடப் பகுதிகள். திக்கென்று இருந்தது. ஓட்டமும் நடையுமாக உள்ளே சென்று பார்த்தால், உத்தரத்தில் தொங்கியபடி சிலர் வேலை செய்து கொண்டிருந்தார்கள். 'என்னங்க செய்றீங்க?' என்ற என் கேள்விக்கு, 'சர்ச்சை ஏசி பண்ணப் போறோம், வேலை நடக்குது. நீங்க ஓரமா போகாம நடுல போங்க', என்று ஒருவர் பதில் சொன்னார். இந்த தேவாலயம் அதன் வடிவம் மாறாமல்தான் மீண்டும் மீண்டும் புதுப்பிக்கப்பட்டுள்ளது. தொன்மையான தேவாலயத்துக்கு ஏசி எதற்கு என்று சிந்தித்தபடியே கல்வெட்டுகள் பாதுகாப்பாக இருக்கின்றனவா என்று தேடினேன். அழகாக துணி போர்த்தி இருந்தார்கள். நிம்மதிப் பெருமூச்சுடன் வெளியேறினேன்.

ஆலயத்தின் இடதுபுறம், சிறிய தையல் பள்ளி ஒன்றில் சில பெண்கள் தைத்துக்கொண்டிருந்தார்கள். ஒரு தேவாலயம் என்பது தனிப்பட்ட மத அமைப்பு மட்டும் அல்ல. அங்கு கல்வியும், தற்சார்பும், ஒருவருக்கு ஒருவர் உதவும் மனித நேயமும் இருக்கிறது. கிறிஸ்துவ சமூகத்துக்குள் ஒற்றுமையும் சகோதரத் துவமும் ஏற்பட இவைபோன்ற கல்வி, மருத்துவ மற்றும் வாழ்வாதாரம் தரும் அமைப்புகள்தான் காரணம். ஆனால் துரதிர்ஷ்டவசமாக கல்வியும், மருத்துவமும் சி.எஸ்.ஐ. கட்டமைப்பில் தேவாலயங்களிலிருந்து பிரித்தே வைக்கப் பட்டுள்ளது பெரும் சாபக்கேடுதான். முதன்முதலில் நற்செய்தியை இங்கு கொண்டுவந்தவர்கள் மதமாற்றம் ஒன்றை மட்டுமே இயந்திரத்தனமாக சுயநலத்தோடு செய்திருந்தால் இன்று நம்மைப் போன்றவர்கள் பலருக்கு கல்வியோ, நவீன மருத்துவ வசதிகளோ கிடைத்திருக்க வாய்ப்பில்லை. மதம் போதித்த கருணையையும் சக மனிதன் மேலான அன்பையும் விட்டு ஒதுங்கி கிறிஸ்துவ அமைப்புகள் மதம் பிடித்துத் திரிவது வருந்தத்தக்கதே.

கிட்டத்தட்ட 200 ஆண்டுகளாக வடசென்னையின் உயிர்நாடியாக அந்த மக்களின் கல்வி, மருத்துவத்துக்கு விதையாக இருந்த உலக மீட்பர் தேவாலயம் இன்று முந்நூறு பேர் மட்டுமே வந்து செல்லும் ஆலயமாக சரிவடைந்துள்ளது வரலாற்று சோகம். இந்த ஆலயத்தின் வரலாற்றை மூன்று காலகட்டங்களாகப் பிரித்தெழுதலாம். 1836முதல் 1866வரை அமெரிக்க மிஷன் இந்தப் பகுதியில்

நற்செய்திப் பணியாற்றியது. 1828ஆம் ஆண்டு ஜான் ஸ்மித் என்ற லண்டன் மிஷன் நற்செய்தியாளர் முதன்முதலில் ராயபுரத்தில் தங்கி போதித்தார்.

அதன்பின் 1836ஆம் ஆண்டுவாக்கில் அமெரிக்க மிஷனைச் சேர்ந்த மிஷனரிகள் ஜான் ஸ்கட்டர் மற்றும் ஹாரியட் ஸ்கட்டர் ராயபுரத்தின் தங்கள் பணியைத் தொடங்கினார்கள். அதே ஆண்டு மிஷனரி மைரன் வின்சுலோ மற்றும் அவரது மனைவி கேத்தரின் வின்சுலோ ராயபுரத்திற்கு வந்தார்கள். அடுத்த ஆண்டே வின்சுலோவின் மனைவி கேத்தரின் சென்னையில் இறந்து போனார். சொந்தத் துயரைத் தாண்டித்தான் வின்சுலோ இங்கு 30 ஆண்டுகள் மறைப் பணியும், தமிழ்ப் பணியும் ஆற்றினார்.

1842ஆம் ஆண்டு ராயபுரத்தில் லண்டன் மிஷனுக்கு ஆலயம் ஒன்றை அமைக்கும் ஏற்பாடுகளை இந்த மிஷனரிகள் தொடங்கினார்கள். 3 மார்ச், 1842 அன்று ஆலயத்தின் அடிக்கல் நாட்டப்பட்டது. இடம் வாங்க பொது மக்களிடமிருந்து 1500 டாலர் நிதி திரட்டப்பட்டது. கிர்க் தேவாலய அன்பர்கள் 250 டாலர் பணத்தை ராயபுரம் ஆலயத்துக்கு நன்கொடையாக வழங்கினார்கள். அறுபதுக்கு இருபத்தி ஆறு அடி அளவில் ஆலயமும் அதன் அருகே மணிக்கூண்டும் கட்டி எழுப்பப்பட்டன. ஜூன் 8, 1843 அன்று ஆலயம் புனிதப்படுத்தப்பட்டது. 25 ஆகஸ்டு 1847 அன்று பொதுமக்கள் வழிபாட்டுக்கு ஆலயம் திறந்துவைக்கப்பட்டது.

உலக மீட்பர் ஆலயம்

1843 ஜூலை மாத மெட்ராஸ் கிறிஸ்டியன் இன்ஸ்ட்ரக்டர் அண்டு மிஷனரி ரிக்கார்ட் இதழில் ஆலயம் புனிதப்படுத்தப்பட்ட நிகழ்வை 'ஃபினியஸ் ரைஸ் ஹன்ட்' என்ற மிஷனரி பதிவு செய்திருக்கிறார். '400 பேர் அமரக்கூடிய சிறிய தேவாலய கட்டடத்தில் 500 பேர் அமர்ந்திருந்தார்கள். தமிழில் வழிபாடு நடந்தது. மாலை 4 மணிக்குத் தொடங்கிய வழிபாட்டில் ஹார்டி, விவிலியம் வாசிக்க, மைரன் வின்சுலோ தமிழில் நற்செய்தி வழங்கினார்', என்று குறிப்பிட்டுள்ளார். தமிழைக் கற்று அம்மொழியில் இந்த அமெரிக்க மிஷனரிகள் பணியாற்றியது ஆச்சர்யமாக இருக்கிறது.

அதிலும் மைரன் வின்சுலோவின் தமிழ்ப் பணியை நாம் மறக்கக்கூடாது! 30,551 சொற்களைக் கொண்ட ஆங்கிலத் தமிழ் பேரகராதியை ராயபுரம் ஆலயத்தின் அருகே அமர்ந்து தொகுத்திருக்கிறார் வின்சுலோ! அவற்றை பாரிமுனையிலிருந்த அச்சகத்தில் அச்சுக் கோர்த்து பதிப்பித்தவர் ஃபினியஸ் ரைஸ் ஹன்ட். தமிழுக்கு ராயபுரம் ஆற்றிய பணியை இன்னும் வேறென்ன சொல்லி வியக்க?

கடும் சூட்டையும், சீதோஷணத்தையும் அமெரிக்க மிஷனரிகளால் தாக்குப்பிடிக்க முடியவில்லை. அவர்களது குடும்பங்களில் தொடர் மரணங்கள் சம்பவித்தன. ஒரு கட்டத்தில் வேறு வழியின்றி 1864ஆம் ஆண்டு வின்சுலோ அமெரிக்கா திரும்பினார். அமெரிக்க மிஷனிலிருந்து ஆலயம், மற்ற சொத்துகளை 4500 ரூபாய்க்கு எடின்பர்க் மிஷன் வாங்கியது. ஏப்ரல் 20, 1866 அன்று 1 காணி நிலமும், 7 கிரவுண்டு நிலமும், 1200 சதுர அடி அளவுள்ள ஆலயமும், மிஷன் பள்ளி, குதிரை லாயம், பங்களா மற்றும் குடோன்கள் எடின்பர்க் மிஷன் வசம் வந்தன.

1864ஆம் ஆண்டு எடின்பர்க் மெடிக்கல் மிஷனின் டாக்டர் டேவிட் ஹார்ன் பாட்டர்சன் என்ற மருத்துவர் ராயபுரத்தில் தன் பணியைத் தொடங்கினார். பாட்டர்சனின் காலம் ராயபுரம் ஆலயத்தின் பொற்காலம் எனலாம். மருத்துவ மிஷனரியான பாட்டர்சன் 13000 ரூபாய்க்கு பங்களாவும், இரண்டு ஏக்கர் நிலமும் வாங்கி அதில் மருத்துவப் பயிற்சி மையம் ஒன்றைத் தொடங்கினார். இவர் வசித்த பங்களாவில்தான் பின்னாளில் அலெக்சாண்டிரினா மக்ஃபெயில் தன் ரெய்னி மருத்துவமனையைத் தொடங்கினார். இ.எம்.எஸ் (எடின்பர்க் மெடிக்கல் மெதாடிஸ்ட் மிஷன்) மையத்தில் பயிற்சி பெற்ற செவிலியர்கள்தான் 1866ஆம் ஆண்டு மதராஸை உலுக்கிய காலரா நோயிலிருந்து வட சென்னையின் ஆயிரக்கணக்கான உயிர்களைக் காப்பாற்றினார்கள்.

1866ஆம் ஆண்டு மதராஸை சூறாவளியாகச் சுழன்றடித்தது காலரா பெருந்தொற்று. மக்கள் ஆயிரக்கணக்கில் செத்து வீழ்ந்தார்கள். காலத்தின் தேவை கருதி யாரும் செய்தறியாத பெரும் மனிதநேய செயல் ஒன்றைச் செய்தார் பாட்டர்சன். உலக மீட்பர் ஆலயத்தை காலரா மருத்துவமனையாக மாற்றினார். தினமும் நூற்றுக்கணக் கானவர்கள் ஆலயத்திற்குள் சிகிச்சையைப் பெற்று குணமாகிச் சென்றார்கள். கிட்டத்தட்ட மூன்று ஆண்டுகள் ஆலயம் மருத்துவ மனையாக செயல்பட்டது. இந்த காலகட்டத்தில் கிட்டத்தட்ட 43000 பேரை மரணத்தின் பிடியிலிருந்து காப்பாற்றினார் பாட்டர்சன் என்ற ஒற்றை மனிதர். இந்த அன்பையும் கருணையையும்தான் கிறிஸ்துவம் இன்று மறந்து மரத்துப் போயிருக்கிறது.

1868ஆம் ஆண்டு மருத்துவமனை மீண்டும் ஆலயமானது. வழிபாடுகள் தொடர்ந்தன. டாக்டர் வில்லியம் எல்டர் தலைமைப் பொறுப்பேற்றார். டி.கே.இட்டி அவரிடம் ஃபார்மசிஸ்டாக வந்து சேர்ந்தார். மருத்துவமனை இயங்கியதால் இந்த ஆலயம் ‘எல்டர்ஸ் சர்ச்’ என்றே வழங்கப்பட்டது. ஆலயத்தின் இலவச டிஸ்பென்சரிகள் தொடர்ந்து இயங்கி வந்தன. 1879ஆம் ஆண்டு பணிகளைக் கவனிக்க சரியான ஆள்கள் இல்லாத காரணத்தால் ஆயிரம் டாலர் தொகைக்கு ஃப்ரீ சர்ச் மிஷனுக்கு அளிக்கப்பட்டது.

1874ஆம் ஆண்டுமுதல் 1908ஆம் ஆண்டுவரை இங்கு பணியாற்றிய டி.கே.இட்டி சிரியன் கிறிஸ்துவராகப் பிறந்து பின்னாளில் மிஷனரியாக மாறியவர். இவரது நீண்ட பணியைப் பாராட்டித்தான் ஆலயத்தின் விரிவாக்கப்பட்ட பகுதிகள் அமைக்கப்பட்டுள்ளன. 1907ஆம் ஆண்டு இங்கு பணியாற்றத் தொடங்கியவர் சத்தியனாதன் பரமானந்த ஐயர். தமிழ் அறிஞரான பரமானந்தம் இசையாற்றலும் பெற்றவர். பல கிறிஸ்துவ கீர்த்தனைகளை இங்கு பணியாற்றும் போது அவர் இயற்றியுள்ளார். அவரது ‘எந்நாளுமே துதிப்பாய்’ கீர்த்தனை இறவாப் புகழ் பெற்றது. 1951ஆம் ஆண்டுவரை ஃப்ரீ சர்ச் கட்டுப்பாட்டில் இருந்த ஆலயம் அதன் பின் சி.எஸ்.ஐ.யின் கட்டுப்பாட்டின் கீழ் வந்தது.

•

காசிமேடு மரபு நடையின் பகுதியாக உலக மீட்பர் ஆலயத்தை சுற்றிப் பார்க்க ஐயரிடம் அனுமதி பெற்றிருந்தேன். பெரும் கூட்டமாக நாங்கள் உள்ளே சென்றதும் புகைப்படங்கள் எடுக்கக்கூடாது என்ற ஐயரின் உத்தரவை வந்தவர்களிடம் விளக்கி உரையைத் தொடங்கும் முன்னரே அவர் வந்துவிட்டார். எங்களைத்

தொலைவில் நின்று கவனித்துக்கொண்டிருந்தார். தோழி ஜாஸ்மின் வில்சனை அந்த மரபு நடைக்கு அன்புடன் அழைத்திருந்தேன். அவரும் நல்லவேளை அன்று வந்திருந்தார்.

அங்கு பணியாற்றிய பரமானந்தம் ஐயரின் ‘எந்நாளுமே துதிப்பாய்’ பாடலை ஆலயத்தின் வாசலில் நின்று பாடுமாறு தமிழிசைப் பாடகியும், ஆய்வாளருமான அவரிடம் என் வேண்டுகோளை முன்வைக்க, தன் தேன் குரலில் பாடத் தொடங்கினார். ‘எந்நாளுமே துதிப்பாய்...இந்நாள் வரையிலே உன்னாதனார் செய்த எண்ணில்லா நன்மைகள் யாவும் மறவாது...’ அவரது குரல் காற்றில் அசைந்து காதில் வழுக்கிக்கொண்டிருந்தது. சிந்தை முழுக்க நன்றியுணர்வு பெருக்கெடுத்திருந்தது. இந்த நகரின் மனிதர்களுக்கு, நம் சமூகத்துக்கு இந்த மிஷனரிகள் ஆற்றிய தொண்டை மறவாதிருப்பவர்தான் யார்? திரும்பி நடந்து வெளியே வந்தோம். பரமானந்தம் ஐயர் முகம் மனக்கண் முன் புன்னகையுடன் வந்து போனது. அவர் அன்று மகிழ்ந்திருக்கக் கூடும்.

•

11

சி.எஸ்.ஐ ராஜகோபால் பள்ளி

பிறந்த நாள் கொண்டாட்டம் முடிந்த களைப்பு அன்று. ஆனாலும் ஆகஸ்டு மாதம் மரபு நடைக்கு ராயபுரத்தை அலசியாகவேண்டிய கட்டாயம். சோம்பல் முறித்து, காலை பின்னால் இழுக்கும் குழந்தையாய் பின்னோக்கிச் சென்று கொண்டிருந்த மனதை இழுத்துப் பிடித்து வண்டியில் ஏறினேன். வானம் மூடிக்கொண்டு எப்போது வேண்டுமானாலும் மழையைக் கொட்டுவேன் என்று மிரட்டிக்கொண்டிருந்தது. உலக மீட்பர் ஆலயத்துடன் திரும்ப நினைத்தவள், வண்டியை சற்று முன்னே சென்று இடதுபுறம் திருப்பினேன். ஆளரவமற்ற வீதி. அங்கொன்றும் இங்கொன்றுமாய் சில உடைந்து போன வாகனங்கள்.

சாலையின் இடது பக்கம் சி.எஸ்.ஐ. ராஜகோபால் பள்ளி என்ற பெயர்ப் பலகை கண்ணில் பட்டது. பைக் தானாக நின்றது. முழுக்க மூடிய பெரிய இரும்பு கேட். உயரமான காம்பவுண்டு சுவர். கேட்டுக்குள் தெரிந்த சிறிய துவாரத்துக்குள் மொபைல் கேமராவை நுழைத்துப் பார்த்தால் கண்ணுக்கெட்டிய தூரம்வரை யாரையும் காணவில்லை. குழம்பிப்போய் மீண்டும் வண்டியை எடுத்துக் கொண்டு வந்துவிட்டேன். 'ராஜகோபால் என்ற பெயர் இந்துப் பெயர் போல இருக்கிறதே, சி.எஸ்.ஐ பள்ளிக்கு ஏன் இந்தப் பெயர்?' என்று குழப்பம் நீடித்தது.

இரவு வீடு திரும்பி வலைத்தளங்களில் தேடத் தொடங்கினேன். ராஜகோபால் என்ற ஒப்பற்ற மனிதனின் பிம்பம் கொஞ்சம் கொஞ்சமாக வெளிப்பட ஆரம்பித்தது. சென்னை கிறிஸ்துவக்

கல்லூரிக்கு வித்திட்ட மிஷனரி ஆண்டர்சனின் ஆதர்ச சீடர் இந்த பூந்தமல்லி ராஜகோபால். கல்வித் தந்தை என்ற பெயருக்கு உண்மையில் தகுதியான நபராக நான் கருதுபவர் இவர். ஜான்ஆண்டர்சன் ஸ்காட்லாந்து மிஷன் பணியை 1837ஆம் ஆண்டு கறுப்பர் நகரத்தில் தொடங்கினார்.

ஆண்டர்சனிடம் தஞ்சமடைந்து முதன் முதலாய் மதம் மாறுவதாக வேண்டுகோள் வைத்தது சிறுவன் ராஜகோபால்தான். சிறு வயது முதலே கல்வி மேல் தீராத தாகம் கொண்டிருந்தான் சிறுவன் ராஜகோபால். எங்கோ இருந்த பூந்தமல்லியிலிருந்து பயணித்து பாரிமுனையிலிருந்த ஆண்டர்சனின் பள்ளிக்கு வருவதில் சிறுவனுக்கு சிரமம் என்பதால் அவனை ஆண்டர்சன் வசம் பெற்றோர் ஒப்படைத்துச் சென்றனர். கணிதமும், ஆங்கிலமும், பைபிளும் கற்க ஆரம்பித்த சிறுவன் ராஜகோபாலுக்கு சாதி மதம், சமத்துவம் பற்றிய கேள்விகள் எழுந்ததில் ஆச்சர்யம் எதுவுமில்லை.

ஆண்டர்சன் வழிகாட்டலில் ராஜகோபால், அவரது நண்பர்கள் வெங்கடராமையா மற்றும் எத்திராஜுலு ஆகிய மூவரும் பைபிளைக் கற்றுத் தேர்ந்தார்கள்; மதம் மாறும் ஆவல் கொண்டார்கள். ராஜகோபால், நண்பர்கள் வெங்கடராமையா மற்றும் எத்திராஜுலு ஆகிய மூவருக்கும் ஜுன் 20, 1839 அன்று திருமுழுக்கு அளித்தார் ஜான் ஆண்டர்சன்.

ஊரே கொந்தளித்தது. ஆண்டர்சனிடம் கல்வி கற்க தங்கள் குழந்தைகளை அனுப்பியிருந்த பெற்றோர் அவர்களைத் திரும்ப அழைத்துக்கொண்டனர். ஆண்டர்சனின் பள்ளி ஆளரவமின்றி அமைதியானது. ஆதிக்க சாதிப் பெற்றோரும், ஒடுக்கப்பட்ட சாதிப் பெற்றோரும் அச்சத்தில் தங்கள் குழந்தைகளை பள்ளிக்கு அனுப்ப மறுத்தார்கள்.

ராஜகோபாலின் பெற்றோர் இதை அப்படியே விட்டுவிடவில்லை, நீதிமன்றத்தில் வழக்குத் தொடர்ந்தனர். சிறுவர்களைக் கட்டாயப்படுத்தி ஆண்டர்சன் கிறிஸ்துவ மதத்திற்கு அவர்களை மாற்றிவிட்டார் என்பது பெற்றோர் முன்வைத்த குற்றச்சாட்டு. அசராத ராஜகோபால், நீதிமன்றத்தில் சுயவிருப்புடன் தானே மதம் மாறியதாக சாட்சி சொல்ல, குடும்பம் நீதிமன்ற வாசலில் அவரைத் தலைமுழுகியது!

தளராத ராஜகோபால், ஆண்டர்சனிடம் கல்வி கற்று முடித்தார். 1846ஆம் ஆண்டு மிஷனரியாக, விடுதலை தேவாலயத்தின் முதல் இந்திய பாஸ்டராக பணியேற்றார். ஆண்டர்சன் நோய்வாய்ப் பட்டுக் கிடந்தபோது, அவரை அள்ளிக்கொண்டு லண்டன் சென்று,

உடல்நலம் பேணி மீட்டுக்கொண்டு வந்தார் ராஜகோபால். ஆண்டர்சனின் மனைவி மார்கரெட் லோஷுருக்கு ஆண்டர்சனின் உடல் நலன் குறித்து ஆங்கிலத்தில் தொடர்ந்து இங்கிலாந்திலிருந்து கடிதங்கள் எழுதி வந்தார். பின்னாளில் ராஜகோபாலின் மகள்களை தன் சொந்தப் பிள்ளைகள்போலப் பார்த்து, வளர்த்தெடுத்து, கல்வி கற்கவைத்து, பணிகளில் சேர்த்துவிட்டார் மார்கரெட்!

1870ஆம் ஆண்டு கறுப்பர் நகரத்தின் சேரியில் தலித் மாணவர்களுக்காக ராஜகோபால் ஏழைகள் பள்ளி ஒன்றைத் தொடங்கி நடத்தினார். சாதி எதிர்ப்பைக் கையில் எடுத்த முதல் தமிழ் கிறிஸ்துவர்களில் ராஜகோபாலின் பெயர் பொன்னெழுத்தில் பொறிக்கப்படவேண்டும்! அவரது ‘டான் ஆஃப் தி ஈஸ்ட்’ என்ற நூலில் தமிழ் சமூகத்தில் நிலவிய சாதி முதலான கொடுமைகளைத் தோலுரித்துக் காட்டியுள்ளார் ராஜகோபால். கிறிஸ்துவத்தில் சாதி பற்றிய ஐந்து கேள்விகளுக்கு ராஜகோபால் அளித்திருக்கும் பதில்கள் ஒவ்வொரு தமிழ் கிறிஸ்துவரும் அவசியம் வாசித்து உணர வேண்டியவை. (இந்தக் கேள்வி பதில்களின் முக்கியத்துவம் கருதி அவற்றை தனி இயலாக இணைத்துள்ளேன்). 1877ஆம் ஆண்டு மே மாதம் ராயபுரம் பகுதியில் உயர் சாதிப் பெண்கள் பள்ளி ஒன்றைத் தொடங்கினார். தம்பு செட்டித் தெருவில் ஒரு பள்ளியும், மின்ட் தெருவில் ஒரு பள்ளியும் தொடங்கினார். 1900ஆம் ஆண்டு தலித் பள்ளியை மூடிவிட்டு, அதன் மாணவர்களை ராயபுரம் பள்ளியில் இணைத்துக்கொண்டார்.

கறுப்பர் நகரத்தின் தலித் மாணவர் பள்ளியும், ராயபுரம் உயர் சாதிப் பெண்கள் பள்ளியும் இணைந்து இன்றைய ராயபுரம் ராஜகோபால் பள்ளியாக உருவெடுத்தது. மின்ட் பகுதியின் 5, கொண்டல் தெருவில் ராஜகோபால் நடுநிலைப்பள்ளி இன்றும் இயங்கி வருகிறது. அவர் தொடங்கிய ஆண்டர்சன் ராஜகோபால் பெண்கள் மேல்நிலைப்பள்ளி இன்றும் தம்புசெட்டித் தெருவில் இயங்குகிறது. இரவு பிரிட்டிஷ் லைப்ரரியின் ஆன்லைன் சைட் ஒன்றில் கோட் சூட் அணிந்து ஆஜானுபாகுவாக அமர்ந்திருந்த ராஜகோபாலின் 1860ஆம் ஆண்டு புகைப்படம் காணக்கிடைத்தது. வெகு நேரம் அந்தப் படத்தைப் பார்த்துக்கொண்டிருந்த எனக்கு, பாபா சாகேபின் நினைவே வந்தது. ஃபேஸ்புக்கில் ராஜகோபால் பற்றிய பதிவு ஒன்றை அடுத்த நாள் கிடைத்த புகைப்படத்துடன் பதிவிட்டுவிட்டு அதை அப்படியே மறந்தும் போனேன்.

போஸ்ட் நானே எதிர்பார்க்காத அளவுக்கு வைரலானதுபோல. அதை கவனிக்கத் தவறிவிட்டேன்.

ஒரு மாதம் கழிந்திருக்கும். தோழி ரோடாவுடன் மீண்டும் ராயபுரத்தின் சாலைகளை அளக்க நேர்ந்த மழைநாள் அது. சாரலும், சாலையெங்கும் மஞ்சள் வண்ண மஞ்சணத்திப் பூக்களுமாகப் பொழிந்து தள்ளிக்கொண்டிருந்தது. மழை கால ராயபுரம் உண்மையில் ஒரு கார்காலத்தில் பூத்திருக்கும் மஞ்சணத்திப் பூவைப் போன்றதுதான். மழைக்காலத்தில் சகதி நிறைந்த சாலைகளையும் தாண்டி ஒரு மென் அழகியல் அந்த சாரலிலும், ஊதற்குளிரிலும் இருக்கிறது.

ரோடாவின் காரை பள்ளிக்கு முன்பு நிறுத்தும் முன்பே கொஞ்சம் குழப்பம்தான். அவரது நண்பர் ஒருவரின் உதவியுடன் பள்ளிக்குள் சென்று பள்ளித் தலைமை ஆசிரியரின் அனுமதியுடன் பார்ப்பது என்று முடிவாகியிருந்தது. ராயபுரம் உலக மீட்பர் ஆலய சிறப்பு வரலாற்று மலரில் ராஜகோபால் பள்ளியின் காம்பவுண்டு சுவர் ஒன்றில் சில கல்லறைக் கல்வெட்டுகள் இருக்கும் படங்கள் செய்தியுடன் வெளியாகியிருந்தன. தயானந்தன் சார் நிறைய சிரத்தை எடுத்து திரட்டியிருந்த தகவல்கள் அந்த நூலில் இருந்தன. பள்ளியில் இப்போது அந்த கல்வெட்டுகள் உண்டா என்ற ஐயம் வேறு எங்களுக்கு இருந்தது.

தட்டுத் தடுமாறி வாட்ச்மேனைச் சமாளித்து, உள்ளே நுழைந்து நேரே தலைமை ஆசிரியரின் அறைக்கு வெளியே அவரைக் காணக் காத்திருந்தோம். 'டிவைன் பிராவிடன்ஸ்' என்றுதான் ரோடா இன்றும் அதைச் சொல்வார். எங்களை அலுவலர் ஒருவர் உள்ளே அழைத்தார். தலைமை ஆசிரியரும், அவருடன் இன்னும் சிலரும் அமர்ந்து ஏதோ பெரும் விவாதத்தில் ஈடுபட்டிருந்தார்கள். 'சொல்லுங்க, என்ன வேணும்?' என்ற தலைமை ஆசிரியையின் கேள்விக்கு நாக்கு குளற, 'இல்ல, அம்ம்ம் வந்து என் பேரு நிவேதிதா லூயிஸ், ஹாங் ரைட்டர். ஹிஸ்டாரியன். இந்த பக்கம் இருக்கிற ஹிஸ்ட்ரி பத்தி கொஞ்சம் தேடி படிச்சு எழுதிட்டு இருக்கேன்', என்ற என் அறிமுகத்தைத் தட்டுத்தடுமாறி சொல்லி வைத்தேன்.

பக்கத்தில் நின்றுகொண்டிருந்த ஆசிரியை ஒருவர் சட்டென புரிந்துகொண்டு, 'அட நீங்க தானா அது? உக்காருங்க மேடம், உக்காருங்க' என்று சேரைக் காட்டினார். தலை ஆசிரியையிடம், 'மேடம் இவங்க ஃபேஸ்புக் போஸ்ட் எல்லாம் நான் ஃபாலோ பண்றேன். இவங்க நல்லா எழுதுவாங்க. நம்ம ஸ்கூல் பத்திகூட எழுதி இருக்காங்க', என்று சொல்லி தன் மொபைலில் என் பதிவைத் தேடத் தொடங்கினார். 'அந்த ஜீசஸ்தான் உங்களை எங்ககிட்ட

கரெக்ட் டைம்ல அனுப்பி இருக்கார். நாங்க அடுத்த மாசம் எங்க அலும்னை மீட்டிங் ஒண்ணு பிளான் பண்ணி இருக்கோம். ராஜகோபால் வரலாறு தெரிஞ்சவங்க யாராவது இருந்தா நல்லா இருக்குமே, நமக்கு அவரைப்பத்தி அவ்வளவா தெரியாதேன்னு பேசிக்கிட்டே இருக்கோம்; நீங்க கரெக்டா வரீங்க! ப்ளீஸ் நீங்க வாங்க', என்றார் புன்னகையுடன்.

எனக்கே என்னைக் கிள்ளிப் பார்க்கவேண்டும்போல இருந்தது. எங்கேயோ அடைக்கப்பட்ட அறைக்குள் எழுதிக்கொண்டு இருக்கிறோம். எழுத்து எப்படி நமக்கு அடையாளம் தேடித் தருகிறது என்று ஒரு கணம் நெஞ்சம் நெகிழ்ந்து போனேன். என்னைத் தெரியும் என்று சொன்ன மிஸ் தன் மொபைலில் ராஜகோபாலின் புகைப்படத்தை எடுத்துக் காட்ட, அங்கிருந்த அனைவரும் அதை வாங்கி ஆவலுடன் பார்த்தார்கள். அவர்களில் யாரும் அவரது புகைப்படத்தைப் பார்த்ததில்லை என்று சொல்ல எங்களுக்கு அதிர்ச்சி. கூட்டத்துக்கு வருகிறோம் என்று ஒப்புக் கொண்டு, மெல்ல காம்பவுண்டு சுவரின் கல்வெட்டுகள்பற்றிக் கேட்டோம்.

'அது பின்பக்க சுவருல இருக்கு, நீங்க தாராளமா போய் பாருங்கம்மா', என்று அனுப்பிவைத்தார். அலும்னை கூட்டத்துக்கு வருவதாக ஒப்புக்கொண்டு, நன்றி சொல்லி வெளியே வந்தோம்.

ராஜகோபால் பள்ளியின் காம்பவுண்டு சுவரில்
சில கல்லறைக் கல்வெட்டுகள்

என்ன நடந்து கொண்டிருக்கிறது என்றே புரியவில்லை. காம்பவுண்டு சுவருக்கு செல்லும் வழியெங்கும் புதர் மண்டிக் கிடந்தது. ஏழு கல்லறைக் கல்வெட்டுகள் அந்தச் சுவரில் பதிக்கப்பட்டுள்ளன. ராயபுரத்திற்கு முதன்முதலில் மிஷன் பணியாற்ற வந்த அமெரிக்க மிஷனரிகளின் கல்லறைகள் பள்ளியின் ஒரு பகுதியில் இருந்துள்ளன. பின்னாளில் பாதுகாப்பு கருதி அவற்றை சுவரில் பதித்து வைத்ததாக தயானந்தன் தன் நூலில் எழுதியிருக்கிறார்.

மிஷனரி எஃப்.டி.டபிள்யூ மற்றும் ஜே.வார்டின் மகள் மரியா வார்ட், மிஷனரி பினியஸ்ஹன்ட் மற்றும் அபிகெயில் ஹன்ட் மகள் லொவினா ஹன்ட், அவரது மற்றொரு மகள் அபிகெயில் எலிசா ஹன்ட், ஐடாஸ் கட்டரின் தம்பி ஹென்றி ஸ்கட்டரது மகன் ஜான் ஸ்கட்டர் ஜூனியர், ஐடாவின் சிறிய தாத்தா வில்லியம் ஸ்கட்டரது மனைவிகள் காதரின் ஹேஸ்டிங்ஸ் மற்றும் எலிசபெத் நைட், ஹென்றி மார்ட்டின் ஸ்கட்டர் என ஏழு கல்வெட்டுகளையும் ஒவ்வொன்றாக ஆராய்ந்தோம்.

ரைஸ் ஹன்டின் இரு மகள்களும் ஒரு வயது, இரண்டு வயதில் இறந்திருக்கிறார்கள். வில்லியம் ஸ்கட்டர் தன் இளம் வயதில் அடுத்தடுத்து தன் இரு மனைவிகளையும் இழந்திருக்கிறார். கொள்ளை நோயும் கொடும் வெயிலும் மிஷனரிகளை, அவர்களின் இளம் மனைவிகளை, பச்சிளம் குழந்தைகளைக் காவு கொண்டன. இத்தனையும் தாண்டித்தான் ரைஸ் ஹன்ட் நம் வின்சுலோ ஆங்கிலத் தமிழ் அகராதியைப் பதிப்பித்தார்; ஸ்கட்டர் குடும்பம் இந்தியாவின் பெருமைமிகு மிஷனரி குடும்பம் என்ற பெயர் எடுத்தது; லட்சக்கணக்கான மக்களின் உயிர் காக்கும் பெயரானது. ஐடாவின் தாத்தா ஜான் ஸ்கட்டர் மற்றும் காரியட் ஸ்கட்டர் ஆகியோரது கல்லறைக் கல்வெட்டுகள் இந்தப் பள்ளியில் இருந்து ராணிப்பேட்டை சி.எம்.சி மருத்துவமனை வளாகத்துக்கு அகற்றப் பட்டன என்று தயானந்தன் தன் நூலில் குறிப்பிட்டிருக்கிறார்.

•

மாலை 4 மணிக்கு கூட்டம் சரியாகத் தொடங்கும் என்று தலைமை ஆசிரியர் சொல்லியிருந்ததால் நாங்கள் சரியாக 3.30 மணிக்கே ஆஜராகிவிட்டோம். பள்ளியின் தாளாளர் மோகன் சாரிடம் சற்று நேரம் பேசிக்கொண்டிருந்தோம். இந்த ஆண்டில் பள்ளியின் சிறப்பு ஆண்டுவிழா மலர் ஒன்றை வெளியிடவிருப்பதாகவும் அதற்கு கட்டுரை ஒன்றை எழுதித்தர முடியுமா என்றும் கேட்டார். பெருமகிழ்வுடன் உடனே ஒப்புக்கொண்டேன். 4.30 மணிக்கு

கூட்டம் தொடங்கியது. முன்னாள் மாணவர்கள் 300 பேர் குழுமியிருந்தார்கள். ஆட்டமும், கொண்டாட்டமும், அரட்டையுமாகத் தொடங்கிய விழாவில், பள்ளியின் முன்னாள் தமிழ் ஆசிரியர் ஒருவர் மைக்கைக் கைப்பற்றியதும் விசில்கள் பறந்தன. தமிழாசிரியர் இலக்கியமும் நகைச்சுவையுமாகப் பின்னிப் பெடல் எடுத்தார்.

முன்னாள் மாணவர்களும், மாணவிகளுமாக ஒவ்வொருவராகப் பேச முன்வந்தார்கள். பெரும்பாலும் எளிய பின்புலமுள்ள கடற்புரத்து மக்கள். பள்ளி தந்த கல்வியாலும், தங்கள் கடும் உழைப்பாலும் இன்று அரசு அலுவலகங்கள் தொடங்கி வணிகம்வரை எல்லாத் துறைகளிலும் தங்கள் தடம் பதித்துக் கொண்டிருப்பவர்கள். தொடக்கக் கல்விக்கே தடுமாறிய தங்கள் கடந்த காலத்தை அவர்களில் பலர் விவரிக்க, உண்மையில் ராஜகோபாலின் பள்ளி அந்தப் பகுதி மக்களுக்கு ஆற்றிய தொண்டு எவ்வளவு பெரியது என்று புரிந்தது.

என்னிடம் மைக் வந்து சேர, அதுவரை கலாட்டாவாக இருந்த அரங்கம் ஆர்வத்துடன் கவனிக்கத் தொடங்கியது. ராஜகோபாலின் கதையை விவரித்தேன். 150 ஆண்டுகளுக்கு முன் அந்த மனிதர் எவ்வளவு தொலை நோக்கு கொண்ட சிந்தனையாளராக, கல்வியாளராக விளங்கியிருந்தார் என்று சொன்னேன். இவ்வளவு செய்த ராஜகோபாலின் நினைவாக என்ன செய்திருக்கிறோம் என்று நான் கேள்வி கேட்க, அங்கு கனத்த மௌனம் நிலவியது. என் வேண்டுகோளாக ராஜகோபாலின் மார்பளவு சிலையாவது பள்ளியில் நிறுவவேண்டும் என்றும், மிஷன் கல்லறைக் கல்வெட்டுகளைப் பாதுகாக்கவேண்டும் என்றும் கேட்டுக் கொண்டேன்.

அடுத்து தாளாளர் பேசினார். பள்ளியில் இன்று மாணவர் எண்ணிக்கை வெகு சொற்பமாக இருப்பது, கடும் நிதிப் பற்றாக் குறை, ஆசிரியர்களுக்கு பயிற்சி தருவதில் உள்ள சிக்கல்கள் என்று விவரிக்க, அங்கு பெரும் அமைதி குடிகொண்டது. ஒவ்வொருவராக தங்கள் குழு பள்ளிக்கு எவ்வளவு நன்கொடை தர விரும்புகிறார்கள் என்று மைக்கில் வந்து அறிவிக்கத் தொடங்கினார்கள். ஆயிரங்கள்முதல் லட்சம்வரை அவர்கள் சொல்லச் சொல்ல மனதின் கனம் குறைந்து லேசானதுபோல தோன்றியது.

இறுதியில் பேசிய தாளாளர், ராஜகோபாலின் மார்பளவு வெண்கல சிலை ஒன்றை பள்ளியின் வளாகத்தில் நிறுவுவதாகவும், கல்லறைக் கல்வெட்டுகள் உள்ள காம்பவுண்டு சுவரின் அருகேயுள்ள தரையை

சீராக்கி, அதில் கான்கிரீட் தளம் அமைப்பதாகவும் அறிவித்தார். வந்த வேலை முடிந்ததுபோல சட்டென நிம்மதி தோன்றியது. அங்கிருந்த ராஜகோபாலின் படத்தில் சிறு புன்னகை தவழ்வது போல எனக்குத் தோன்றியது. கட்டாயம் அது பிரமையேதான் என்று எனக்குள் சொல்லிக்கொண்டேன்.

கூட்டம் முடிந்ததும் நானும் ரோடாவும் கீழிறங்கி முன்னாள் மாணவர்களிடம் பேசத் தொடங்கினோம். சிலர் அலைபேசி எண் வாங்கிக்கொண்டார்கள். பைக்கை நோக்கி நாங்கள் நடக்கத் தொடங்க, பரபரவென ஓர் இளைஞர் ஓடிவந்தார். 'வணக்கம் மேடம், என் பேரு காட்வின். ரொம்ப நல்லா பேசுனீங்க. இந்த ஸ்கூல் பத்தி, ராஜகோபால் பத்தி... ரொம்ப அருமையா இருந்துச்சு', என்றார். நன்றி சொல்லத் தொடங்க, இடைவெட்டியவர், 'நா தூத்துக்குடியில வேலை பாத்துட்டு இருந்தேன். பாக்சர். எங்கேயோ யாருக்கோ நான் படிச்சத சொல்லிக்குடுத்துட்டு இருக்கேன். என் ஸ்கூலு, எங்க பிள்ளைங்க. நான் சொல்லித்தர மாட்டேனா? நான் இனி எங்க ஸ்கூல் பிள்ளைங்களுக்கு ஃப்ரீயா பாக்சிங் சொல்லிக் குடுக்கப் போறேன்', என்றார்.

ஒரு நொடி என்ன சொல்வதெனத் தெரியவில்லை. அவர் கையைப் பற்றிக்கொண்டேன். 'ரொம்ப நன்றிங்க, நம்ம ஊரு, நம்ம ஸ்கூலு, நம்ம புள்ளைங்க. அவ்வளவுதான். தேங்க் யூ' என்று சொல்லி விடைபெற்றோம். காட்வினை மீண்டும் தொடர்புகொள்ள முடியாமல் கொரோனா கோரத் தாண்டவம் ஆடிவிட்டது.

பின் மீண்டும் செப்டம்பர் 21ம் தேதி முதலே காட்வினை தொடர்புகொள்ள முயன்று, இந்த நொடிவரை அவர் தந்த எண் 'தற்காலிகமாக சேவை நிறுத்தப்பட்டுள்ளது' என்ற செய்தியை மட்டுமே பெறுகிறேன். பாக்சிங், குறிப்பாக வட சென்னையில் எப்படி இருந்தது என்பதை காட்வின் மூலம் தெரிந்துகொள்ள ஆசை. அவரது ஃபேஸ்புக் கணக்கும் 2016ஆம் ஆண்டு முதல் எந்த நடவடிக்கையும் இன்றி அமைதியாக இருக்கிறது. நூல் முடிவுறுவதற்குள் காட்வினைத் தொடர்பு கொண்டுவிடுவேன் என்று நினைக்கிறேன். நல்லவர்களை நம்மிடமிருந்து ஒளித்து காலம் அவ்வப்போது கண்ணாமூச்சி ஆடுவதுண்டு. ஆனால் நாம் அவர்களைக் எப்படியும் தேடிப் பிடித்துவிடலாம் என்று நம்புகிறேன். பார்க்கலாம்!

•

12

கல்மண்டபம் சந்தை

ராயபுரத்தின் பரபரப்பான பகுதிகளில் ஒன்று இந்தக் கல்மண்டபம். கல்மண்டபம் பேருந்து நிறுத்தம் அனைவரும் அறிந்ததுதான். அங்காள பரமேஸ்வரி கோயிலைச் சுற்றிவிட்டு, அதன் முன்புள்ள மண்டபத்தையும் பார்த்துவிட்டு பேருந்து நிறுத்தத்தில் சற்று நேரம் நின்றேன். ஆரவாரமான சாலை, அதில் அமர்க்களமாக பேசிப் பிரியும், பேசிச் சேரும் மக்கள் கூட்டம். எதிர்புறம் பிரிந்து செல்லும் கிழக்கு கல்மண்டபம் சாலை எப்போதும் ஆள் நடமாட்டமும், கூட்டமுமாகவே இருக்கும். அந்தச் சாலையில் வண்டியைத் திருப்பும்போதுதான் தொன்மையான ராயபுரம் கல்மண்டபம் காவல் நிலைய கட்டடத்தையும் பார்த்தேன். ஆங்கிலேய பாணி கட்டடம் அது. நம் மாநகராட்சி கைங்கரியத்தில் சாலையைவிட இரண்டடி பள்ளத்தில் பரிதாபமாக தொங்கிக்கொண்டிருந்தது.

அதைக் கடந்து சென்றால் இடதுபுறம் ஒரு குட்டி மார்க்கெட். தனி இடமெல்லாம் இல்லை. சாலையோரத்தில் காய்கறி, பழம், பூ விற்கும் வாடிக்கையான பெண்கள். அவர்களைத் தாண்டியதும் திரும்பிப் பார்த்தால் பழைய இரும்புக் கிராதி கேட்கள் இரண்டு தெரிந்தன. வண்டி தானாக நின்றது. கீழே இறங்கி அங்கே காய் விற்றுக் கொண்டிருந்த பெண்ணிடம், 'அக்கா..அதென்ன இடம்? ஏன் கேட் போட்டு பூட்டியிருக்கு?' என்று கேட்டதுதான் தாமதம், புலம்பிவிட்டார். 'அத்த ஏன் கேக்குற? மீனு மார்க்கெட்டு கீது; பூட்டினு உள்ள கீறாங்கோ... இன்னிக்கு லீவு, நீ நாளிக்கி வந்து பாரு', என்றுவிட்டு கர்மமே கண்ணாயினாராக முட்டைக்கோஸ் இதழ்களைச் சீவ ஆரம்பித்தார்.

இரவு முழுக்க அந்தப் பச்சை வண்ண இரும்பு கேட் மூளையைக் குடைந்து கொண்டே இருந்தது. காலையில் குழந்தைகளைப் பள்ளிக்கு அனுப்பியதும், வண்டியை ராயபுரம் நோக்கி முடுக்கி விட்டேன். வழக்கம்போல ஒன்றேகால் மணி நேரம் காதில் இளையராஜா கூடவே பாடிக்கொண்டு வந்தார். 27 சிக்னல்களைத் தாண்டி, ஒருவாறாக கல்மண்டபம் ஸ்டாப்பை அடையும்போது இளையராஜாவே அசதியில் ஓய்ந்துவிட்டிருந்தார். பச்சை கேட் திறந்திருந்தது. துள்ளலுடன் வண்டியை அதன் முன் நிறுத்தினால், வாசலில் இளநீர் விற்கும் அண்ணன் விரட்டினார். 'தா... இங்க நிறுத்தாத...' சட்டென வந்த கோபத்தை அடக்கிக்கொண்டு, 'தோ... அங்க விட்றேன்ணா' என்று வண்டியை நகர்த்தினேன்.

பச்சை கேட்டைத் தாண்டி உள்ளே சென்றால், இரு புறமும் வரிசையாக ஓடு வேய்ந்த கடைகள். பெரும்பாலானவை பூட்டிக் கிடந்தன. முதல் வரிசையின் கடைக் கோடியில் ஒரு கடை திறந்திருந்தது. அதன் வாசலில் ஒற்றை கேஸ் அடுப்பை பற்றவைத்து சட்டியை ஏற்றிக்கொண்டிருந்தார் ஒரு பெண். அவருக்குப் பின்னால் அந்தச் சிறிய கடைக்குள் ஒரு கலைஞர் டிவி, குட்டி ஃபேன் ஒன்று, நான்கு டிரங்கு பெட்டிகள், உடைந்த சில நாற்காலிகள் ஒன்றின் மேல் ஒன்று ஏறிக்கொண்டு என்னைப் பார்த்துக்கொண்டிருந்தன. என் வரவை பூனைக் குட்டி ஒன்று அவரது கெண்டைக்கால் சேலையை உராய்ந்து சொல்லிக் கொண்டிருந்தது. என்னை ஏறிட்டு என்ன என்பதுபோலப் பார்த்தார்.

'ஆளு அல்லாம் அந்தப் பக்கம்' என்று அவர் கைகாட்டிய நடு வரிசையைப் பார்த்தேன். ஐந்தாறு பெண்கள் இருக்கக்கூடும். கல் தூண்களில் சாய்ந்து இருவர், கால் நீட்டி ஒருவர், படுத்தபடி இருவர் என்று அரட்டைக் கச்சேரி களைகட்டியிருந்தது. 'அக்கா', என்ற என் குரலுக்கு, ஒருவர் மட்டும் என்ன என்பதுபோல அசட்டையாகத் தலை திருப்பிப் பார்த்தார். 'இந்த மார்க்கெட் பத்தி சொல்லுங்கக்கா. தெரிஞ்சிக்க கேக்குறேன்', என்ற என் வேண்டுகோளுக்கு எல்லா தலைகளும் என்னை நோக்கித் திரும்பின. அதில் ஒருவர் புருவம் சுருக்கி, 'இன்னா கேட்டு பத்ரிக்கைல எழுத போறியா? இப்டிதான் ஆளாளுக்கு வந்து கத கேட்டுனு போறாங்க... ஒண்ணும் விடியத்தான் இல்ல. ஒண்ணும் சொல்ல முடியாது... போ', என்றார்.

அநேகமாக என் கையிலிருந்த டி.எஸ்.எல்.ஆர் அவரை எரிச்சலடைய செய்திருக்க வேண்டும். அதை மூடி பைக்குள் வைத்து பொறுமையாக மூடினேன். காலியாக இருந்த திண்டில் ஏறி

கல்மண்டபம் சந்தையில் ஓய்வாக அக்காக்கள்

உட்கார்ந்துகொண்டேன். என் 17 ஆண்டு அரசு வேலை சொல்லித் தந்த பால பாடம் இது. எளியவர்களிடம் கெத்து காட்டினால் மூக்கு உடைபடுவது நிஜம். அவர்களில் ஒருவராக நாம் அந்த நொடியேனும் மாறாவிட்டால் காரியம் நடக்கப் போவதில்லை. என்னடா இந்தப் பெண்கள் என்று ஒரு நொடி தோன்றியிருந்தாலும் சட்டென கோபத்தில் வாய் விட்டிருக்கக்கூடும், அல்லது அங்கிருந்து அகன்றிருக்கக் கூடும். ஆனால் வந்தது அதற்கு இல்லையே? இந்தப் பெண்களிடம் இருக்கும் சலிப்புக்கும், நம்பகமற்ற தன்மைக்கு ஏதோ காரணம் இருக்கவேண்டும் என்று நினைத்தேன்.

திண்டில் உட்கார்ந்து மொபைலில் ஃபேஸ்புக்கை நோண்டத் தொடங்கினேன். அவர்களுக்கு கொஞ்சம் ஆச்சர்யம். 'தா... இன்னும் எவ்ளோ நேரம் வேணாலும் இரு, எனக்கின்னா' என்று அவர்களில் வயதில் இளையவர் சொன்னார். நான் இப்போதும் பதில் சொல்லவில்லை. நேரம் சென்றுகொண்டிருந்தது. அவர்களுக்குள் என்னவோ பேசி சிரித்துக் கொண்டிருந்தார்கள். அவர்களில் முதிய பெண்மணி ஒருவர், 'பாவம்... என்னானுதான் கேப்பமே' என்று சொல்ல, நான் காதுகளை கூர் தீட்டிக் கொண்டேன். 'ஏய்... இன்னா கேட்டு இன்னா பிரோசனம்

சொல்லு?' என்று எதிர்க் கேள்வி கேட்க, முதிய பெண் என்னைப் பார்த்தார். நான் என் முகத்தை அப்பாவிபோல வைத்துக் கொண்டு பாவமாக அவரைப் பார்த்தேன்.

'இந்தா பொண்ணு என்ன வேணும்? என்னியக் கேளு' என்று அருகே வருமாறு அழைத்தார். குதித்து அவர் அருகே சென்று அமர்ந்துகொண்டேன். 'இந்த மார்க்கெட் எப்போலேர்ந்து இருக்கு கா? நீங்க இங்க எத்தினி வருசமா இருக்கீங்க?' என்ற என் கேள்விக்கு, 'பொறந்ததுலேர்ந்து தா' என்றார். சட்டென விழித்தேன். மற்றவர்கள் கொல்லென சிரித்தார்கள். ராகிங்தான் போல என்று நினைத்துக்கொண்டு, 'அப்போ உங்கம்மா அப்பா இங்கதான் பொறந்தாங்களா?' என்றேன். எங்களுக்கும் லந்து வரும்ல? இப்போது அவர் மட்டும் சிரித்தார். மற்றவர்கள் என்னை வினோத ஜந்து போலப் பார்த்தார்கள். அந்த ஒற்றைச் சிரிப்பு எனக்கு போதுமானதாக இருந்தது. ஆங்கிலத்தில் 'பிரேக்கிங் தி ஐஸ்' என்று சொல்வார்கள். தொடக்க அசௌகரியத்தைத் தாண்டி பேச்சு தொடங்கிவிட்டது.

அங்கிருக்கும் அக்காக்கள் பிறந்து வளர்ந்தது எல்லாம் உண்மையில் அந்தச் சந்தையில்தான். அதுதான் அவர்களது வீடு, அவர்களது பள்ளி, அவர்களது பணியிடம், அவர்களது மருத்துவமனை எல்லாமும் என்று அவர்கள் விவரிக்க விவரிக்க, புரிந்து போனது. கேஸ் அடுப்பும், டிவியும் புதிதாக வந்திருந்தாலும், இந்தப் பெண்களுக்கு உண்மையில் வீடு என்று எதுவும் தனியே இருப்பதாகத் தெரியவில்லை. ஆண்டுக்கணக்கில் கடலிலிருந்து வரும் மீனை இங்கேதான் முன்பு விற்றிருக்கிறார்கள். மீன் பிடித் துறைமுகம் காசிமேட்டில் வந்த பிறகு இந்தச் சந்தை பொலிவிழந்து போனது.

'இந்த மார்க்கெட்டு ஒரு நாப்பது அம்பது வருசம் முன்னாடிலேர்ந்து இருக்குமா?' என்று ஐயத்துடன் கேட்டேன். இரும்பு கேட்டும், பெரிய ஆர்ச்சுகளும் அதை ஆங்கிலேயக் கட்டடம் என்றுதான் என் கண்ணுக்குக் காட்டியது. ஆனால் அவர்களே சொல்லட்டும் என்று காத்திருந்தேன். இப்போது அவர்களில் அதிகம் வாயாடிய அக்கா, 'தோ… முடிஞ்சா மேல கீற ஓட்டுல ஒண்ண எட்த்து பார்த்துனு வா' என்று கூரையைக் காண்பித்தார். மேலே அண்ணாந்து பார்த்து குழம்பினேன். நமக்கு எப்படி இது எட்டும்? முதிய பெண் இப்போது என்னைப் பார்த்து சினேகமாக புன்னகைத்து, 'தோ அடுத்த வரிசைல கீழ ரெண்டு ஓடு உடஞ்சு விழுந்துருக்கு… அத்த எட்த்தா' என்றார். பரபரப்பு தொற்றிக்கொள்ள, இறங்கி ஓடினேன். முனை உடைந்த ஓடு ஒன்று அடுத்த கடை வரிசையில் கிடந்தது.

'பேசல் மிஷன், 1865ம் ஆண்டு' முத்திரை பதித்த கூரை ஓடு

மார்க்கெட்டின் ஆயுளை அந்த ஓடு சொல்லிவிட்டது! *1865!* ஓட்டை எடுத்துக்கொண்டு அந்த அக்காக்களிடம் ஓடினேன். 'ஐயோ... இது ரொம்ப பழசுங்கக்கா. இந்த மார்க்கெட் *1865*லேர்ந்து இருக்கு' எனக்கு பரபரப்பு அடங்கவில்லை. யுரேகா யுரேகா என்று கத்தவேண்டும்போல இருந்தது. நல்லவேளை அங்கு தொட்டியும் இல்லை, தண்ணீரும் இல்லை. தமிழ் கூறும் நல் உலகம் தப்பியது. பெண்கள் குழு என்னை அசட்டையாகப் பார்த்தது. 'அத்க்கு இன்னா இப்ப? அத்த்தான் எங்கள்க்கு தெர்யுமே' என்று அவர்களில் ஒருவர் சொல்ல, நான் வானத்திலிருந்து தரைக்கு வந்தேன்.

'ஏற்கெனவே ஓர் அம்மா இப்டித்தான் வந்து அல்லாம் கேட்டு எழுதினு போச்சு. அதுதான் சொல்லுச்சு. *150* வர்சம் பழசு இதுனு' என்றார்கள் கோரசாக. 'அக்கா இந்த ஓடெல்லாம் மங்களா புரத்துலேர்ந்து வந்திருக்கு', என்று நான் சொல்லவும், 'ஆஆங்க்' என்று ஆர்வமானார்கள். 'அந்தூரு எங்க கீது?' என்ற கேள்விக்கு வசதியாக திண்டில் அட்டனக்கால் போட்டு உட்கார்ந்து கொண்டேன். 'அது கேரளாவுல இருக்குக்கா.' 'அடேங்கப்பா... இத்னி வர்சத்துக்கு மிந்தி எம்மாம் தூரம் தூக்கியாந்துருக்காங்க பாருங்கடி' என்று அவர்களுக்குள் பேசிக்கொண்டார்கள். அங்கேயே உட்கார்ந்து அவர்களுக்கு ஓடு வந்த கதையைச் சொன்னேன். ஜெர்மனியில் பாசல் என்ற ஊர் இருப்பதாக நான் கதை சொல்ல ஆரம்பித்தேன்.

1804. பிரெஞ்சுப் புரட்சியின் நீட்சியாக மாவீரன் நெப்போலியன் பிரான்சின் அரியணை ஏறினார். ஐரோப்பா முழுக்க தன் கட்டுப்பாட்டுக்குள் கொண்டுவர ஆசை கொண்டிருந்தார். அவரைக் கண்டு மன்னராட்சிகள் எல்லாம் நடுங்கிக் கிடந்தன. ஜெர்மனியும் அப்படித்தான் அச்சத்தில் உறைந்திருந்தது. மனிதனால் முடியாத காரியங்களை எல்லாம் கடவுள் செய்வதாக நம்புவதுதானே காலம் காலமாக மனிதர்களின் வழக்கம்? ஜெர்மனியின் பாசல் நகரும் அதற்கு விதிவிலக்கல்ல. நெப்போலியனின் வாளிடமிருந்து தங்களை கடவுள் காப்பாற்றுவார் என்று நம்பியவர்கள், அவருடன் உடன்படிக்கை செய்துகொண்டார்கள்! லூத்தரன் மற்றும் கால்வினிஸ்டுகளான அவர்கள், ஒருவேளை நெப்போலியன் பாசல் நகரைத் தாக்காமல் விட்டுவிட்டால், தங்களால் இயன்றவரை மிஷன் ஒன்றை அமைத்து கடவுளின் சொல் அறியாத பிள்ளை களுக்கு நற்செய்தியை அறிவிப்பதாக உறுதிமொழி எடுத்துக் கொண்டார்கள்.

கடவுளுக்கு அவர்கள் வேண்டுதல் கேட்டிருக்கவேண்டும். பாசல் நகர் தப்பியது. தாங்கள் செய்து தந்த சத்தியத்தைக் காப்பாற்ற குருமடம் ஒன்றை 1816ஆம் ஆண்டு தொடங்கினார்கள். பாசல் நகரில் தொடங்கப்பட்டதால் குருமடம் பாசல் மிஷன் ஆனது. பாசல் மிஷனரிகள் 1834ஆம் ஆண்டு மறைபரப்பு செய்ய இந்தியாவுக்கு வந்தார்கள். மேற்குக் கடற்கரையோரம் மங்களாபுரத்தில் அவர்களது பணியைத் தொடங்கினார்கள். மதமாற்றம் செய்துகொண்ட மக்களை அவர்களது சொந்த சாதி மக்களும் சுற்றமும் கைவிட, வாழ்வாதாரமின்றி அவர்கள் உடைந்து போனார்கள். புதிதாக மதம் மாறியவர்கள் சமூக ஒதுக்கம் தொடங்கி பல இன்னல்களை அனுபவித்தார்கள். அவர்களுக்கு உண்பதற்கு உணவும், தங்க இடமும், வாழ வழியும் ஏற்படுத்தவேண்டிய அவசியம் ஏற்பட்டது. விவசாயத்துக்கு அதிகம் பயன்படாத மங்களாபுரத்தில் மண் வளம் மட்டுமே இருந்தது.

இந்தச் சூழலில் சார்லஸ் ஜார்ஜ் ஆன்ட்ரூ ப்லெபஸ்ட் என்ற ஜெர்மானிய மிஷனரி மங்களாபுரம் வந்து சேர்ந்தார். ஜெர்மனியில் சுடுமண் வார்த்து ஓடுகள், பொம்மைகள் போன்றவற்றைச் செய்யும் கலையைக் கற்றிருந்தார் ப்லெபஸ்ட். மங்களாபுரத்து மண், பானைகள், தள ஓடுகள் செய்ய ஏற்றது என்று அவர் கண்டு கொண்டார். அதன் விளைவு, மங்களாபுரத்து முதல் கிறிஸ்துவ மக்களுக்கு தள ஓடுகள் செய்யக் கற்றுத்தரத் தொடங்கினார். 1865ஆம் ஆண்டு மங்களாபுரத்தில் பாசல் மிஷனின் 'பாசல் மிஷன் டைல் ஒர்க்ஸ்' கையால் செய்யும் ஓடுகளை உற்பத்தி செய்யத்

தொடங்கியது. நாள் ஒன்றுக்கு 560 ஓடுகள் இங்கு கைகளால் செய்யப்பட்டு, மாட்டு வண்டிகள் மூலம் தென்னிந்தியா முழுக்க விற்பனைக்குக் கொண்டு செல்லப்பட்டன. பாசல் மிஷன் டைல் ஓர்க்ஸ் தொடங்கிய உடன் செய்யப்பட்ட ஓடுகள் ராயபுரம் மீன் மார்க்கெட்டின் கூரையை அழகுபடுத்தியிருக்கின்றன. மார்க்கெட்டின் தொன்மையை இன்றும் எடுத்துச் சொல்கின்றன.

கல்மண்டபம் சந்தை அதைவிடத் தொன்மையானது என்றும் சொல்லக் கேட்டிருக்கிறேன். 1818ஆம் ஆண்டு கல்மண்டபத்தை செப்பனிட்ட சுப்பு என்பவர் இந்தச் சந்தையைக் கட்டித் தந்ததாகவும் சொல்லப்படுகிறது; ஆனால் அதற்கு எழுத்துப்பூர்வ ஆதாரங்கள் இல்லை. தள ஓடு போடப்படுவதற்கு முன்பே சந்தை இயங்கியிருக்க வாய்ப்பு உண்டு என்பதிலும் ஐயமில்லை. 17000 சதுர அடி பரப்பளவு கொண்ட இந்த சந்தை இன்று ஒடுங்கி சில ஆயிரம் சதுர அடியாக மாறிப்போனது. சந்தை எப்போது இடிந்து விழும், இடத்தை எப்பது ஆக்கிரமிக்கலாம் என்று அக்கம் பக்கம் பார்த்துக் கொண்டே இருக்கிறது.

உடைந்த கூரையை செப்பனிடவும் இல்லை, மார்க்கெட்டில் யாரும் புதிதாக கடை போடவும் அனுமதிப்பதில்லை. ஏற்கெனவே இங்கு கடை வைத்தவர்கள் கையில் நஷ்ட ஈடாக சிறிது பணம் பெற்றுக்கொண்டு வெளியேறிவிட்டார்கள். ஆனால் இந்த ஆறு பெண்களும் பிடிவாதமாக இங்கு உட்கார்ந்திருக்கிறார்கள். வேறு இடத்துக்குப் போக விருப்பமில்லை, இடமும் இல்லை என்று சொல்கிறார்கள்.

'கோட்டீசுவர ராவுங்குறவர் கைல மார்க்கெட்டு இருக்கு, இதுக்கு மின்னாடி இருந்தவருக்கும் இவருக்கும் கேஸ் நடக்குது. முன்னாடி இருந்த ஓனரு நல்லவரு. இவரு தான் இடத்தை காலி செஞ்சுனு போவச் சொல்றாரு தா..பொறந்த இடத்த விட்டுனு எங்க போ சொல்ற?' என்று அக்காக்கள் கேட்க எனக்கு பதில் சொல்லத் தெரியவில்லை. 'அக்கா... நான் என்னாலான முயற்சி செய்றேங்க்கா... பேப்பர்ல எழுத என்னால முடியுமான்னு தெரியாது, ஆனா பிரெஸ் காரங்கள கூட்டிட்டு வரமுடியும். பார்க்குறேங்க்கா' என்று சொல்லி வைத்தேன். எனக்கே என் வார்த்தையில் நம்பிக்கை இல்லை.

என் ராயபுரம் மரபு நடைக்கு வந்த பிரபல ஆங்கில இதழ்களின் ரிப்போர்ட்டர்கள் மார்க்கெட் பற்றி எழுதினார்கள், அதைக் காப்பாற்ற அரசு நடவடிக்கை எடுக்க வேண்டும் என்ற அந்தப் பெண்களின் ஆசையையும் சேர்த்தே தான் எழுதினார்கள். அரசு

முன்வந்து இந்தத் தொன்மையைக் காக்க முயன்றால் எவ்வளவு நலமாக இருக்கும்? ஒன்றும் நடந்தபாடில்லை. அதன்பின் பிரபல நாளிதழ் ஒன்று உணவு நடை திட்டமிட்டபோது, மார்க்கெட்டில் அடுப்பை வைத்து அக்காக்களை சமைக்கச் சொல்லி 'ஒரிஜினல் ராயபுரம் மீனவ உணவு' செய்து காட்டலாம் என்று எவ்வளவோ சொல்லிப் பார்த்தேன். மார்க்கெட்டிங் டீம் ஒப்புக்கொள்ளவில்லை. மீன் மார்க்கெட்டில் என்ன உணவு நடை என்று எதிர்க்கேள்வி வந்தது.

சன் டிவியில் அடுத்த ஆண்டு ஆகஸ்ட் மாதம் சென்னை தின கொண்டாட்டம் முன்னிட்டு வடசென்னை இடங்களைப் பற்றி அங்கேயே நின்று பேசவேண்டும் என்ற வேண்டுகோள் வந்த போதும் என் முதல் சாய்ஸ் கல்மண்டபம் சந்தை தான். நண்பர் அன்புசெல்வன் மகிழ்வுடன் ஒப்புக்கொண்டார். மீண்டும் ஊடகத்தில் கல்மண்டபம் மார்க்கெட்டைப் பேசினேன். அதற்கும் ஒன்றும் பலன் இல்லை. இன்னும் எப்போதெல்லாம் வாய்ப்பு வருகிறதோ, பேசுவேன். பேசிக்கொண்டே இருப்பேன். அக்காக்கள் இப்போதெல்லாம் நான் சென்றால் பெரிதாகக் கண்டுகொள்வதில்லை. அவர்களுக்கும் அயர்ச்சி வந்திருக்க வேண்டும். முதிய அக்கா மட்டும் 'வா..நல்லா கீறியா?' என்ற குசல விசாரிப்போடு நிறுத்திக் கொள்கிறார். பழைய நெருக்கம் இல்லை.

சில ஒதுக்கல்கள் மனதைக் கனத்துப் போக வைக்கின்றன. கல்மண்டபம் சந்தையின் அக்காக்களும் அப்படித்தான். அவர்களுக்குத் தந்த என் வாக்குறுதியை நான் நிறைவேற்றி விட்டாலும், அங்கு எதுவும் நடக்கவில்லை என்பது மனதுக்குள் எங்கோ ஒரு மூலையில் அறுத்துக் கொண்டேதான் இருக்கிறது. அரசுக்கு செவிகள் இருக்கிறதா?

•

13

அங்காள பரமேஸ்வரிகோயில்

மரபு நடை தயாரிப்புகள் என்றால் ஒன்றிரண்டு மாதங்களுக்கு முன்பே ஆரம்பித்து சதா சர்வகாலமும் அந்த நாள்கள் முழுக்க வேலை மண்டையைக் குடைந்துகொண்டே இருக்கும். என்னவெல்லாமோ தேடிப் படிக்கப் படிக்க நேரம் போவதே தெரியாது. முந்தைய இரவில் அப்படித்தான் எதையோ தேடப்போய், ராயபுரத்தின் அங்காள பரமேஸ்வரி கோயில் மயானக் கொள்ளை வீடியோக்கள் சிலவற்றைப் பார்க்க முடிந்தது. அடுத்த நாள் அவசியம் செல்லவேண்டிய இடங்களின் வரிசையில் முதலிடத்தை கோயில் பிடித்துக்கொண்டது. கூகிள் மேப்பில் கோயில் தெளிவாக குறிக்கப்பட்டிருந்தாலும், கல்மண்டபம் என்றால் என்ன என்ற தெளிவில்லாமல்தான் அன்று காலை கல்மண்டபம் பேருந்து நிறுத்தத்தில் நின்றிருந்தேன்.

போக்குவரத்து காவல் நிலைய பீட்டுக்கு அருகே நின்று அங்கிருந்த ஆட்டோக்கார அண்ணாவைப் பரிதாபமாகப் பார்த்து, 'ணே… கல்மண்டபம் எங்கண்ணே இருக்கு?' என்று கேட்க அவரோ அதுதான் கல்மண்டபம் என்று அடித்து சொல்லிக்கொண்டிருந்தார். 'இல்லைண்ணா… ஸ்டாப் இல்ல, மண்டபம், மண்டபம்', என்று நான் மீண்டும் மீண்டும் கேட்க, அருகே நின்றுகொண்டிருந்த பெரியவர், 'தா… பீச்சாங்கை பக்கம் கீது பாரு… அத்தான்', என்று சொல்லிவிட்டு என்னை வினோதமாகப் பார்த்தார். இடதுபுறம் சாலை ஒன்று இருந்ததை அப்போதுதான் பார்த்தேன். நல்ல கண் நமக்கு என்று மனதுக்குள் நொந்துகொண்டே வண்டியைத் திருப்பினேன்.

அகன்ற சாலைதான் அது. நேரே அங்காள பரமேஸ்வரி கோயில் வாசல் தெரிந்தது. கோயிலுக்குச் செல்லும் முக்கிய நுழைவாயில் அதுதான். அதன் முன்புதான் கல்மண்டபம் இருக்கிறது, ஆனால் மண்டபத்தை நீங்கள் நெருங்க வேண்டும் என்றால் சாலையில் இருபுறமும் உள்ள பழைய இரும்பு சாமான் கடைகளையும், அவற்றின் அடைசலையும் தாண்டித்தான் போகவேண்டும். வண்டியை ஓரம் கட்டும்போதே பலரது பார்வை என் மேல் படிந்ததைக் கவனித்தேன்.

எந்த இரும்புக் கம்பியிலும் கால் குத்திக்கொள்ளாமல், லாகவமாக சர்க்கஸ் செய்யும் அக்ரோபாட் போலத்தான் மண்டபத்தை நெருங்கினேன். ஆனாலும் எங்கிருந்தோ கண்ணாடி சில் ஒன்று காலைப் பதம் பார்த்தது. அதைப் பிடுங்கி எறிந்துவிட்டு, கண்ணில் முட்டிய நீரைத் துடைத்துக்கொண்டேன். நாங்கலாம் வீராங்கனையாக்கும்!

அதிகபட்சம் ஓரிரு நூறாண்டு காலம் தொன்மை இருக்கலாம் என்று மண்டபத்தைப் பார்த்ததும் தெரிந்துபோனது. நாயக்கர் காலத்து தூண் வடிவமைப்பு இருந்தாலும், வேலைப்பாடில் தொன்மைக் குண்டான நேர்த்தி குறைவாகவே தெரிந்தது. போதியலில் உள்ள கணங்களைப் புகைப்படம் எடுத்துக்கொண்டேன். எங்காவது கல்வெட்டு இருக்கிறதா என்று தேடத் தொடங்கினேன். பெயர்தான் மண்டபம். ஆனால் அதை மறித்து வீடுகள், கடைகள் என்று அந்த இடமே எள் விழவும் இடமில்லாமல் அடைபட்டிருந்தது. கல்வெட்டு எதுவும் என் கண்ணுக்குக் காணக்கிடைக்கவில்லை.

கோயிலுக்கு எதிர்ப்புறமுள்ள வீட்டின் மாடியிலிருந்து பார்த்தால் மண்டபத்தின் கூரையை அருகிலிருந்து பார்க்கலாமே என்று தோன்ற, கண் முன் தெரிந்த பச்சை நிறக்கதவைத் தட்டினேன். வயதான அம்மாள் ஒருவர் எட்டிப் பார்த்தார். 'மண்டபத்தை உங்க வீட்டு மொட்டை மாடியிலேர்ந்து பார்த்தா பக்கத்துல தெரியுமா?', என்ற என் கேள்விக்கு, 'அதெல்லாம் இங்கேர்ந்து பார்த்தாக்கா ஒண்ணுந்தெரியாது. உனக்கு இன்னா வேணும்?' என்று கேட்டார். 'இல்ல பாட்டி. மண்டபம் எப்ப கட்டுனதுன்னு தெரியணும், தேடிட்டு இருக்கேன்' என்ற என் பதில் அவருக்கு கொஞ்சம் நம்பிக்கை தந்திருக்கவேண்டும். 'தோ... படிக்கட்டு இதான், போய் வேணா பாரு', என்றுவிட்டு உள்ளே போய்விட்டார். மாடிக்குச் சென்று சாம பேத தான தண்டம் பயன்படுத்தியும் மண்டபத்தின் மேல்பகுதி எதுவும் தெரியவில்லை.

அங்காள பரமேஸ்வரி கோயில் வாசல் முன்பு உள்ள கல்மண்டபம்

நொந்துபோய் வெளியேறி அவருக்கு நன்றி சொல்லிவிட்டு கோயிலைப் பார்த்தேன். என் கேள்விகளுக்கான விடை உள்ளேதான் இருக்கவேண்டும். கோயிலோ சுதைச் சிற்பங்கள் நிறைந்த கோபுரத்துடன் புத்தம் புதியதாக பளபளத்தது. கால் வைத்த இடமெல்லாம் மார்பிள் தரை. தொன்மை, கிலோ எவ்வளவு என்று கேட்கலாம்போல! நடை சார்த்தும் நேரம் என்பதால் பூசாரி அவசர அவசரமாகத் தன் கடைசி கட்டப் பணிகளில் ஈடுபட்டிருந்தார்.

அவரிடம் அப்போதைக்கு பேசுவது இயலாத காரியம் என்று தோன்றியது. 'சாமி... கோயில் தல வரலாறு தெரியணும், எப்ப கட்டுனாங்கன்னு?' என்று நான் தலையைச் சொறிய, 'தலைக்கு மேல வேலை கிடக்கறது... தோ அந்த அம்மாவைக் கேளுங்கோ' என்றுவிட்டு தெறித்துவிட்டார்.

அவர் கை காட்டிய இடத்தில் தூணில் சாய்ந்திருந்த முதிய பெண்மணியைக் கண்டதும் நம்பிக்கை வந்தது. அங்காள அம்மாவின் கதையை இன்று கேட்டுவிடுவது என்று மெல்ல அவரிடம் சென்று, 'அம்மா வணக்கம். நான் பத்திரிகையில இருந்து வரேன். இந்தக் கோயில் தலபுராணம், அம்மாவோட கதை தெரிஞ்சுக்கணும். சாமி உங்களைக் கேக்க சொன்னாரு' என்று

சொல்ல, அவர் கதை சொல்ல ஆரம்பித்தார். கையில் ஃபோனை எடுத்து ரிகார்ட் செய்கிறேன் என்று சொன்னதும் பதறிவிட்டார். ‘அத்தெல்லாம் வாணா... ரிகார்டு பண்ணா சரிவராது’ என்று சொல்ல, ‘சரி, எழுதிக்கிறேன்மா’ என்று சொல்லி நோட் பேட் பேனா சகிதம் தயாரானேன்.

‘பாவாடை ராயன் இல்லாமல் அங்காளி இல்லை என்றுதான் சொல்லவேண்டும். மயிலாடுதுறையை காவல் செய்துவந்தவர் பாவாடைராயன் என்ற தளபதி. அப்போது பிரம்மனின் தலையைக் கொய்த தோஷம் அகல, ஊர் ஊராகச் சென்று உணவு இரந்து வாழ்ந்துவந்த சிவபெருமான் அந்தப் பகுதிக்கு வந்து சேர்ந்தார்.

இரந்து வாழ்ந்த அடியாரைக் கண்டு சந்தேகம்கொண்ட பாவாடைராயன் எதையும் தீர விசாரிக்காமல் அவரை சிறையில் அடைக்க உத்தரவிட்டார். மறுநாள் புத்தி தெளிய, ஓடிச்சென்று பெருமானிடம் மன்னிப்பு கேட்டார். வடக்கே பனஞ்சாலை என்ற தலத்தில் பனை மரங்களின் ஊடே அருவமாக ஆண்டு கொண்டிருக்கும் காளியைச் சந்தித்து அவளுக்குக் காவலாகப் பணியாற்றினால் சிவ தோஷம் நீங்கும் என்று சிவபெருமான் அருள் பாலித்தார்.

வடக்கே பயணம் செய்துவந்த பாவாடைராயன் பனஞ் சாலையையும் அங்கிருந்த காளியையும் அடையாளம் கண்டு வணங்கினார். எப்போது தாய் உருவம் பெறுவார் என்று அவர் கேட்க, தக்க காலம் வரும்வரை பொறுத்திருக்கும்படி சொன்னார் அன்னை. தன் படைகள், மக்கள், சொந்த பந்தங்களுடன் காளி அருவமாகக் காட்சியளித்த பனஞ்சாலை பகுதியிலேயே குடியமர்ந்தார். ராயன் வாழ்ந்த இடம் ராயபுரமானது. ராயபுரத்து மக்கள் அருவமான காளிக்கு கோயில் கட்டி வணங்கும் ஆவல் கொண்டு கூட்டம் கூட்டினார்கள்.

கூட்டத்தில் சிறுவன் ஒருவன்மேல் அம்மன் அருள் வந்து, அந்தப் பகுதிக்கு பிழைப்பு தேடி வந்த ஊத்துக்காடு பகுதியைச் சேர்ந்த மக்கள் கல்மண்டபம் கட்டி, அம்மனுக்கு உருவமும் தரவேண்டும் என்று முடிவானது. அதற்கு பதிலாக ஒவ்வொரு ஆண்டும் மாசி மாதம் நடைபெறும் மயானக்கொள்ளையின்போது முதல் மரியாதை ஊத்துக்காடு மக்களுக்குத் தரப்படும் என்றும் உறுதி செய்து கொண்டார்கள்.

கோயில் கம்பீரமாக எழும்பியது. அதை *1818*ஆம் ஆண்டு சுப்பு ஆச்சாரி என்பவர் மராமத்து செய்ததாகவும் சொல்லப்படுகிறது.

உள்பிரகாரத்தில் வரசித்தி விநாயகர், வீரபத்திரர், ஆதிசக்தி, சுப்பிரமணியர் சந்நிதிகள் உள்ளன. வெளிச் சுற்றில் மாணிக்க விநாயகர், பைரவர், நவக்கிரகங்கள், துர்க்கை, காசி விஸ்வனாதர், விசாலாட்சி, பெரியாண்டவர் சந்நிதிகள் உள்ளன. கோயிலின் சிறப்பு வெளிச்சுற்றில் உள்ள குளம்தான். எப்போதும் நீர் வற்றாத குளமாக காட்சி தருகிறது.

மேல்மலையனூர் அங்காள பரமேஸ்வரி அம்மன் புராணம்தான் பெரும்பாலான அங்காளி கோயில்களிலும் சொல்லப்படுகிறது போல. புற்றாக அம்மன் காட்சி தர, அந்த இடத்தில் கோயில் கட்டியதாகத்தான் இங்கும் அந்த முதிய பெண் சொன்னார். மாசி மாதம் அங்காள பரமேஸ்வரி கோயிலில் நடக்கும் மயானக் கொள்ளை வெகு பிரசித்தம். இடுகாட்டில் ஒளிந்திருந்த அசுரனை வதம் செய்ய சிவபெருமான் அங்காளியை பணித்ததாகவும், தன் தளபதி பாவாடைராயனுடன் இடுகாட்டு வேட்டைக்கு மாசி மாத சிவராத்திரியன்று செல்லும் அங்காள பரமேஸ்வரி அங்குள்ள பிணங்களைக் கலைத்து அசுரனை அடையாளம் கண்டு வதம் செய்வதே மயானக் கொள்ளை.

அங்காள பரமேஸ்வரி கோயில் வாசல்

ஒவ்வொரு ஆண்டும் மாசி மாதம் ராயபுரத்தில் மயானக் கொள்ளை அன்று பெரும் கூட்டம் கூடுகிறது. அங்காள பரமேஸ்வரிபோல பெண்களும், திருநங்கைகளும் ஆடை உடுத்தி, வேப்பிலை அணிந்து, சாலைகளில் ஆடிப்பாடி அங்காளியுடன் மயானம் புகுகிறார்கள். கொள்ளை நோய்களிலிருந்து தாய் இவர்களைக் காப்பாற்றியதற்கு நன்றியாகவும், பிள்ளைப்பேறுக்கு நன்றியாகவும் இவர்கள் செய்துகொண்ட வேண்டுதல்களை நிறைவேற்ற அம்மன் வேடமிட்டு பெரும் கூட்டம் மயானம் அடைகிறது. அங்கு ஊத்துக்காடு மக்களுக்கு முதல் மரியாதை செய்யப்படுகிறது. கைகளில் மண்டையோடுகளும், சூலமுமாக ஊர்வலம் செல்லும் காட்சியைக் காண கண்கள் கோடி வேண்டும்!'

முதியவர் கதை சொல்லி முடிக்கவும், நடை சார்த்த வேண்டும் என்று கருவறை பூட்டப்படவும் சரியாக இருந்தது. குளத்தைப் பார்த்து வருவதாகச் சொல்லி அவருக்கு நன்றி சொல்லி வெளியேறினேன். வெளிச்சுற்றில் சூழலுக்கு வித்தியாசமாக தலையில் முக்காடிட்ட பெண்கள் சிலர் பாடிக்கொண்டும் கை தட்டிக் கொண்டும் நடுவே கலசம் ஒன்றை வைத்து வேண்டிக் கொண்டிருந்தார்கள். வட இந்தியர்கள் என்று தெளிவாகத் தெரிந்தது. அவர்களைக் கொஞ்ச நேரம் வேடிக்கை பார்த்துக் கொண்டிருந்தேன்.

'ஆப் லோக் கஹான் கே ஹோ?' என்ற என் விசாரிப்புக்கு அவர்களிடமிருந்து வெடிச்சிரிப்பு. 'இங்கதான்..ராயபுரம் தான் வீடு. அதெல்லாம் தமிழ் நல்லா வரும். பொறந்ததே இங்கதான்' என்று அவர்கள் என்னை வம்பிழுத்தார்கள். சந்தோஷி மாதா விரதம் எடுப்பதாகச் சொன்னவர்களிடம், அங்காள பரமேஸ்வரி கதை தெரியுமா என்று கேட்டதும், 'ஏன் தெரியாது? மா துர்கா. இங்க உள்ளவங்க என்ன சொல்றாங்கோ தெரியாது. நமக்கு தாய். மா', என்றார்கள் கூட்டாக. அவ்வளவுதான்! பெண் சாமி, பெண் பக்தர்கள். வடக்கோ தெற்கோ, நம்பிக்கை ஒன்றுதான். தாய் காப்பாற்றுவாள். பெண்களின் உலகம்தான் எத்தனை எளிதாக இருக்கிறது?

•

14

மை சன் ஸ்டுடியோ

அந்த இடத்தில் ஒரு ஸ்டுடியோ இருந்ததை முதலில் கவனிக்கவே இல்லை. பக்கத்தில் தெரிந்த பக்த ஜனசபை வீட்டை வேடிக்கை பார்க்கத்தான் வண்டியை நிறுத்தி இருந்தேன். பழைய போர்டும், கண்ணாடிக் கதவுமாகத் தெரிந்த ஸ்டுடியோவை பெரிதாகக் கண்டுகொள்ளவில்லை. அங்கிருந்து கிளம்பும்போதுதான் அந்த போர்டின் தொன்மை நிச்சயமாக கடை 50 ஆண்டுகளுக்கு முந்தையதாகத்தான் இருக்கவேண்டும் என்று உணர்த்தியது. ஆனாலும் கடைக்குள் செல்ல என்னவோ சிறு தயக்கம் இருந்தது. ஃபோட்டோ ஸ்டுடியோவில் என்ன வரலாறு இருந்துவிட முடியும் என்று எனக்கு நானே கேள்வி கேட்டு, ஒன்றும் இருக்காது என்று பதில் சொல்லிக்கொண்டேன்.

வீட்டுக்கு வந்ததும் தோழி ரோடாவை அலைபேசியில் அழைத்தேன். 'ஏன்பா அந்த மை சன் ஸ்டுடியோ பத்தி எதாவது தெரியுமா? உங்க வீடு முன்னாடி இருந்த தெரு பக்கம் மெயின் ரோட்லதான் இருக்கு', என்று சொல்லி முடிப்பதற்குள் துள்ளிவிட்டார். 'ஏ... ஆமாப்பா. நம்ம ஸ்டுடியோதான். அங்கதான் நாங்க சின்ன வயசுல ஃபோட்டோ எல்லாம் எடுப்போம். ரொம்ப வருஷமா இருக்குயா அந்த ஸ்டுடியோ. என் ஸ்கூல் ஐடி கார்டு படம் எல்லாம் அங்க எடுத்தது தான். பிளாக் அண்டு ஒயிட் படம் ஒண்ணுகூட இன்னும் எங்கிட்ட இருக்கு', என்றவரை இடைமறித்து, 'அதை தேடி பத்திரமா எடுத்து வைங்கப்பா. நான் அந்த ஸ்டுடியோவுக்கு போய்ட்டு வந்து உங்களுக்கு மேற்கொண்டு

கதை சொல்றேன்', என்றேன். எவ்வளவோ தேடி அலைந்தோம், அந்தக் காலத்தின் முக்கிய ஆவணமே இதுபோன்ற ஸ்டுடியோக்கள் தானே, அதை ஏன் தவறவிட்டோம், அதில் இல்லாத வரலாறா, என்று என்னை நானே திட்டிக்கொண்டேன்.

அதற்குப் பின் ஆறு மாதங்கள் உருண்டோடி விட்டன, அடுத்தடுத்து ஒன்றிரண்டு மரபு நடைகள், புத்தகம் எழுதும் வேலை என்று வரிசையாக வேலை வர, மை சன்னை மறந்தே போனேன். காசிமேடு மரபு நடை இந்த ஆண்டு செய்யவேண்டும் என்று நினைத்ததும் முதலில் நினைவுக்கு வந்தது மை சன் தான். வண்டியை 12 மணிக்கு கடை முன் நிறுத்த, வெயில் மண்டையைப் பிளந்து கொண்டிருந்தது. கடை வாசலில் பழைய பைக் ஒன்றும் சோகையாக நின்று கொண்டிருந்தது. 'மை சன் ஸ்டுடியோ - திருமணம் மற்றும் நல்ல நிகழ்ச்சிகளுக்கு கரீஷ்மா ஆல்பம் டிஜிட்டல் முறையில் வீடியோ, போட்டோ எடுக்கப்படும்' என்ற போர்டு வரவேற்றது.

உள்ளே தலையை மட்டும் நுழைத்துப் பார்க்க, கல்லூரி மாணவர்போல ஒருவர் கல்லாவில் உட்கார்ந்திருந்தார். 'வாங்க, ஃபோட்டோ எடுக்கணுமா?' என்ற அவரது கேள்விக்கு திருதிருவென விழித்தேன். நான் முதியவரொருவர்தான் கட்டாயம் இந்தக் கடைக்கு சொந்தக்காரராக இருக்கவேண்டும் என்று நினைத்திருந்தது கனவாய்ப் போனது. இருந்தும் இந்த இளைஞர் உரிமையாளராக இருக்க வாய்ப்பில்லை என்று மனதில் நினைத்துக் கொண்டு, 'எனக்கு இந்த ஸ்டுடியோவோட முழு கதையும் தெரியணுமே. எந்த வருஷம் ஆரம்பிச்சது, யார் தொடங்கினா, எத்தனை வருஷமா இருக்கு, இந்த ஏரியா எப்புடி எல்லாம் மாறி இருக்கு... அப்புடி', என்று இழுத்தேன்.

'அப்பா கொஞ்சம் வெளிய போய்ருக்காங்க. அவுங்களுக்குதான் எல்லாம் தெரியும், நீங்க அவுங்களுக்கு ஃபோன் பண்ணிப் பேசுறீங்களா?' என்று அந்த இளைஞர் கேட்க, அப்பாடா என்று இருந்தது. கதை கேட்க யாரோ ஒரு பெரியவர் இருக்கிறார் என்ற திருப்தி அது! அவர் தந்த விசிட்டிங் கார்டை வாங்கிப் பார்த்தேன். 'டிகால்' என்று பெயர் இருந்தது. பெயரை வாசித்து கொஞ்சம் ஜெர்க் ஆகி, இதுதான் பெயரா என்று மீண்டும் இளைஞரிடம் உறுதிப்படுத்திக் கொண்டேன். பின்னொரு நாளில் விசிட்டிங் கார்டிலிருந்து எண்ணுக்குப் பேச, 'நீங்க நேர்ல வாங்க... எல்லாம் பேசலாம்', என்று பதில் வந்தது.

இம்முறை சென்றபோது கல்லாவில் மண்ணின் மைந்தர் வண்ணத்தில் ஒருவர் உட்கார்ந்திருந்தார். பார்த்தவுடன் தெரிந்தது, இவர்தான் டிகால் என்று. 'சார், நான் ரிப்போர்ட்டர். உங்களுக்கு ஃபோன் பண்ணேனே... நீங்க வரச் சொன்னீங்க. உங்க கடை பத்தி பதிவு பண்றேன்னு சொன்னேனே', என்று இழுக்க, 'ஆங்... வாங்கம்மா வாங்க, வாங்க, உக்காருங்க', என்று தடபுடலாக வரவேற்றார். 'என்ன சாப்பிடுறீங்க, டீயா காபியா?' என்ற அவரது உபசரணைக்கு எதுவும் வேண்டாம் என்று மறுத்தேன். 'அட..அதெல்லாம் கூச்சப்படாதீங்க சிஸ்டர், பால் டீ சொல்றேன்', என்றவர் இரண்டு பால் டீ சொல்லுப்பா என்று பக்கத்தில் நின்றிருந்த சிறுவனிடம் சொல்லி அனுப்பினார். அதற்குள் இரண்டு ஆட்டோ ஓட்டுனர்கள் கடைக்குள் நுழைந்தார்கள்.

'ண்ணா... ஃபோட்டோண்ணா... நல்லா ரெண்டு பேரும் அப்டியே க்ளோசா இருக்காப்ல', அவர்களில் ஒருவர் சொல்ல, இவர் படம் எடுக்கத் தயாரானார். 'இந்தாப்பா... தலை சீவிக்க, பௌடர் போட்டு அஜஸ் பண்ணு' என்று இவர் சொல்ல, இருவரும் மறுத்தார்கள். 'அட.... இருக்கட்டும். அப்டியே எடுண்ணே. நல்லாதான் இருக்கும்', என்று சொல்லி பென்ச்சில் நெருங்கி அமர்ந்தார்கள். இருவரையும் தோளில் கைபோட்டு போஸ் தருமாறு ஸ்டுடியோக்காரர் சொல்ல, வெட்கத்துடன் போஸ் கொடுத்தார்கள்.

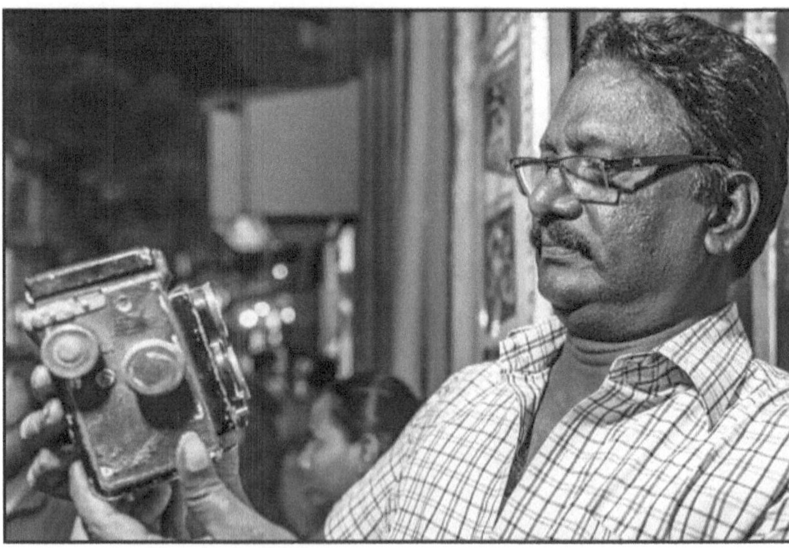

அப்பாவின் காமிராவுடன் டிகால் அண்ணன்

அந்த வியர்த்து வடிந்துகொண்டிருந்த முகங்களில் அத்தனை மகிழ்ச்சி, மதிப்பற்ற புன்னகைகள். 'ண்ணா... இந்தா இப்பத்திக்கு அம்பது ரூவா இருக்கு. வெச்சிக்க. படத்த வாங்கினு போற சொல்லோ பாலன்சு கரீட்டா குட்துறன்', என்றுவிட்டு கிளம்பினார்கள். அந்தச் சூழலுக்கு பொருத்தமில்லாமல் இருந்த என்னைக் கண்டு 'இதாரு?'என்று அவர்கள் கேட்க, 'பிரெஸ்ஸுகாரங்கோ, நம்ம கட பத்தி பேட்டி எடுக்க வந்துகுறாங்கோ' என்று இவர் விளக்கினார்.

அவர்கள் சென்றபின், 'ரெண்டு பேரும் நம்ம ஏரியாவாண்ட வளந்தவங்கதான். நம்ம தோஸ்த்துங்க. இப்ப ஆட்டோ ஓட்டிக்கிறாங்கோ. சின்ன வயசுல ஒண்ணா மண்ணா வெளாண்டுக்குறோம். காசெல்லாம் கரீட்டா குட்த்துறுவாங்கோ', என்று விளக்கம் தந்தார். டிகால் அண்ணனின் நட்பு இப்படிக் கிடைத்ததுதான். எளிய மனிதர், எளிய மனிதர்களின் நண்பன். தெரிந்ததை எந்த ஒளிவு மறைவுமின்றி பேசத் தெரிந்தவர். உள்ளொன்று வைத்து புறமொன்று பேசத்தெரியாதவர் என்பது பின்னாளில் தெரிந்துகொண்டேன்.

'உங்க கடை எத்தனை வருஷமா இருக்கு?' பேட்டியைத் தொடங்கினேன்.

அவரது தந்தை சதாசிவம் 1960களில் தொடங்கிய கடை அது. அப்போது ராயபுரம், காசிமேடு பகுதிகள் எல்லாம் மிக எளிய மக்கள் வாழ்ந்த பகுதி. டிகால் அண்ணனின் தந்தை பெரிதாக லாபம் பார்க்கும் ஆசையுடன் கடையை நடத்தவில்லை. பெரும்பாலும் ஹார்பரில் மூட்டை தூக்கிப் பிழைக்கும் தொழிலாளிகள்தான் ஒரு காலத்தில் இங்கு அதிகம் வசித்து வந்தார்கள். அவர்களில் பெண்கள் இந்த ஸ்டுடியோவை தேடி வருவதுண்டு.

சாதாரண கருப்பு வெள்ளை படம் எடுக்க ஐந்தாறு பெண்கள் சேர்ந்து வருவார்களாம். அவர்களை ஒன்றாக உட்கார வைத்து ஒரே படமாக எடுத்துவிடுவார் ஃபோட்டோகிராஃபர். ஒருவர் கருப்பு வெள்ளை படம் எடுத்தாலும் ஆறு ரூபாய்தான், ஆறு பேர் எடுத்தாலும் அதே பணம்தான். ஆனால் எக்ஸ்ட்ரா காபிக்கு 4 ரூபாய்! அதன் பின் நடப்பதுதான் சுவாரஸ்யமானது. ஐந்து ரூபாயை மொத்தமாகக் கொடுத்துவிட்டு படங்களை வாங்கிக்கொள்ளும் பெண்கள் ஒரு பக்கம் என்றால், ஆறு பேரின் படத்தையும் தனித்தனியே வெட்டச் சொல்லிவிட்டு, தத்தம் படத்தை மட்டும் ஒரு ரூபாய் கொடுத்து வாங்கிக்கொண்டு போவதும் உண்டு!

ஐந்தாறு பேரை மொத்தமாக உட்கார வைத்து பாஸ்போர்ட் போட்டோ எடுப்பது ராயபுரத்துக்குப் புதிதல்ல. அதன் பின் அந்த கறுப்பு வெள்ளை படங்களிலுள்ள பெண்களுக்கு தங்க வண்ண இங்க் கொண்டு ஜிமிக்கியும், கம்மலும், அட்டிகையும், ஆரமும் வரையும் படலம் நடக்கும். எளிய பெண்களுக்கு இப்படி நகை வரைந்து தந்து அதில் மகிழ்வு கொண்டிருந்தார் டிகால் அண்ணனின் அப்பா. வாழ்நாளில் அந்த நகைகளை தங்கத்தில் அணிய வாய்ப்பு குறைவான அந்தப் பெண்களுக்கும் இந்த படங்களைக் கண்டு அளவற்ற ஆனந்தம் ஏற்படும். எனக்கு என்னவோ அந்த ஸ்டுடியோ இப்போது வேறுவிதமாக தெரியத்தொடங்கியது.

'அப்பா இப்பிடி தொழில் பண்ணினதால ரொம்ப நஷ்டமாகிப் போச்சு. காசே சரியா குடுக்கலைன்னாலும், படம் போட்டு வெச்சா குடுத்துருவாரு. நிறைய பேரு ஆசைக்கு வந்து படம் எடுத்துட்டு அதை திரும்ப வாங்காம போய்டுவாங்க. அப்பா இறந்தப்புறம் அந்த மாதிரி மூட்டை மூட்டையா வீணாப் போய் எரிச்சு போட்டேன். என்ன செய்ய?' என்று குரலில் வருத்தத்துடன் சொன்னார். தொழிலைக் கிட்டத்தட்ட அப்பாவின் பாணியிலேயே தான் டிகாலும் தொடர்கிறார்.

'நீங்க கிறிஸ்டினா? நாங்க ஜாதி ரொம்ப மோசம்னு கிறிஸ்டீனா மாறிட்டோம். அங்க ஜாதி பிராப்ளம் இல்ல பாருங்க', என்றார் வெள்ளந்தியாக. 'இல்லைண்ணா... நான் சாமி எல்லாம் கும்புடுறது இல்லை. பெரியார், அண்ணா வழி', என்றதும் அந்த முகத்தில் அத்தனை பிரகாசம். 'ஐயோ அது சரி சரி, நான்லாம் சின்னப் புள்ளைல அண்ணாவ இவ்ளோ கிட்டக்க பார்த்திருக்கேன் தெரியுமா? 1965 இருக்கும்னு நினைக்கிறேன். இங்ககொடிமரத் தெரு மொனைலதான் அவர் வீடு. தினமும் காலைல வேட்டிய துவைச்சு போட்டுட்டு, ஆளுங்களோட சேர்ந்து வாக்கிங் போவாரு. தோ இந்த ரோட்டுலதான்', முகம் கொள்ளா பெருமிதத்துடன் எதிர் சாலையைக் காட்டுகிறார்.

'தோ ரெண்டு கட்டடம் தள்ளிதான் திமுக கட்சி ஆபீஸ் இருந்துச்சு. அறிவகம். பிராமணங்க வீடு மாதிரி இருக்கும் பார்க்க. அப்ப அது ரொம்ப பழைய வீடு. அங்க இருந்துதான் 1968ல நம் நாடு எல்லாம் வந்துச்சு. அந்த வீட்டுல கம்பி கிரில் போட்டிருக்கும். நானதுக்குள்ள நுழைஞ்சு போய் விளாடிருக்கேன். கலைஞரு, மதியழகன், அன்பழகன் எல்லாம் அங்க தினமும் வந்து பேசிட்டு போறத வெளாண்டுட்டே பாத்துருக்கேன். என்ன அப்பலாம் அவுங்க யாரு என்னன்னு வெவரம் தெரியாது', என்று அடுக்குகிறார்.

‘கலைஞர்னா ரொம்ப இஷ்டம். விஜயா கார்டன்ல நடந்த ஒரு விழாவுல ஸ்டூல் போட்டு நான் மேடை ஏறினத பார்த்த கலைஞர், அவரும் அப்டி ஏற டிரை பண்ணினார். அவரை ஸ்டேஜுல கைப்பிடிச்சு தூக்கி விட்டிருக்கேன். இந்த கேமராவுல அவர படமெல்லாம் புடிச்சிருக்கேன்’, என்று தன்னிடமுள்ள பழைய கேமராக்களைக் காட்டுகிறார். மினோல்டா எஸ் ஆர் டி *303* கேமரா ஒன்றும், ஐரெஸ் சீகோஷா ரேப்பிட் கேமரா ஒன்றும் மேசை மேல் எடுத்து வைத்து, ‘அப்பா வாங்கி யூஸ் பண்ணதுங்க, அவர் ஞாபகமா வெச்சிருக்கேன்’, என்று சுட்டிக்காட்டினார். ‘ரெண்டும் ரொம்ப நல்ல கேமரா. ரொம்ப நாள் நானும் இதை எல்லாம் வெச்சுதான் படம் எடுத்திருக்கேன். இதுல அதிகமா நான் படம் எடுத்தது ராயபுரம் குட்சைங்க எரிஞ்சததான்.’

இப்போதுதான் ராயபுரம், காசிமேடு பகுதியில் பக்கா வீடுகள். முன்னெல்லாம் முழுக்க முழுக்க ஓலை வேயப்பட்ட குடிசைகள்தான். வெயில் காலத்தில் இவை திடீர் திடீரென பற்றிக்கொண்டு எரியும் என்று சொல்கிறார் டிகால் அண்ணன். ‘அப்புடி தீ புட்ச்சு எரியசொல்லோ என்னைத்தான் தேடினு வருவாங்கோ போலீஸ்ல. அத்த படம் புட்ச்சு புரூஃப் காட்டணும். அப்புடிதான் ஒரு தபா மார்னிங் *4* மணிக்கு எல்லாம் காசிமேடு குட்சைங்க புட்ச்சினு எரிஞ்சு போச்சு. என்னைக் கூட்டினு போனாங்க. போய் ஓடி ஓடி படமெல்லாம் எட்த்தேன். அக்கா தங்கச்சி ரெண்டு பேர் எரிஞ்சு போய் கரிக்கட்டையா கிடந்தாங்க. அப்டியே போலீஸ் ஜீப்புல என்னை கோட்டையாண்ட இருக்குற வார் மெமோரியலுக்கு கூட்டினு போனாங்க.’

‘அங்கதான் ஜெயலலிதாம்மாவ பாத்தேன். சம்பவம் நடந்தப்புறம் அங்க யார்லாம் வந்தாங்கன்னு என்னை கேட்டாங்க ஜெயலலிதாம்மா. அழகு ஐயாவும், மதுசூதனன் ஐயாவும் வந்தாங்கன்னு சொன்னேன். அப்ப அங்க இருந்த ஏ.ஈ. ஒருத்தர அழகு ஐயா கோவத்துல திட்டுனாரு, அதையும் சொன்னேன். அம்மா அவரைக் கூப்பிட்டு ஏன் இப்டி எல்லாம் பேசினீங்கன்னு சத்தம் போட்டாங்க. அவங்கள ஃபோட்டோ எடுக்க முயற்சி பண்ணேன். ‘நோ மிஸ்டர் ஃபோட்டோகிராஃபர், குளோஸ் அப் எல்லாம் எடுக்கவேண்டாம்’ அப்டின்னு சொன்னார். அங்க என்ன நடந்துச்சுன்னு அவங்ககிட்ட சொல்ல முடிஞ்சுது. குட் அப்டின்னு சொல்லினு போனாங்க. அதே நாள் அழகு ஐயாவை கட்சியில இருந்தும் நீக்கினாங்க. போல்டு லேடிங்க அவுங்க’, என்று மெய் சிலிர்க்கிறார். ஆனால் இப்படி குடிசைகள் எரிவதைப் பார்ப்பது

மனதுக்கு அத்தனை வலி தரக்கூடியது என்றும் பதிவு செய்கிறார். 'சில சமயமெல்லாம் பெட்டி படுக்கை எல்லாம் எரிஞ்சினு இருக்கும். அப்டியே தங்கம்கூட எரிஞ்சு கிடக்கும். கட்டை மாதிரி மனுசங்க எரிஞ்சி கிடக்குறத பாத்துனா எப்டி மனசு நிம்மதியா இருக்கும் சொல்லுங்க சிஸ்டர்? இப்பதான் நல்ல காங்கிரீட் வீடுங்க வந்து எல்லாம் மாறினு வர்து', என்று சந்தோஷத்துடன் சொல்கிறார்.

'அதென்ன டிகால் அப்டின்னு பேரு?' என்ற என் கேள்விக்கு சிரிக்கிறார். 'பேரு வெச்சு இன்னா காஸ்டு, இன்னா ரிலிஜினுன்னு நம்மள யாரும் கண்டுபிடிக்கக்கூடாதுன்னு அப்பா நினச்சுதான் இப்டி பேரு வெச்சிக்கிறாரு', என்று சொல்லி சிரிக்கிறார். 'முன்ன மாதிரி இப்பலாம் ஸ்டுடியோ பெருசா ஓடுறது இல்ல சிஸ்டர், உங்களுக்கு தெரியாதா? பையனுக்கு சொல்லிக் குடுத்துருக்கேன், ஆனா அவன் காலேஜ்ல படிக்கிறான். வேற வேலை கிடைச்சா அதை செய்யணும்தான். இதுலதான் இனி ஒண்ணும் வராது பாருங்க. என்னோட இந்த ஸ்டுடியோ போய்டும் சிஸ்டர். கடவுள் என்ன நினச்சிருக்காரோ, யார்க்கு தெர்யும், இன்னா சொல்றீங்க?', என்று குரல் கம்ம அவர் பேசுகையில் மௌனமாக கேட்டுக்கொள்ள மட்டுமே முடிந்தது.

அடுத்த வாரம் மரபு நடையின்போது திமுதிமுவென பெரும்கூட்டம் ஸ்டுடியோவுக்கு வெளியே சேர்ந்ததைப் பார்த்ததும் அண்ணனுக்கு அத்தனை மகிழ்ச்சி. நா தழுதழுக்க தன் கதையை, தான் கண்ட ராயபுரத்தையும், காசிமேட்டையும் அவர் என் மைக்கில் விவரிக்க, ஓரமாக நின்று வேடிக்கை பார்த்துக்கொண்டிருந்தேன். தோழி ரோடா அன்று மை சன் ஸ்டுடியோவில் எடுத்திருந்த கருப்பு வெள்ளை புகைப்படத்தை எடுத்து வந்திருந்தார். அதை அங்கு கூடி இருந்தவர்கள் பார்த்து மகிழ்ந்தார்களோ இல்லையோ, டிகால் அண்ணன் மீண்டும் மீண்டும் அதை தொட்டுப் பார்த்து மகிழ்ந்து போனார். எப்போதாவது அவரை அழைத்துப் பேசுவதுண்டு. 'நல்லார்க்கீங்களா சிஸ்டர்?' என்று வாஞ்சையுடன் விசாரணை செய்துகொள்வார்.

ஜூலை 13, 2020. லாக்டவுனில் ஊரே நொந்து கிடந்த நேரம். சிபிஎம் கட்சியின் வடசென்னை ஃபேஸ்புக் பக்க நண்பர்கள் வடசென்னை குறித்து உரை ஒன்றை நிகழ்த்தச் சொன்னார்கள். வழக்கமாகப் பேசும் எல்லா இடங்களுடன், மை சன் ஸ்டுடியோவின் கதையையும் சொல்லி இருந்தேன். பேசி முடித்த சுட்டியை டிகால் அண்ணனுக்கு வாட்சப்பில் அனுப்பி இருந்தேன்.

“Thank you for research statement speech. Very good again thank you ‘My Son Studio’ subject very thank you sister. I don’t forget you sister. Thank u sister u have free time welcome my studio sister”, என்று பதில் வந்தது. மீண்டும் மீண்டும் அந்தச் செய்தியை வாசித்து மகிழ்ந்து போனேன்.

அடுத்த நாள் அண்ணனிடமிருந்து அழைப்பு. மகிழ்வுடன் நன்றி சொன்னவர், தன் மனைவி என்னிடம் பேச விரும்புவதாகச் சொன்னார். ‘குடுங்கண்ணே’ என்ற என் ஒற்றை சொல் பதிலுக்கு கிட்டத்தட்ட பத்து நிமிடம் மூச்சுத் திணறப் பேசினார் அண்ணனின் மனைவி. அந்தக் குரலில் அத்தனை அன்பும் பரிவும். ‘இந்த கொரோனா எல்லாம் போன ஒட்னே எங்க வீட்டுக்கு நீங்க வரணும் சிஸ்டர், ஒரு வா சாப்டு போனீங்கன்னா சந்தோஷமா இருக்கும். எங்க ஹஸ்பண்ட் பத்தி ரொம்ப உயர்வா பேசியிருக்கீங்க... எப்புடி நன்றி சொல்ல?’ என்று மீண்டும் மீண்டும் சொல்லிக் கொண்டிருந்தார் அண்ணி. கொரோனா கட்டுக்குள் வந்ததும் ராயபுரம் செல்லவேண்டும், கட்டாயம் அண்ணனின் வீட்டுக்கு ஒரு விசிட் அடிக்கவேண்டும். வடசென்னை எனக்குத் தந்த சொந்தங்களில் டிகால் அண்ணனின் குடும்பத்துக்கு மிக முக்கிய இடமுண்டு.

•

15

பாலகிருஷ்ணானந்த பக்த ஜனசபை

பக்த ஜன சபைகள் மேல் எப்போதும் எனக்கு தனி பாசம் உண்டு. 2018ஆம் ஆண்டு ராதாகிருஷ்ணன் சாலையில் மரபு நடை ஏற்பாடு செய்யும்போது பாலசுப்ரமணிய பக்த ஜனசபை என்ற சபையை டிடிகே சாலையில் பார்த்ததுண்டு. அதன் பணிகளையும், அதனோடு தொடர்புடைய திரு.வி.க, கல்கி, பெரியார் என்று பலர் அங்கு வந்து சென்ற கதைகளையும் அங்கு தற்போது பொறுப்பாளராக இருக்கும் சண்முகசுந்தரம் ஐயா மூலம் தெரிந்து கொண்டேன். இந்த பக்த ஜன சபைகளுக்கு தமிழ்ச் சூழலில் அரசியல், ஆன்மிகம் என்று எவ்வளவு பெரிய இடம் உண்டு என்பதை ஓரளவுக்கு அனுமானித்ததால், ராயபுரம் முக்கிய சாலையில் 'பாலகிருஷ்ணானந்த பக்த ஜனசபை' என்ற பலகையை கண்டதும் வண்டி தானாக நின்றது.

பிரம்மாண்ட பழம் வீடு அது. அதன் முன் பகுதியில் சிறிய அறை ஒன்றுதான் பக்த ஜன சபை. நான் சென்ற நேரம் பூட்டப்பட்டிருந்தது. வீட்டுக்குள் தலையை மட்டும் நுழைத்து, 'சபை எப்ப திறப்பாங்க?' என்று கேட்டேன். 'சாயங்காலம் வாம்மா', என்று சொல்லிவிட்டு உள்ளே தலையை இழுத்துக் கொண்டார் பெண் ஒருவர்.

ஜூலை 6, 2019. இந்த முறை பக்த ஜன சபையில் யாரையாவது சந்தித்தே ஆகவேண்டும் என்ற எண்ணத்தில் காலை 11 மணிக்கே அங்கு ஆஜராகிவிட்டேன். இன்று சபையின் கதவு திறந்திருந்தது. உள்ளே பூசை பாத்திரங்களை எடுத்து துடைத்து வைத்துக் கொண்டிருந்த பெண்மணி என்ன வேண்டும் என்று கேட்டார். 'அக்கா, இந்த சபையைப்பத்தி தகவல் வேணும். எப்ப ஆரம்பிச்சது?

யார் ஆரம்பிச்சா... எல்லாம்', என்றேன். 'ரொம்பலாம் தெரியாது. எங்க தாத்தா காலத்துல ஆரம்பிச்சது, அப்பா எடுத்து செஞ்சார். இப்ப, நான் செய்றேன்', என்று சொல்லிவிட்டு, படத்தில் காய்ந்திருந்த மாலைகளை அப்புறப்படுத்திக் கொண்டிருந்தார்.

கண்களை சுழலவிட்டேன். சிறிய பத்துக்கு ஆறு அறைதான். சுவர் முழுக்க அழகிய தொல் தஞ்சை ஓவியங்கள். அதில் நடுநாயகமாக விட்டோபா என்ற பாண்டுரங்கனின் தஞ்சை ஓவியம். பழைய ஓவியம் வண்ணம் வெளிறிப்போயிருக்க, பளபளவென புதிய ஓவியம் ஒன்றும் இருந்தது. அதற்கு மேலே திருப்பதி பெருமாளின் தஞ்சை ஓவியம் ஒன்று கம்பீரமாக காட்சியளித்தது. குழலூதும் கிருஷ்ணர் ஓவியம், பொட்டு மாங்கல்யத்துடன் தோளில் கிளி ஏந்திய ஆண்டாள் ஓவியம், தரையில் வெண்கலத்தில் மூலவர் சிற்பங்களாக ஸ்ரீதேவி, பூதேவி சகிதமாக பெருமாள்.

பூரணகும்பம், தீர்த்தப் பாத்திரம், மணி என்று எல்லாமே பளபளவென ஒரு சிறு கோயில் வடிவில் இருந்தது பக்த ஜன சபை. வலதுபுற சுவற்றில் மத்தளம் ஒன்று உரையிடப்பட்டு சாய்த்து வைக்கப்பட்டிருந்தது. அந்த சுவற்றில் மத்தளம் இசைத்தபடி அமர்ந்திருந்த ஒரு முதியவரின் புகைப்படம் சட்டமிட்டு மாட்டப்பட்டிருந்தது. அதில் பி.எஸ். ஜெயராம ராமானுஜதாசர் என்ற பெயரும், அதை அடுத்து மற்றொரு புகைப்படத்தில் கையில் தம்புரா மீட்டியபடி அமர்ந்திருக்கும் ஸ்ரீமான் இராகவ ராமானுஜதாசர் என்ற பெயரும் தெளிவாகத் தெரிந்தன.

ராமானுஜதாசர் என்ற பெயர்தான் முதலில் என்னைக் கவர்ந்தது. வைதீக மதத்தில் சாதி இல்லை என்ற ராமானுஜரின் கருத்தால் ஈர்க்கப்பட்டவர்கள் பலர். அவர்களில் இடைநிலை சாதியினரும் ஒடுக்கப்பட்டோரும் உண்டு. வைணவனுக்கு சாதி இல்லை என்று கூறி இந்து மதத்தில் பெரும் மாற்றம் கொண்டு வர முனைந்தவர் ராமானுஜர். தனுர் தாசர் என்ற ஒடுக்கப்பட்ட சாதியைச் சேர்ந்த சீடர் ராமானுஜரிடம் சரணடைந்தார். யாரும் அறியாவண்ணம் இரவில் அவருக்கு அரங்கனின் கண்ணைக் காட்டினார் ராமானுஜர். அத்தாணி சேவகரான தனுர் தாசர் இரவில் மன்னனுக்குப் பாது காப்புப் பணியிலும், பகலில் ராமானுஜருக்கு தொண்டாற்றியும் வந்தார். பின்னாளில் முழுநேரமும் அரங்கனின் சேவையில் ராமானுஜருடன் இணைவதாக வாக்களித்தார். பகலிலும் இரவிலும் உறங்காமல் இம்மன்னனுக்கும், எம்மானுக்கும் பணிவிடை செய்துவந்த தனுர் தாசரை 'உறங்காவில்லிதாசர்' என்றே பெயரிட்டு

அழைத்தார் ராமானுஜர். அவரது இரு தோள்களிலும் சங்கு சக்கர திருமண் காப்பிட்டு தன் சீடராக ஏற்றுக்கொண்டார்.

வைணவர்களிடமிருந்து கடும் எதிர்ப்பு கிளம்பியது. ராமானுஜர் கொஞ்சமும் மனம் தளரவில்லை. அன்றாடம் காவிரிக்குக் குளிக்கச் செல்கையில் முதலியாண்டான், கூரத்தாழ்வான் ஆகிய சீடர்கள் தோளைப் பற்றி நடந்து செல்லும் ராமானுஜர், நீராடி திரும்புகையில் உறங்காவில்லிதாசரின் தோளைப் பற்றி நடந்து வருவது வாடிக்கையானது. வைணவ மதம் சாதி இல்லாதது என்று தன் வாழ்க்கையின் இறுதிவரை நிலைநிறுத்திச் சென்றார் ராமானுஜர். ஆனால் காலம் செல்லச்செல்ல சாதி மீண்டும் மதத்துடன் பின்னிப் பிணைந்து கொண்டது. 19ஆம் நூற்றாண்டின் இறுதியில் பக்த ஜனசபைகள் தோன்றின. கோயிலுக்குள் நுழையவும், தங்கள் சாமியைத் தொட்டுத் தூக்கவும் அனுமதி மறுக்கப்பட்ட ஒடுக்கப்பட்ட மக்கள் தங்களுக்கான கோயில்களை அமைக்கும் முயற்சியில் ஈடுபட்டார்கள்.

இந்த பக்த ஜனசபைகளில் உள்ள உற்சவர் சிற்பங்களுக்குக் கோயில் கருவறை சிற்பங்கள் போன்றே நீராடலும் அலங்காரமும் செய்கிறார்கள். தக்காண ஓவியங்களின் நீட்சியான தஞ்சை ஓவியங்கள் இந்தச் சபைகளில் அதிகம் இடம்பிடித்துள்ளன. கடவுளரின் ஆடை அணிகலன்கள் மைசூரு பாணியை ஒத்ததாக உள்ளது. ராமானுஜரின் சாதியற்ற மதத்தை ஏற்றுக்கொண்ட இந்த எளிய மக்கள் தங்களை தனுர்தாசர் அடியொற்றி வந்த ராமானுஜதாசர்களாக அடையாளப்படுத்திக் கொண்டார்கள்.

குடும்ப பாரம்பரிய வழிபாட்டு முறைகளைப் பின்பற்றுகிறார்கள். மார்கழி மாதம் முழுவதும் அதிகாலை பஜனை உண்டு. ஒவ்வொரு ஆண்டும் புரட்டாசியில் திருவிழாவும், உற்சவரையும், ஓவியங்களையும் ஊர்வலமாக எடுத்துச் செல்லும் வழக்கமும், தீமிதியும் உண்டு! ஆகம விதிகளுக்குக் கட்டுப்படாமல் தங்களுக்குப் பிடித்தமுறையில் தங்கள் கடவுளரை வணங்கும் எளிய மக்களின் குட்டிக் கோயில்கள் இந்த பக்த ஜனசபைகள்.

அந்தக் கோயிலின் பூசாரியாக தான் இருப்பதில் தனிச் சிறப்பு எதுவும் இருப்பதாக கீதாக்கா கருதவில்லை. 'எங்கப்பாதான் இங்க சாமி வேலை செஞ்சுட்டு இருந்தாரு, இப்ப நான் செய்றேன். இதுல பெருசா சொல்றதுக்கு ஒண்ணுமில்ல. அப்பா பஜனை எல்லாம் நல்லா பாடுவாரு. நான் தான் எதுவும் கத்துக்காம விட்டுட்டேன். அவரோட டோலு எல்லாம் அப்டியே இருக்கு பாருங்க.

நாங்க, எங்க பெரியப்பா, சித்தப்பா, மாமா, அத்தைங்க குடும்பம்னு எல்லாரும் சேர்ந்துதான் கைங்கரியம் எல்லாம் பண்றோம்.'

'சாமிக்கு செய்றது மட்டும் அப்பா செஞ்சதால எனக்கு குடுத்துருக்காங்க. நானும் என்னால முடிஞ்சத செய்றேன்', வியர்வை ஆறாக ஊற்றெடுத்து உடல் முழுக்க ஓட பணி செய்து கொண்டிருக்கிறார். 'நான் அடுத்த வாரம் ஒரு நாள் சாயங்காலம் இங்க கொஞ்சம் பேரை கூட்டிட்டு வரவாக்கா? சாமி பார்க்க?' என்று கேட்டதுதான் தாமதம், 'ஐயோ, அதுக்கென்ன, எத்தன பேரு வேணாலும் வாங்க. ஆனா சாயந்தரம் எனக்கு வேலை இருக்கும். வந்துட்டீங்க, கொஞ்சம் இருங்க, பொங்கல் சாப்டு போலாம்', என்று கையைப்பற்றிச் சொன்னார்.

அங்கேயே அமர்ந்துகொண்டேன். விட்டோபர் என்ற பாண்டுரங்கன் பெரும்பாலும் இங்கு அதிகம் வனங்கப்படுவ தில்லை என்பது என் அனுமானம். மராட்டிய மாநிலத்தில் விட்டலா வழிபாடு அதிகமுண்டு. விஷ்ணுவின் அவதாரமாக, கரிய வண்ண சிறுவனாக பாண்டுரங்கனை வழிபடுகிறார்கள். செங்கல் மேல் சிறுவன் ஏறி நிற்பதுபோல பெரும்பாலான பாண்டுரங்கன் ஓவியங்களும் சிற்பங்களும் உண்டு. சில இடங்களில் மனைவி ரகுமாயுடன் அவர் காட்சி தருவதுமுண்டு. 13ஆம் நூற்றாண்டு ஆட்சிபுரிந்த ஹொய்சாள மன்னன் விஷ்ணுவர்தனனால் கட்டப்பட்ட பந்தர்பூர் பாண்டுரங்கன் கோயில் உலகப் பிரசித்தம். அதன் மாதிரியாக இந்த பஜனை மடம் ஏற்படுத்தப்பட்டிருக்க வேண்டும். குழந்தை கிருஷ்ணனை வழிபடுவது பக்தியின் உச்சம் என்று நம்புபவர்கள் உண்டு - ஆலிலை கிருஷ்ணர், வெண்ணை கிருஷ்ணர், நவனீத கிருஷ்ணர், காளிய கிருஷ்ணர், பாண்டுரங்கன் என்று பல வடிவங்களில் இந்த வழிபாடு இன்றும் தொடர்கிறது.

புதிய பாண்டுரங்கன் ஓவியத்தில் கன்னத்தில் ஒரு மரு இருப்பதுபோலத் தெரிய, பழைய ஓவியத்தையும் உற்று நோக்கினேன். அதிலும் அதே இடத்தில் ஒரு மரு. 'அக்கா..சாமி கன்னத்துல அந்த மச்சம்... அது என்னக்கா?' என்று நான் கேட்க அவர் சிரித்தார். 'அதுவா? பழைய படத்தை காமிச்சு இதே மாதிரி வரைஞ்சு குடுக்கணும்னு கேட்டோம். வரைஞ்சவர் அப்படியே மருவோட வரைஞ்சு குடுத்துட்டார்' என்றார். சிரிப்பு இப்போது எனக்கும் தொற்றிக்கொண்டது. இந்த மச்சத்துக்குப்போய் இவ்வளவு ஆராய்ச்சி செய்கிறோமே என்று புன்னகைத்தபடியே கீதாக்காவின் மகள் தந்த பொங்கலை சாப்பிட்டுக் கைகழுவினேன்.

பக்த ஜன சபை கோயிலின் பெண் பூசாரி கீதா

கோயில் பூசாரியாக, பக்த ஜனசபையின் பூசாரியாக நான் முதன்முதலில் சந்தித்த பெண் கீதா அக்காதான். இருக்குமிடத்தில் தான் செய்துகொண்டிருப்பது ஒரு பெரும் சமூகப் புரட்சி என்பது அவருக்குத் தெரிந்திருப்பதாகத் தோன்றவில்லை. பெண்களைக் கோயிலுக்குள் அனுமதிப்பதற்கே இங்கு இன்னும் உச்சநீதிமன்ற ஆணையைக் கடைப்பிடிக்காத ஊருக்கு முன், தன் விட்டலரை தொட்டு, துடைத்து, பெருமாளை நீராட்டி அலங்கரிக்கும் கீதாக்கா உண்மையில் பெரும் புரட்சியைத்தான் ராயபுரத்தில் செய்து கொண்டிருக்கிறார். அவருக்குப் பின் அவரது மகள் அதைத் தொடர்வார் என்று நான் நம்புகிறேன். நமக்கான இடத்தைப் பெண்கள் கெஞ்சிக் கேட்டுப் பெறுவதை விட, அடித்துப் பிடுங்கி நினைத்ததை அமைதியாக செய்துகொண்டு போவது எவ்வளவு பெரிய விடுதலை!

•

16

அறிவகம்

ஜூலை 29, 2018. ராயபுரம் முன்னோட்ட பயணம். அதற்கு முன் பலமுறை திருவொற்றியூர் முக்கிய சாலையில் பயணித் திருந்தாலும், சந்தடி மிகுந்த திருமண மண்டபங்கள் பகுதியை நிதானித்துப் பார்த்தது இல்லை. கல்மண்டபம் பேருந்து நிறுத்தத்தைத் தாண்டியதும் வரிசையாக சாலையின் இடதுபுறம் மண்டபங்கள் உண்டு. எப்போதும் காதைப் பிளக்கும் இசை, நசநசவென கூட்டம் என்று இருப்பதாலோ என்னவோ அந்தக் கட்டடத்தை காணாமல் விட்டுவிட்டிருக்கிறேன். அது எவ்வளவு பெரிய தவறு என்று இன்றுதான் புரிந்தது.

ஜூலை 29 முகூர்த்த நாள் இல்லைபோல. சாலையில் மெதுவே வண்டி ஓட்டி வந்ததாலோ என்னவோ, இடதுபுறமிருந்த 'அறிவகம் திருமண மண்டபம்' கவனத்தை ஈர்த்தது. சாதிப் பெயரோ, குடும்பப் பெயரோ, இனிஷியல்களோ இல்லாத மண்டபங்கள் இன்று தமிழகத்தில் இல்லை எனலாம். 'அறிவகம்' என்ற பெயர் ஆச்சர்யம் என்றால், அடுத்த ஆச்சர்யம் மண்டபத்தின் முன்பக்க சுவரில் பெரியார், அண்ணா, கலைஞர் முகங்கள் அழகிய சுதை புடைப்பு களாகத் தெரிந்தன. வண்டியை நிறுத்திவிட்டு கீழிறங்கினேன்.

ஒரு முதிய வாட்ச்மேன் தெரிந்தார். அவரிடம் என்ன கேட்பது என்று தலையைச் சொறிந்துவிட்டு மெல்ல பேச்சுக் கொடுத்தேன். 'ஐயா இது?' 'நம்ப மண்டபம் அண்ணா இடம் வாங்கி கட்டுனதுன்னு சொல்லுவாங்க. வேற எதும் தெரியாது. நான் இங்க வேலதான் செய்றேன்', என்றுவிட்டு நகர்ந்து கொண்டார். வேறு யாரிடம்

அறிவகம் திருமண மண்டபம்

விசாரிப்பது என்று யோசித்தேன். திமுக என்ற மாபெரும் ஆலமரத்தின் விதை ஊன்றப்பட்டது ராயபுரத்தில்தான் என்பது முந்தைய ஆண்டின் மரபு நடை ஏற்பாட்டின்போது தெரிந்து கொண்டிருந்தேன். அறிவகம் என்ற அலுவலகம் அங்கு அமைக்கப் பட்டதும் மெலிதாக நினைவுக்கு வந்தது. இனி வீட்டில் சென்று தேடிக்கொள்ளலாம் என்று முடிவெடுத்துக் கொண்டேன். பெரியவரிடம் உள்ளே சென்று மண்டபத்தைப் பார்க்கலாமா என்று கேட்டேன். அனுமதித்தார். கண்ணாடிக் கதவுக்குள் குளிர் சாதன வசதியுடனான ஹால், டைல்ஸ், கிரில் போட்ட ஜன்னல்கள் என்று புத்தம் புதிதாக மின்னியது. 'ஐயா... எல்லாம் புதுசா இருக்கே?' என்ற என் கேள்விக்கு, 'ஆமா... அப்பப்ப புதுசா எதாவது மாத்திக்கிட்டே இருப்பாங்க', என்று ஒற்றை வரியில் முடித்துக் கொண்டார்.

அன்று இரவு வீட்டுக்கு வந்து சேர்ந்த பின் வலைதளங்களில் தேடத் தேட நிறைய தகவல்கள் கிடைத்தன. இன்று திருமண மண்டபமாகச் சுருங்கிவிட்ட திமுகவின் முன்னாள் செயல் அலுவலகம் அது! திராவிடர் கழகத்திலிருந்து உடைந்து திராவிட முன்னேற்றக் கழகத்தை அண்ணா தொடங்கியது ராயபுரம் ராபின்சன் பூங்காத் திடலில்தான். தங்கள் பணிகளை முன்னெடுத்துச் செய்ய அலுவலகம் ஒன்றின் தேவை ஏற்பட்டதை அண்ணா

உணர்ந்திருந்தார். அப்போது திராவிட முன்னேற்ற கழகத்தில் தீவிரமாகப் பணியாற்றி வந்த ராயபுரம் என்.இ. சம்பந்தம் அவர்களிடம் அலுவலகத்துக்கு இடம் அல்லது வீடு தேடும் பணியை அண்ணா ஒப்படைத்தார்.

ராயபுரம் பிரைட்டன் திரையரங்குக்கு எதிரே நான்கரை கிரவுண்டு நிலம் விற்பனைக்கு வந்ததை அறிந்த சம்பந்தம், அண்ணாவிடம் அந்த இடத்தை 25000 ரூபாய்க்கு கிரையம் செய்துவிடும்படி ஆலோசனை சொன்னார். அன்றைய காலகட்டத்தில் கையில் அவ்வளவு பணமில்லாத அண்ணா சற்றே தயங்கினார். அவருக்கு துணிச்சல் சொல்லி, பணம் திரட்டும் பணியை முன்னெடுத்துச் செய்தவர் நடிப்பிசைப் புலவர் கே.ஆர். ராமசாமி! அறிஞர் அண்ணாவின் செல்லப்பிள்ளை என்று அறியப்பட்ட நடிகரும் பாடகருமான கே.ஆர்.ஆர், கட்சிக்கு உதவ முன்வந்தார்.

கும்பகோணத்தை அடுத்த சிற்றூர் ஒன்றில் பிறந்து வளர்ந்த ராமசாமி, சிறுவயது முதலே இசை மேல் பெரும் காதல் கொண்டிருந்தார். கல்வி மேல் அத்தனை நாட்டமில்லாத காரணத்தால் இசைப் பயிற்சியில் ஈடுபட்டார். கோயில் வாசலில் பூக்கட்டி விற்ற குப்பம்மாளின் மகனான ராமசாமி, பின்னாளில் திராவிட கடவுள் மறுப்பு சித்தாந்தத்தை தீவிரமாக முன்னெடுத்தது பெரும் முரண்! 7 வயதில் மதுரை பாய்ஸ் நாடகக் கம்பெனியில் பணிக்கு சேர்ந்தார் ராமசாமி. ஸ்த்ரீ பார்ட், சின்னச் சின்ன வேடங்கள் என்று என்ன கிடைத்தாலும் மறுக்காமல் செய்தார். 1941ஆம் ஆண்டு குமாஸ்தாவின் பெண் படம் மூலம் நாடக உலகிலிருந்து சினிமாவுக்குள் அடியெடுத்து வைத்தார்.

அண்ணாவையும் பெரியாரையும் திராவிட சிந்தனையையும் கே.ஆர்.ஆர். உள்வாங்கியது இந்தக் காலகட்டத்தில்தான் என்று சொல்லப்படுகிறது. 1946ஆம் ஆண்டு அண்ணாவின் 'வேலைக்காரி' நாடகத்தை கே.ஆர்.ஆர் அரங்கேற்றினார். அதே ஆண்டு அந்த நாடகம் திரைப்படமாக்கப்பட்டபோது அதிலும் நடித்தார். அண்ணாவின் தீவிர சீடரானார். இருவரின் நட்பும் அதிகம் பேசப்பட்டது. 'நண்பர் கே.ஆர். ராமசாமி கலை உலகில் ஒரு கருவூலம். காசுக்காக மட்டுமே நடிக்காத ஒரு கடமை வீரர். நிலம் பிளந்து விழ நேர்ந்தாலும் நெஞ்சம் குலையாத ஒரு கொள்கைத் தங்கம். எனக்கும் அவருக்கும் ஏற்பட்டுள்ள அன்பும் பிணைப்பும் எளிதிலே அறுந்து விழக்கூடிய வைக்கோல் வடம் அல்ல. எப்போதுமே அறுந்து விடாத எஃகு கம்பி, என்னைப் பார்க்காமல் அவரோ, அவரைப் பார்க்காமல் நானோ இருக்க முடியாத ஒரு

நட்புச் சங்கிலி எங்களைப் பிணைத்திருக்கிறது', என்று நண்பர் குறித்துப் பேசினார் அண்ணா.

கே.ஆர்.ஆரின் இந்த நட்புதான் அண்ணாவுக்கு திமுக தொடங்கிய காலத்தில் பெரிதும் கை கொடுத்தது. கட்சிக்கான நிதியை தமிழகம் முழுக்க நாடகங்கள் நடத்தி பெற்றுத் தந்தவர் கே.ஆர்.ஆர். அவர் நடிப்பதற்காவே வேலைக்காரி, ஓர் இரவு நாடகங்களை அண்ணா எழுதினார் என்று சொல்வோருண்டு. இந்த ஓர் இரவு நாடகம் தஞ்சையில் நடப்பதாக விளம்பரம் செய்யப்பட்டபோது, சுவரொட்டிகளில் கதை, உரையாடல் - 'அறிஞர் அண்ணா' என்று அறிஞர் பட்டத்தை முதலில் கே.ஆர்.ஆர். அண்ணாவுக்கு சூட்டினார். புராணக் கதைகள் பேசி வந்த நாடக உலகம் பகுத்தறிவு, சமூகச் சிக்கல்களை பேசத் தொடங்கியது கே.ஆர்.ஆர் - அண்ணா ஜோடியின் முனைப்பால்தான். சினிமா நாடக நடிகர்கள் அரசியலில் கோலோச்ச முதல் பாதை அமைத்துத் தந்த முன்னோடி கே.ஆர்.ஆர் தான். அவரது பாதையை அடியொற்றியே எம்.ஜி.ஆரும் பிற நடிகர்களும் திராவிட அரசியலை முன்னெடுத்து வெற்றி கண்டார்கள்.

ராயபுரத்தில் கட்சிக்கு இடம் வாங்க பெருமளவில் உதவியவர் கே.ஆர்.ஆர். இடம் வாங்கி, 1951ஆம் ஆண்டு அலுவலகம் கட்டியபிறகு அதைத் திறந்து வைக்கப் போவது யார் என்ற கேள்விக்கு, அண்ணா சுட்டிக்காட்டிய நபர் வி.எம்.ஜான்! கன்னியாகுமரி மாவட்டம் இரணியலை அடுத்த ஓடுபொறை கிராமத்தைச் சேர்ந்தவர் வி.எம்.ஜான். நெய்யூர் மிஷன் மருத்துவமனையில் நர்சிங் சூப்பிரண்டாகப் பணியாற்றியவர் ஜானின் தாய் முத்தாபரணம் மாசிலாமணி. தாயின் அடியொற்றி செவிலியர் பணியைத் தேர்ந்தெடுத்தார் ஜான். அரசுப் பணி கிடைத்து கோட்டயம் மருத்துவக் கல்லூரி மருத்துவமனை, கோட்டாறு அரசு மருத்துவமனை என்று அரசு மருத்துவமனைகளில் பணியாற்றினார்.

கோட்டாறு மருத்துவமனையில் பணியாற்றி வந்தபோது அரசியலில் ஈடுபாடு ஏற்பட்டது. திமுக தனி இயக்கமாக உருவெடுத்த பின் அதன் தூணாக குமரி மாவட்டப் பகுதிகளில் களப்பணியாற்றி வந்தார் ஜான். அவரது ஈடுபாட்டை அறிந்த அண்ணா, அவரை குமரி மாவட்ட திமுக செயலாளராக நியமித்தார். எந்த அரசியல் பின்புலமும் இல்லாத, அரசியலில் புதுவரவும், சிறுபான்மை இனத்தவரும், ஒடுக்கப்பட்ட சாதியைச் சேர்ந்த ஜானை மாவட்ட செயலாளர் பதவிக்கு நியமித்ததில், திமுக

யாருக்கான அரசியலைச் செய்துவருகிறது என்று அண்ணா தெளிவாக்கினார்.

1951ஆம் ஆண்டு டிசம்பர் 2 அன்று மாலை 6 மணிக்கு எண் 24, சூரியநாராயண செட்டி தெருவில் அமைந்த திமுக மாளிகையை நாகர்கோயில் வி.எம்.ஜான் திறந்து வைப்பார் என்று திராவிட நாடு இதழில் அறிவித்தார் அண்ணா! திமுக மாளிகையை திறந்து வைத்த ஜான், பின்னாளில் என்ன காரணத்தாலோ கட்சியை விட்டு விலக நேர்ந்தது. சி.பா. ஆதித்தனார் 'நாம் தமிழர்' கட்சியைத் தொடங்கும் போது அதில் இணைந்தார் ஜான். கன்னியாகுமரி மாவட்டத்தில் நாம் தமிழர் கட்சி செயலாளராகவும் நியமிக்கப்பட்டார். அந்தக் கட்சிப் பணிகளில் ஈடுபட்டவர், இந்தி எதிர்ப்புப் போராட்டத்தில் ஈடுபட்டு ஆறு மாதம் சிறை சென்றார். அதன் பின் அண்ணா எவ்வளவு முயன்றும் ஜானை மீண்டும் திமுகவுக்குள் கொண்டுவர முடியவில்லை.

இப்படி கே.ஆர்.ஆர், வி.எம்.ஜான், என்.இ.சம்பந்தம் போன்ற மிக எளிய நபர்களின் துணையுடன்தான் திமுக என்ற இயக்கத்தை அண்ணா கட்டியெழுப்பினார்.

'சம்பந்தமும், சிவஞானமும் அறிவகத்தின் வாயிலின் இருபுறமும் நிற்பது துவாரபாலகர்கள் நிற்பதுபோல இருக்கும், அவர்களைத் தாண்டித்தான் யாரும் உள்ளே நுழைய முடியும். ஒருவர் கருப்பு, இன்னொருவர் சிவப்பு, அவ்வளவே', என்று கலைஞர் சம்பந்தம்பற்றி பேசியிருக்கிறார். சம்பந்தத்தின் மகனுக்கு வீரமணி என்று அண்ணா பெயரிட்டார்; வீரமணிக்கு மகன் பிறந்தபோது அவனுக்கு தயாநிதி என்று பெயரிட்டு மகிழ்ந்தவர் கலைஞர். ஆக, இயக்கம் என்பது காலம் காலமாக குடும்பங்களுக்கு இடையேயான சங்கிலியாக இணைத்துச் செல்கிறது.

இந்த அறிவகக் கட்டடத்தில்தான் திமுகவின் முதல் மாநில மாநாடு டிசம்பர் 12-15, 1951ஆம் ஆண்டு நடைபெற்றது. மாநில மாநாட்டுக்கு பத்து நாள்களுக்கு முன் கட்டடம் திறந்துவைக்கப் பட்டது. தலைமைச் செயலாளராக அண்ணா மாநில மாநாட்டை நடத்தினார். திமுகவின் இதழாக ஒன்றைத் தொடங்கவேண்டும் என்ற ஆவலில் 1953ஆம் ஆண்டு 'நம் நாடு' இதழை அறிவகத்திலிருந்தே அண்ணா தொடங்கினார்.

இந்தி எதிர்ப்புப் போராட்டத்தின் தாய் மடி அறிவகம் எனலாம். 1963ஆம் ஆண்டு ஜூலை 15 அன்று இந்தி எதிர்ப்புக் கமிட்டிக் கூட்டம் முதல்முறையாக இங்குதான் கூடியது. தமிழகத்தின் பல

மாவட்டங்களுக்குச் சென்று பிரச்சாரம் செய்ய திட்டமும், அதற்கென தனிக்குழுவும் இந்தக் கூட்டத்தில் அமைக்கப்பட்டது. இந்தி எதிர்ப்புக் கூட்டங்கள், நாடகங்கள், கலைநிகழ்ச்சிகள், போஸ்டர்கள், பிட்நோட்டீசுகள் ஒருபுறமென்றால், இந்தி எதிர்ப்பு மாநாடுகள் தமிழகத்தின் முக்கிய நகரங்களான சேலம், தஞ்சை, திருநெல்வேலி, சென்னை ஆகியவற்றில் வெற்றிகரமாக நடத்தப் பட்டன.

13 அக்டோபர்1963 அன்று போராட்டத்தின் முக்கிய நிகழ்வாக அறிவகத்திலிருந்து மாபெரும் இந்தி எதிர்ப்புப் பேரணி தொடங்கியது. ஆயிரக்கணக்கான திமுக தொண்டர்கள் பங்கேற்ற இந்தப் பேரணியை முன்னின்று சி.என். அண்ணாதுரை, கலைஞர், பேராசிரியர் அன்பழகன், என்.வி. நடராஜன் ஆகியோர் வழி நடத்தினார்கள். இந்தி அரக்கிபோல வேடமணிந்த தொண்டர்கள் தங்கள் கைகளில் மறைமலையடிகள், திரு.விக, சோமசுந்தரபாரதி படங்களை ஏந்தியபடி கோஷமிட்டுச் சென்றார்கள். இந்தப் பேரணி மாபெரும் வெற்றிபெற்றது. ஆயிரக்கணக்கானவர்கள் கைதானார்கள். இந்தித் திணிப்பை தற்காலிகமாக நிறுத்தி வைத்தது அரசு.

ஒரு கட்டத்துக்குமேல் இடப்பற்றாக்குறை காரணமாக பெரிய இடம் தேடவேண்டிய சூழல் திமுகவுக்கு ஏற்பட்டது. தேனாம்பேட்டையிலுள்ள அன்பகத்துக்கு ஜுன் 15, 1964 அன்று இடம் மாறியது. அங்கும் அதே இடப்பற்றாக்குறை சிக்கல் எழ, இன்று திமுகவின் தலைமை இயங்கும் அறிவாலயத்துக்கு மாற்றப்பட்டது. அறிவகம் திருமண மண்டபமாக உருமாறியது. இன்று ராயபுரம் பகுதியில் நடக்கும் அரசியல் கூட்டங்களுக்கும், திருமணங்களுக்கும் அதிகம் நாடப்படும் மண்டபமாக நிற்கிறது அறிவகம். அதன் வாயில் காப்பாளர்கூட அதன் நெடிய, சாமான்ய மக்களால் எழுப்பப்பட்ட வரலாற்றை மறந்துபோயிருக்கிறார். இன்று குடும்பக் கட்சி என்று பெரும் விமர்சனம் வைக்கப்படும் திமுக ஒரு காலத்தில் மிகச் சாதாரணர்களின் கட்சியாக, அவர்களின் உழைப்பில் வளர்ந்தே இந்த பிரம்மாண்டத்தை அடைந்தது என்பதை நிரூபிக்கும் மௌன சாட்சியாக நின்று கொண்டிருக்கிறது அறிவகம் 'திருமண மண்டபம்.'

•

17

பிரைட்டன் தியேட்டர்

‘இந்த ஊருல லேடீசுங்கோ எல்லாம் ரொம்ப சாதாரணமானவங்க. அவுங்க வீட்டு ஆம்பளைங்க பொதுவா ஹார்பர்ல எதனா வேலை பாப்பாங்க. இவுங்க வீட்டுக்காரர வேலைக்கு அனுப்பிகினு சினிமாவுக்கு போவாங்க. சாயங்காலம் வீட்டுக்காரரு வேலைலேந்து வராங்காட்டி இவுங்க வீட்டுக்கு ரிட்டர்ன் ஆயிர்வாங்க. பிரைட்டன்தான் அப்போ பெர்ய தேட்டரு. அப்பலாம் அங்க 12 மணி ஆட்டம்தான் லேடீஸ் பொதுவா போறது.’

‘1970கள்ல திடீர் நகர், காசி மாநகர், சிங்காரவேலர் நகர் இந்த பக்கம் எல்லாம் குட்சைங்கதான். மதியம் வெய்யில் மண்டைய பொளக்கும். அப்பதான் திடீர் திடீர்னு குட்சைங்கோ நெருப்பு புட்ச்சிக்கும். 2 மணி, 3 மணிக்கு தேட்டர்ல படம் ஓடினு இருக்கசொல்லொ சிலைடு போடுவாங்கோ. திடீர் நகரு பத்தினு எரியுது, காசிமாநகர்ல இந்த தெரு எரியுதுன்னு. ஐயோன்னு அலறி அடிச்சுனு லேடீசுங்கோ தேட்டர்லேர்ந்து மார்ல அடிச்சுனே அழுதுனு ஓடுறத பார்த்திருக்கேன் சிஸ்டர். பாவமா இருக்கும். ரொம்ப காலமா இந்த தேட்டர் ராயபுரம் காசிமேடு ஆளுங்களுக்கு ஒரே டைம்பாஸ்’, - இப்படி டிகால் அண்ணன்தான் பிரைட்டன் தேட்டரை... ஸாரி, தியேட்டரைப்பற்றி முதன்முதலில் எனக்குத் தகவல் தந்தது.

அவர் கடையைவிட்டு வெளியேறி நேரே பிரைட்டனுக்கு எதிரே சென்று நின்று நோட்டம் விட்டேன். பிரைட்டன் என்ற பெயர் மாறி இப்போது ‘ஐ டிரீம் சினிமாஸ்’ என்று கண்ணாடிக் கட்டடமாக

பழைய பிரைட்டன் தியேட்டர் பெயர் மாறி இப்போது ‘ஐ டிரீம் சினிமாஸ்’

பளபளத்தது. பழைய திரையரங்கின் எந்த எச்சமும் இப்போது அங்கு இல்லை. அதைப்பற்றி எங்கு யாரிடம் தகவல் சேகரிப்பது என்று சிந்தித்துக்கொண்டே வீடு வந்து சேர்ந்தேன். மீண்டும் மீண்டும் ராயபுரம் பயணங்களில் தியேட்டர்பற்றிய விசாரணைகள், ‘ரொம்ப வருசமா இருக்கு, நாங்க அங்கதான் படம் பார்க்க போவோம்’ என்பதுடன் முடிந்து போயின. வலைத்தளங்களில் தேடியதில் ஒவ்வொன்றிலும் ஒரு செய்தி இன்னும் குழப்பியது.

‘நாட்டின் முதல் XD 20 பீட்டா வெர்ஷன் டிடிஎஸ் டெக்னாலஜி கொண்ட தியேட்டர்’ என்று புதிய ஐ டிரீம் சினிமாஸை செய்தித்தாள் செய்தி அறிமுகம் செய்துவைக்கிறது. இன்னொரு பிளாக் ஒற்றைவாடை சினிமா அரங்கத்துக்குப் பின் சென்னையில் கட்டப்பட்ட தியேட்டர் அது என்றும் காணக் கிடைத்தது. 1930களின் வாக்கில் திரையரங்கம் கட்டப்பட்டதாக ராயபுரம், காசிமேடு வாசிகள் சொல்கிறார்கள். 620 இருக்கைகள், மூன்று வகுப்புகள் கொண்ட பிரம்மாண்ட தியேட்டராய் இன்று நிற்கும் பிரைட்டனைத் தேடி சென்னையின் பல பகுதிகளில் இருந்து டிராம்கள் மூலம் சினிமா பார்க்க மக்கள் வந்துள்ளனர். தென் சென்னைப் பகுதியிலிருந்து பாரிமுனைவரை டிராமும் அதற்கு அப்பால் நடைபயணமுமாக இளைஞர்கள் படம் பார்த்துள்ளதாகச் சொல்கிறார்கள்.

1970கள், 80களில் பிரைட்டனில் ஜேம்ஸ் பாண்டு படங்கள்தான் அதிகம் இடம் பெறும், அப்போது திரையரங்கம் முழுக்க ஆங்கிலோ இந்திய மக்கள் கூட்டம் அதிகம் இருக்கும் என்றும் சொல்கிறார்கள். 'பிரைட்டன்' என்ற பெயர் எப்படி வந்தது என்று நதிமூலம் தேடிப் பார்த்தால், இங்கிலாந்தில் கடற்கரை நகரம் ஒன்று இதே பெயரில் ராயபுரம், காசிமேடு போலவே காட்சி தருகிறது. அனேகமாக பிரைட்டன் என்ற பெயர் ஆங்கிலேயர்கள் மூலம் திரையரங்க உரிமையாளர் அறிந்திருக்கலாம். வண்ணாரப்பேட்டை, தண்டையார்பேட்டை, ராயபுரம், காசிமேடு என்று வடசென்னை பகுதிகளில் மக்களுக்கு பிரைட்டன் பெரும் கொடைதான். பிரைட்டனின் உரிமையாளராக இருந்த ராமையா என்பவரிடம் இருந்து அவரது மகள்கள் மூவர் கைக்கு அரங்கம் வந்தது. அதன் பின் ஐ டிரீம் சினிமாஸ் அரங்கை வாங்கிவிட்டது.

சோஃபா போன்ற இருக்கைகள், தொங்கு விளக்குகள் என்று திரையரங்கம் ஒரு குட்டி சொர்க்கமாக முன்னொரு காலம் இருந்ததை அக்கம்பக்கத்து ஆள்கள் விவரிக்கிறார்கள். 1947ஆம் ஆண்டு ஹரிதாஸ் படம் இங்கு வெளியாகி, 138 வாரங்கள் ஓடியுள்ளது! கிட்டத்தட்ட 3 ஆண்டுகள், ஒரே ஸ்கிரீன் கொண்ட இத்தனை பிரம்மாண்ட அரங்கில் திரையிடப்பட்டது என்பதே பெரும் ஆச்சர்யம்தான். ஆங்கிலோ இந்தியர்கள் இந்த அரங்கை 'ஹாலிவுட் ஷோகேஸ்' என்றே அழைத்திருக்கிறார்கள். மான்ட்காமரி கிளிஃப்ட், கிளின்ட் ஈஸ்ட்வுட், எலிசபெத் டெய்லர், ஜேம்ஸ் டீன் என்று தங்கள் விருப்ப ஹாலிவுட் நடிக நடிகையரை வெள்ளித் திரையில் கண்டு பெரும் கூட்டம் ஒரு காலத்தில் ரசித்துள்ளது. கிடைத்த தகவல்களைக் கொண்டு மரபு நடையில் தியேட்டர் குறித்து சொல்லலாம் என்று முடிவெடுத்தேன்.

ஆகஸ்ட் 31, 2019. மாலை குறித்த நேரத்துக்கு சற்று முன் மரபு நடை தொடங்க காசிமேடு பீச்சுக்கு வந்து சேர்ந்தேன். தொடக்கப் புள்ளி அதுதான் என்று முடிவெடுத்திருந்தேன். வழக்கம்போல தெரிந்த அன்பொழுகும் முகங்கள். 'நல்லா இருக்கீங்களா சார்?' 'நல்லா இருக்கீங்களா மேடம்?' என்ற பரஸ்பர விசாரணைகள். சையது இக்பால் சார், ரோடா, அவர் கணவர், மகன், போனா, பிரதீப் பீமன், சித்ரா, மைத்ரேயி, அருள்நம்பி அண்ணா என்று தெரிந்த முகங்களைக் கண்டதும் எல்லோரையும் விசாரித்தாகிவிட்டது. வரிசையாக பைக்குகளில் ஒவ்வொரு இடமாகச் சுற்றி, 7.30 மணிக்கு பிரைட்டன் தியேட்டர் வாசலில் வந்து நிற்பதற்குள் அனைவரும் ஓய்ந்து போயிருந்தோம்.

பிரைட்டன்பற்றி நான் அறிந்த தகவல்களைச் சொன்னதும், கூட்டத்தில் சலசலப்பு. 'நாங்க காலேஜ் படிக்கும்போதெல்லாம் இங்கதான் அடிக்கடி படம் பார்க்க வருவோம்', சையது சார்தான் முன்னால் வந்தார். 'இந்த ஏரியா முழுக்க ஆங்கிலோ இந்தியன்ஸ்தான் சிஸ்டர். பார்க்க கலரா, அழகழகா ஸ்கர்ட், பேன்ட்ஸ் எல்லாம் போட்டுட்டு படம் பார்க்க வருவாங்க. கூடவே பையங்களும் வருவாங்க. அந்த லைட், இருட்டு, படம் எல்லாம் எதோ பார்க்க ஃபாரின் கன்ட்ரீ மாதிரிதான் இருக்கும். இந்த ஏரியா ஃபுல்லா அவுங்கதான் சிஸ்டர். கிறிஸ்மஸ் டைம் எல்லாம் பார்க்கணுமே. வீட்டு வாசல்ல கிட்டார் வெச்சுக்கிட்டு பசங்களும் பொண்ணுங்களும் பாடிக்கிட்டு, கலர் லைட்டுங்களோட... அந்த ராயபுரமே வேற சிஸ்டர்', என்றவர், அவர் இளம் வயதில் கேட்ட ஆங்கிலப் பாடல் ஒன்றைப் பாடிக்காட்ட, மொத்த பகுதியும் எங்களை வினோதமாக வேடிக்கை பார்த்தது. அவர் விவரணையைக் கேட்டு நான் இங்கிலாந்தின் பிரைட்டன் நகரைத்தான் மனக்கண்ணில் பார்த்தேன்.

சையது இக்பால் சாரை கடந்த மூன்று ஆண்டுகளாகத் தெரியும். ராயபுரம்தான் வீடு. டைம்ஸ் ஆஃப் இந்தியா மரபுநடையில்தான் அவரை முதன்முதலில் சந்தித்தேன். அதன் பின் என் மரபு நடைகள் எங்கு நடந்தாலும், ஃபேஸ்புக்கில் தகவல் தெரிந்துகொண்டு தொடர்பு கொண்டுவிடுவார். 'சிஸ்டர், நான் கரெக்டா டைமுக்கு வந்துருவேன்', என்று தகவல் முன் கூட்டியே சொல்லிவிடுவார். ஒவ்வொரு இடம்பற்றி விளக்கும்போதும் அமைதியாக கேட்டுக் கொள்வார்; அவ்வப்போது சந்தேகங்கள் கேட்பார். என்ன விமர்சனம் இருந்தாலும் தனியே அழைத்து, 'சிஸ்டர் இதை அப்படி சொல்லி இருக்கலாமே, இந்தக் காரணத்தால்கூட அப்படி இருக்கலாம் இல்லையா?' என்று மெனக்கிட்டு தகவல் தருவார். சாதி, மத பேதமில்லாமல் பழகும் இனிமை அவரிடம் கண்டு அதிசயித்திருக்கிறேன்.

சி.ஏ.ஏ போராட்டக் களத்தில் அவரை நேரில் கண்டு அசந்திருக்கிறேன். பொறுமைசாலி, அதே சமயம் போராட்ட குணம் நிறைந்தவர். திடீரென இந்த ஆண்டு ஜூலை 12 அன்று கொரோனா நோய்த் தொற்றால் சையது சார் இறந்துவிட்டார் என்ற நிலைத்தகவலை அவரது ஃபேஸ்புக் பக்கத்தில் பார்த்து அதிர்ந்து போனேன். அவர் இந்திய தவ்ஹீத் ஜமாஅத்தின் பொதுச் செயலாளர் என்பதும் அவரது மரணத்துக்குப் பின்பே எனக்குத் தெரியும்.

என்னுடன் மரபு நடையில் திரு. சையது இக்பால்

வழக்கமாக மரபு நடைக்கு சிலர் வருவார்கள், போவார்கள். என்னுடன் நட்பிலும் அதேபோல சிலர் வருவதும், போவதுமுண்டு; பயணிகள் போல. ஆனால் சிலர் அப்படி அல்ல, நங்கூரம் பாய்ச்சி மனதில் ஆணித்தரமாக உட்கார்ந்து விடுவதுண்டு. சையது சார் அப்படித்தான். அரசியல், சமூகப் பணி என்று அவ்வப்போது அவருடன் மொபைலில் பேசியதுண்டு என்பதால் அவரது எண்ணை இன்னும் அழிக்காமல் வைத்திருக்கிறேன்.

என்னுடன் மரபு நடை வந்த நண்பர்களில் முதல் மரணம், பிரிவு சையது சாருடையது. எதையோ இழந்த வெறுமை இருக்கிறது. என் மரபு நடைகளை நேசிப்பதுபோல, அதில் பங்கு பெறும் நண்பர்களையும் நேசிக்கிறேன். வெறும் 'ஆடியன்ஸ்' என்று அவர்களைத் தள்ளி வைத்துப் பார்க்காமல் உண்மையில் நட்பு பாராட்டுவதால் இதுபோன்ற இழப்புகள் நம்மை நிலைகுலையச் செய்கின்றன. 'சிஸ்டர்' என்ற குரல் இனி எங்கு கேட்டாலும், அது சையது சாரின் குரலாக இருக்காதா என்றுதான் மனம் தேடும். போய் வாருங்கள் சையது சார். பிரைட்டனைக் கடக்கும்போதெல்லாம், அதன் முன் தன் இளம் பருவத்து மின்னல்களை கண்கள் மினுங்க பேசிய உங்கள் நினைவு நிழலாடும். பேரன்பு.

•

18

மணியக்காரர் சத்திரம்

ராயபுரம் பகுதியில் மரபு நடைக்கான ஆய்வு தொடங்கும்முன்பே ஒருமுறை மணியக்காரர் சத்திரத்தை தொலைவிலிருந்து பார்த்திருக்கிறேன். அருகேயுள்ள ராக்ஸ் சிமெட்ரிக்கு தோழி ரேஷ்மாவுடன் சென்றபோது இதன் பழைய தோரணவாயிலைக் கண்டதுண்டு. முக்கிய நுழைவாயிலில் கருப்பு பெயின்டில் வெள்ளை எழுத்துகளாக 'மணியக்காரர் சத்திரம், நிறுவிய ஆண்டு:1782' என்பது சோகையாகத் தெரிந்தது. அடுத்தமுறை அந்தப் பக்கம் செல்லும் போது சத்திரத்தை எப்படியும் பார்த்து விடுவது என்று முடிவெடுத்துக்கொண்டேன்.

ஜூலை 21, 2018. காலை 11 மணிக்கு சத்திரத்தின் முன் வண்டியில் ஆஜரானேன். வாசலில் இருந்த காவலர் வெளியே வண்டியை நிறுத்தி ஸ்டான்ட் போட்டுக்கொண்டிருந்த என்னை அழைத்தார். 'ம்மா... வண்டிய ஏன் வெளிய நிறுத்துற? இங்கதான? உள்ள விடு.' வட சென்னைப் பகுதிகளில் 'பாப்பா, மா' என்ற அன்பு விளி அதிகமுண்டு. வாங்க போங்க என்ற பாவ்லா மரியாதை கொஞ்சமும் கிடையாது. உள்ளத்திலிருந்து வரும் மா, பாப்பா, இன்னா என்பதை அவர்களின் அதீத அன்பும், நம்முடைய பெண் என்ற உரிமையுமாகவே பார்க்கிறேன். வண்டியை பார்க் செய்துவிட்டு, 'ஆபீஸ் எங்க ஐயா?' என்று கேட்க உள்ளே கைகாட்டினார்.

இடதுபுறம் சிறிய மேடை ஒன்று சிதிலமாகிக் கிடந்தது. அதன் மேலமர்ந்து சில பெண்கள் தென்னை ஈர்க்குகளை சீவி விளக்குமாறு கட்டிக்கொண்டிருந்தார்கள். அதில் ஓர் அக்கா தலை கொள்ளாத

மணியக்காரர் சத்திரம்

கனகாம்பரம் சூடியிருந்தார். அவர்களைப் பார்த்து புன்னகைத்த வாறே, அலுவலகம் என்று சுட்டிக்காட்டப்பட்ட கட்டடத்தின் முன் சென்று நின்றேன். வாயிலின் வலதுபுறம் பலகை ஒன்றில் 'மணியக்காரர் மற்றும் வெங்கடகிரி மன்னர் சத்திரங்கள், முதியோர் அனாதை இல்லம், 1782', என்று எழுதப்பட்டிருந்தது. அதன் கீழ் 'இன்று நான் நாளை நீ' என்ற வாசகம் பெயின்டில் எழுதப் பட்டிருந்தது. கொஞ்சம் திக்கென தோன்றினாலும், நாம் எந்த இடத்தில் இருக்கிறோம் என்ற தெளிவை நமக்குத் தரவேண்டும் என்று அப்படி எழுதியிருக்கிறார்கள் என்று எனக்கு நானே சமாதானம் சொல்லிக்கொண்டேன்.

பலகைக்கு மேலே கான்கிரீட் பெயர்ந்து கம்பிகள் வெளியே நீட்டிக் கொண்டிருந்தன. இப்போதிருக்கும் இந்தக் கட்டடம் எப்படியும் இருபது முப்பது ஆண்டுகளுக்கு முன் கட்டப்பட்டிருக்கவேண்டும்; கட்டுமானம் அத்தனை சிறப்பாக இல்லை என்பது பார்த்த மாத்திரத்தில் புரிந்தது. அலுவலக அறையில் யாரையும் காணவில்லை. சார், மேடம் என்ற என் தொடர் குரலுக்கு பெரியவர் ஒருவர் எட்டிப் பார்த்தார். 'பவானியம்மா வருவாங்க, வெயிட் பண்ணுங்க', என்றார். சரி என்று அமைதியாக மேசைக்கு எதிரே அமர்ந்துகொண்டேன். முதியவர்கள் வருவதும், எட்டிப் பார்ப்பதும் போவதுமாக இருந்தார்கள்.

சற்று நேரத்தில் பவானியம்மா வந்து சேர்ந்தார். இங்கு அவர்தான் பொறுப்பாளர். ‘உங்க கிட்ட கொஞ்சம் பேசணும். இந்த இடம் பத்தி, இங்க இருக்குறவங்க பத்தி’, என்ற என் வேண்டுகோளை முன்வைத்ததும், ‘ஓர் இன்ஸ்பெக்‌ஷன் இருக்கு. கொஞ்சம் வேலையும்மா. நாந்தான் இங்க எல்லாத்தையும் பார்க்கணும். கொஞ்சம் வெயிட் பண்றீங்களா?’, என்று அவர் கேட்க, ‘நீங்க அலவ் பண்ணினா நான் கொஞ்சம் உள்ள எல்லாம் பார்த்துட்டு வரட்டுமா?’, என்று கேட்டேன். ‘தாராளமா போங்க, உள்ள கிச்சன்ல சமையல் நடந்துட்டு இருக்கும், போய் அதையும் பாருங்க’, என்று அனுமதித்துவிட்டு வெளியேறினார்.

மெல்ல நடந்து அந்தக் கட்டடத்தை பார்வையிட்டேன். வரிசையாக அறைகள். அவற்றுக்குள் கட்டில்களில் உறங்கிக்கொண்டும், பேசிக்கொண்டும் முதியவர்கள். வெளியே வராந்தாவில் தலை சீவியபடி பேசிக்கொண்டிருந்த பெண்கள். கட்டடம் பழையதுதான் என்றாலும், அறைகளில் சுத்தம் பளிச்சிட்டது. ஒரு முதிய பெண்மணி பெருக்கி சுத்தம் செய்துகொண்டிருந்தார். அங்கிருந்து வெளியேறி அடுத்த கட்டடத்தைப் பார்த்தேன். பழைய கட்டடம் என்று பார்வைக்குப் புரிந்தது. 1994ஆம் ஆண்டு 70000 ரூபாய் செலவில் ஸ்ரீ பானஸ்கந்தா ஜெயின் அசோசியேஷன் (மதராஸ்) அமைப்பு இந்த ஹாலை புதுப்பித்ததாக கல்வெட்டு ஒன்றும் அதன் வாசலில் வைக்கப்பட்டிருந்தது.

பூட்டியிருந்த ஹாலுக்குள் சன்னல் வழியே எட்டிப்பார்த்தேன். கூரையிலிருந்து ஊடுருவிய வெளிச்சம் தங்குதடையின்றி தரையில் விழுந்தது. அண்ணாந்து பார்த்தால், ஓடு முழுவதும் அங்கங்கே பொத்தல். பழங்கால கருங்கல் தரை பல நாள் தூசியை தன் மேல் பூசிக்கொண்டு அழுக்காகத் தெரிந்தது. ஹாலை சுற்றிக்கொண்டு பின்புறம் சென்றேன். அங்கு அதைவிட சிதிலமடைந்த பழைய கட்டடம் தெரிந்தது. ஓட்டுக் கட்டடம்தான். அதன் தாழ்வாரத்தில் அழுக்கடைந்த கருங்கல் தரை. ஒரு சமையலறை பளிச்சென கண்ணில் பட்டது. அதில் வரிசையாக ஷெல்ஃபுகள்; அவற்றில் அடுக்கி வைக்கப்பட்ட பாத்திரங்கள். வளைவு ஒன்றின் கீழ் பெரிய அடுப்பு ஒன்று. அதன் மேல் பிரம்மாண்ட பொரிக்கும் சட்டியில் தாளித்துக்கொண்டிருந்தார் முதியவர் ஒருவர். முட்டிவரை நீண்ட வெள்ளை அரைக்கால் சட்டை, பளிச் வெள்ளை டிஷர்ட். அவர் சமைத்து அடுக்கிய அண்டாக்கள் அழகாக தட்டு வைத்து மூடப்பட்டு தரைவில் வரிசையாக அமர்ந்திருந்தன. அந்தப் பழைய அறையில் அத்தனை சுத்தம் எனக்கே ஆச்சர்யமாக இருந்தது.

‘என்ன வேணும் பாப்பா?’, அவரது கேள்விக்கு, ‘இல்லைங்க, நான் மீடியா. பவானி அம்மாவ பேட்டி எடுக்க வந்தேன். உள்ள பார்த்துட்டு வரச் சொன்னாங்க’, என்று சொன்னதுதான் தாமதம், ‘அட அப்ப ஏன் அங்கேயே நிக்கிறீங்க? உள்ள வாங்க பாருங்க’, என்றார். அமைதியாக அவர் எலுமிச்சை சாதத்தில் தாளித்துக் கொட்டும்வரை வேடிக்கை பார்த்தேன். ‘பில்டிங் தான்மா பழசு. மத்தபடி எல்லாம் நீட்டாதான் வெச்சிருக்கோம்’, என்றார். ‘பார்த்தேன் ஐயா, நல்லா இருக்கு, சுத்தமா வெச்சிருக்கீங்க’, என்று பாராட்டினேன். முகம் கொள்ளாத மகிழ்ச்சி. ‘நீங்க இங்க…?’ என்று இழுத்தேன். வேலை செய்கிறாரா என்று எப்படி கேட்பது?

‘இங்கதான் இருக்கேன். சும்மா இருக்க முடியாதுல? எதோ என்னால் முடிஞ்சத செய்றேன்’, என்றார். ஆச்சர்யமாக இருந்தது. முதியோர் இல்லத்தில் உட்கார்ந்துகொண்டு, தருவதை சாப்பிட்டுப் போகாமல், தன்னால் அங்கே என்ன செய்யமுடியும் என்று சிந்தித்து செயல்படுவதற்கு எவ்வளவு பெரிய மனம் வேண்டும்? சமையல் கூடத்தை சுற்றிவிட்டு, மீண்டும் ஹாலுக்கே வந்தேன். இப்போது அதன் பின்புறம் முதிய பெண்மணி ஒருவர் அமர்ந்திருந்தார். சிநேகமாக புன்னகைக்கவும், அவர் பக்கத்தில் சென்று அமர்ந்தேன்.

‘நீங்க கிறிஸ்டினா?’, என் தாலி வெளியே வந்ததை நான் கவனிக்கத் தவறிவிட்டேன்போல. அடையாளம் கண்டுகொண்டார். ‘ஆமா, ஆனா சர்ச்சுக்கு எல்லாம் ரெகுலரா போறது இல்ல’, என்று சுருக்கமாக முடித்தேன். ‘எனக்கு ஆர்க்காடு பக்கம். கிறிஸ்டின்தான். வீட்டுல பார்க்க ஆள் இல்ல. இங்க வந்தா உடம்ப ஆஸ்பத்திரிக்கு எழுதிக் குடுத்துட்டு சாவுறவரை இருக்கலாம்னு பெரியாஸ்பத்திரில சொன்னாங்க. யாருக்கும் பாரமா இருக்கக்கூடாதுன்னு நானே வந்து சேர்ந்துட்டேன்’, என்றார். பேசிக்கொண்டிருக்கும்போதும் கை ஜெபமாலையை உருட்டிக் கொண்டிருந்தது.

‘கேக்கறேன்னு தப்பா நினைக்காதீங்க பாட்டி. நீங்க கிறிஸ்டியன், ரொம்ப பக்தியா இருக்கீங்கன்னு பார்த்தா தெரியுது. இதுமாதிரி கிறிஸ்டியன் இல்லங்களே நிறைய இருக்கே. எப்புடி இங்க?’ என்று மீண்டும் கேட்டேன். இப்போது அவர் முகத்தில் பெரிய புன்னகை. ‘அட, செத்தப்புறம் என்னம்மா மதம்? சொல்லு? எப்புடியோ சாமிகிட்ட போய் சேர்ந்தா போதும். இருக்குறவரைக்கும் இங்க இடமும், சோறும் கிடைக்கும். செத்தப்புறம் மண்ணுக்குப் போற உடம்பை யாரானும் யூஸ் பண்ணிக்கிட்டுமே அப்டின்னு நினச்சேன். இங்க வந்து சேந்துட்டேன்’, என்றார். ‘சாமி பக்தி

எல்லாம் உண்டா?' என்ற பிரம்மாஸ்திரத்தை என்னை நோக்கி அடுத்து வீசினார்.

'இல்ல பாட்டி. கண்ணுல பார்க்க முடியாத சாமிய விட, கண்ணுல தினமும் பார்த்து கும்பிடுற அளவுக்கு நல்ல மனுஷங்களை நிறைய பார்த்துட்டேன். அவுங்கள நம்புறேன்.' பாட்டிக்குப் புரிந்தது போலவும் இருந்தது; புரியாதது போலவும் பார்த்தார். 'இப்ப உங்களையே எடுத்துக்கங்க பாட்டி. உடம்ப ஆஸ்பத்திரிக்கு எழுதிக் குடுத்துட்டு ஜெபமாலை சொல்லிட்டு இருக்கீங்க. உங்களை சாமி காப்பாத்துமோ இல்லையோ, எல்லா சாமியும் ஒண்ணு, அதை விட புழு திங்குற உடம்ப யாரோ பயன்படுத்திக்கட்டும் அப்டின்னு சொல்றீங்க பாருங்க, அந்த நல்ல மனசுதான் கடவுள் பாட்டி.' பாட்டி இப்போது களுக் என்று சிரித்தார். 'இந்த படிச்ச சின்னப் புள்ளைங்க நல்லா பேசுறீங்க போ', என்று சிரித்துக்கொண்டே மீண்டும் கண் மூடி ஜெபமாலையை உருட்டத் தொடங்கினார்.

மீண்டும் பவானி அம்மாவைச் சந்திக்க அலுவலகத்தில் வந்து அமர்ந்தேன். அரைமணி நேரக் காத்திருத்தலுக்குப் பின் வந்து சேர்ந்தார். உடல் முழுக்க வியர்வை. கண்ணில் பரிவு அப்படியே தெரிந்தது. 'சொல்லுங்கம்மா, உங்களுக்கு என்ன தகவல் வேணும்?', என்றபடி எதிர் நாற்காலியில் அமர்ந்தார். 'சத்திரம் பத்தி, உங்க வேலை பத்தி, இங்க இருக்கவங்க பத்தி', என்று நான் சொல்லி முடிப்பதற்குள், 'நான் இங்க வந்து கிட்டத்தட்ட 30 வருஷம் ஆகப்போகுது. இத்தனை நாளா இந்த ஹோமை பார்த்துட்டு இருக்கேன். நிறைய பேரு வர்றாங்க. போறாங்க. போன வாரம்கூட ஒரு பொண்ணு வந்து வீடியோ எல்லாம் எடுத்து போட்டாங்க', என்று பேச ஆரம்பித்தார்.

'மதராஸின் அங்கீகரிக்கப்பட்ட முதல் தொண்டு அமைப்பு' என்றே மணியக்காரர் சத்திரத்தை அந்தக் காலத்து ஆங்கிலேய தரவுகள் சொல்கின்றன. 1782ஆம் ஆண்டு இந்த சத்திரம் அமையக் காரணம் மதராஸில் தலைவிரித்தாடிய பஞ்சங்கள்தான். 'மதராஸ் பெரும் பஞ்சம்' 1781ஆம் ஆண்டு மதராஸை ஹைதர் அலி தாக்கியதன் பின் விளைவு என்றே ஆய்வாளர்கள் கருதுகிறார்கள். ஆய்வாளர் லீலா சாமி தன் ஆய்வுக்கட்டுரையில் 1782ஆம் ஆண்டு மதராஸ் பஞ்சம் ஏற்பட 1780-81ஆம் ஆண்டு ஹைதர் அலி நடத்திய தாக்குதலே காரணம் என்று எழுதுகிறார்.

இறக்குமதி செய்யப்படும் அத்தனை தானிய வகைகளுக்கும் ஆங்கிலேய அரசு இறக்குமதி வரிவிலக்கு அளித்தது. உள்நாட்டு

தானிய விற்பனையில் அரசின் முழு கட்டுப்பாடு இருந்தது. வங்கப் பகுதி ஐரோப்பியர்கள் பஞ்ச நிதியாக 30000 ரூபாயை திரட்டி மதராஸுக்கு அனுப்பினார்கள். ஒரு ரூபாய்க்கு 3-6 மதராஸ் மெஷர் (எட்டு உழக்கு அல்லது ஒரு பிடி) அளவு தானியங்கள் விற்கப்பட்டன. இந்தப் பஞ்சத்தில் இறந்தவர்கள் எத்தனை பேர் என்பது ஆங்கிலேய தரவுகளில் இல்லை. ஆனால், 'தெருக்களில் பிணங்கள் காணக்கிடைத்தன', என்று பதிவு செய்திருக்கிறார்கள். இந்த சூழலில்தான், 1782ஆம் ஆண்டு ஜனவரியில் மணியக்காரர் சத்திரம் அமைக்கப்பட்டது.

ராயபுரம் பகுதியைச் சேர்ந்த மணியக்காரர் ஒருவர் தன் தோட்டத்தில் சற்று இடம் ஒதுக்கி, கஞ்சித் தொட்டி ஒன்றை அமைத்தார். கடும் பஞ்ச காலங்களில் இந்த கஞ்சித் தொட்டிகளை மதராஸ் மாகாணத்தில் அமைப்பது வாடிக்கைதான். 1990களில்கூட பஞ்சம் தாக்கியபோது, கஞ்சித் தொட்டிகளை நெசவாளர்கள் வாழ்ந்த பகுதிகளில் அன்றைய தமிழக அரசு அமைத்தது. தன் பெயரைக்கூட பதியாத அந்த நல்மனம் கொண்ட மணியக்காரர் பிற்காலத்தில் மைசூரு போருக்குப் பின், நோய்வாய்ப்பட்டவர்கள் முதியவர்கள் நலனுக்காக, கஞ்சித் தொட்டிக்கு அருகே சத்திரம் ஒன்றையும் அமைத்தார். மணியக்காரர் அமைத்த சத்திரம் மணியக்காரர் சத்திரம் ஆனது.

1780களின் இறுதியில் பழைய கருப்பர் நகரத்தைப் பாதுகாப்புக் கருதி தரைமட்டமாக்கியபோதுகூட மணியக்காரர் சத்திரத்தைப் பாதுகாத்தது ஆங்கிலேயே காலனிய அரசு! 1799ஆம் ஆண்டு ஜான் அண்டர்வுட் என்ற ஆங்கிலேய மருத்துவர், உடல் நலமற்றவர்களின் நலனுக்கென மருத்துவமனை ஒன்றை அமைத்தார். நேட்டிவ் ஹாஸ்பிடல் அண்டு புவர் ஃபண்டு மருத்துவமனையுடன் கஞ்சித்தொட்டி மருத்துவமனை இணைக்கப் பட்டது. 1910ஆம் ஆண்டு கஞ்சித்தொட்டி மருத்துவமனையும், நேட்டிவ் மருத்துவமனையும் ஒன்றிணைந்து 'ராயபுரம் மருத்துவமனை' என்று பெயர் மாறி, நேரடியாக அரசின் கட்டுப்பாட்டின் கீழ் வந்தது.

பின்னாளில் இதுவே 'ஸ்டான்லி மருத்துவமனையாக' உருமாற்றம் அடைந்தது. கஞ்சித்தொட்டி இருந்த இடத்தில் தொடங்கப் பட்டதால், இன்றும் ஸ்டான்லி மருத்துவமனையை கஞ்சித்தொட்டி மருத்துவமனை என்று அழைப்பவர்களுண்டு! ஸ்டான்லி மருத்துவமனை விரிவாக, மணியக்காரர் சத்திரம் ஏற்கெனவே அதன் எதிரிலமைந்த வெங்கடகிரி மன்னர் சத்திரம் வளாகத்துக்கு இடம்

மாறியது. இரு சத்திரங்களும் ஒரு டிரஸ்டின் கீழ் இன்று இயங்கி வருகின்றன. சென்னை மாவட்ட ஆட்சியர் இந்த டிரஸ்டின் தலைவராக செயலாற்றுகிறார்.

கஞ்சித்தொட்டி இருந்த இடம் சில ஆண்டுகள் முன்புவரை இருந்ததாகவே குறிப்பிடுகிறார் பவானி அம்மா. 'நான் இங்க வந்த புதுசுல பழைய தொட்டி, அதுல குடிக்கிற குவளைங்க, அங்கேயே படுக்குற பழைய பாய் எல்லாம் இருந்துச்சு. நான் பார்த்திருக்கேன். ரொம்ப மோசமான நிலமைல இருந்ததால அதையெல்லாம் போட்டுட்டு இடத்தை சுத்தம் பண்ணச் சொல்லிட்டாங்க', என்று சொல்கிறார். மரங்கள் அடர்ந்த அந்தப் பகுதியில் தொட்டியும், அதை ஒட்டி வைக்கப்பட்டிருந்த குவளைகளும், மடித்து வைக்கப்பட்டிருந்த பாய்களுமாக மனக்கண் முன் காட்சி விரிந்தது. 1807ஆம் ஆண்டு இந்த சத்திரத்துக்கு ஆர்க்காடு நவாபு பெரும் பண உதவி செய்தார். 1890ஆம் ஆண்டு வெங்கடகிரி மன்னர் யட்சம ராஜா ஒரு லட்ச ரூபாய் மணியக்காரர் சத்திரத்துக்கு கொடையளித்தார்.

இங்கு வந்து சேரும் முதியவர்கள் அனைவரும் இங்கு சேரும்போதே, தங்கள் இறப்புக்குப் பின் உடலை ஸ்டான்லி மருத்துவக் கல்லூரியின் 'அனாடமி' பிரிவுக்கு தானமாக எழுதித் தந்துவிடுகிறார்கள். 'வரும்போதுதான் கவனிச்சேன், சைடுல ஒரு தோரணவாசல் மாதிரி இருக்கே, அது, அது பக்கத்துல ஒரு பழைய வீடு அது…', என்று இழுத்தேன். 'அட, அது என் வீடுதான், வாங்க போகலாம்', என்று சட்டென எழுந்துகொண்டார். அவரிடம் பேசிக்கொண்டே அந்தப் பழைய வீட்டை அடைந்தோம். எப்போது கட்டினார்கள் என்ற தகவல் இல்லை. வெளியே தாழ்வாரத்துடன் தயங்கி நின்றவளை பவானி அம்மாதான் உள்ளே அழைத்தார். 'அட உள்ள வாங்க, பழசுன்னா புடிக்கும்னு சொன்னீங்களே, என்னன்னு பாருங்க', என்று கையைப்பற்றி வீட்டுக்குள் அழைத்துச் சென்றார்.

ஆங்காங்கே பெயர்ந்து கிடந்த தரை, உதிர்ந்து விழும் சுண்ணப் பூச்சு, அதற்கு சற்றும் பொருந்தாத சிமெண்ட் பிளாஸ்டர், நொறுங்கி நிற்கும் ஓடுகள் என்று அந்த வீடு உத்தரத்தை பற்றிக்கொண்டு உயிருக்கு போராடிக்கொண்டுதான் இருக்கிறது. 'இருக்குறவரை சுத்தமா பாதுகாத்து வைக்கணும்னு என்னால என்ன முடியுமோ அதைச் செய்து வெச்சிருக்கேன்', என்றார் பவானி அம்மா. என்ன பதில் சொல்வது என்று தெரியாமல் விழித்துக் கொண்டு நின்றேன். பின் வாசலில் ஒரு சிறு தாழ்வாரம் தெரிந்தது, அங்கு அம்மி ஒன்று தேமே என்று நின்றது. அங்கிருந்து தோரணவாயிலை உள்புறமாக

அருகே சென்று படமெடுக்க முயன்றேன். பாதையே தெரிய வில்லை; முட்டிக்கால்வரை மறைக்கும் குத்துச் செடிகளும் களைகளுமாக தெரிந்தது. ‘உள்ள போகாதீங்க. வெளிப்பக்கம் ரோடு தான், அங்க போய் பாருங்க’, என்றார் பவானி அம்மா.

சரி, வெளியே செல்லும்போது அதைப் பார்த்துக் கொள்ளலாம் என்று நினைத்தேன். மீண்டும் அலுவலக வாசலில் நின்று நானும் பவானி அம்மாவும் பேசிக்கொண்டு இருந்தோம். விடைபெறும் நேரம், ஒரு வடக்கத்திய பெண் காரில் வந்து இறங்கினார். இவரும் அவரை சினேகமாகப் பார்த்து கையசைத்தார். ‘சேட்டு வீட்டு லேடீசுங்கதான் அதிகம் இங்க வராங்க, நிறைய உதவி பண்றாங்க. அவுங்க வீட்டு விசேஷத்துக்கு இங்க சாப்பாடு போடுறது, வடக்கே இருக்கிற அவுங்க ஆளுங்ககிட்ட கேட்டு நிதி திரட்டி தர்றதுன்னு நல்ல ஹெல்ப்’, என்று பவானி அம்மா சொல்கிறார். சொன்னாற் போலவே யூடியூபில் சத்திரம்பற்றி வட இந்தியப் பெண் ஒருவர் பதிவேற்றியும் இருந்தார்.

‘ஒண்ணே ஒண்ணுதான்...’, பவானி அம்மா கிளம்பும்போது சொன்னார். ‘இங்க வந்து பொறந்த நாள், கல்யாண நாள் எதுக்கு வேணாலும் சாப்பாடு குடுக்க சொல்லி வெளிய சொல்லுங்க. பணமா குடுத்தாலும் சரி, சமைச்சு எடுத்துட்டு வந்து இவுங்ககூட சாப்பிட்டாலும் சரி’, என்றார். ‘எவ்வளவுன்னு சொல்லுங்கம்மா, அதையும் பதிவு பண்றேன்’, என்றதும், ‘காலைல சாப்பாடு *750* ரூபாய், மதியம் - *1500* ரூபாய், நைட் சாப்பாடு - *1000* ரூபாய். இப்ப *50* பேர் இருக்காங்க. இந்த பணத்துல அவுங்களுக்கு சத்தா சமைச்சு போட்டுறலாம். எழுதுங்க, யாராச்சும் முடிஞ்சவங்க ஹெல்ப் பண்ணட்டுமே’, என்றார். ‘உங்க வீடு இந்த நிலமையில இருக்கே, அதுக்கு உதவி?’ என்ற என் நியாயமான கேள்விக்கு தோளைக் குலுக்கிக்கொண்டார். ‘அதெல்லாம் நடக்கும்போது நடக்கும். அவுங்களுக்குதான் அதிகம் ஹெல்ப் வேணும். எனக்குதான் வீடு இருக்கே’, என்றார் பவானி அம்மா.

சட்டென கண்கள் பனித்தது. அவரது எண்ணை வாங்கி, நன்றி சொல்லி விடைபெற்றுக்கொண்டேன். கேமராவுடன் நடந்து வெளிப்பக்க சாலை வழியாக தோரணவாயிலை நெருங்க முயற்சித்தேன். வழி நெடுக்க மக்கள் தங்கள் அவசர தேவையை காம்பவுண்டு சுவரின் மேல் கவிதையாக்கி வைத்திருந்தார்கள். சாலை ஓரத்தில் அசிங்கமும். காலை எடுத்து வைக்கவே முடிய வில்லை. தோரணவாயிலில் மேல் தூணை இரு சிறகு கொண்ட பூதவரிகள் தூக்கிப் பிடித்திருந்தார்கள். அந்த நாற்றத்தில் அவர்கள்

எப்படி தூணை பிடித்துக்கொண்டு நிற்கிறார்கள் என்று யோசித்தேன். ஒரு காலத்தில் சத்திரத்தின் முக்கிய நுழைவாயிலாக இந்த வாயில்தான் இருந்திருக்கவேண்டும். கிட்டத்தட்ட 200 ஆண்டுகளுக்கும் மேலாக இந்த இடம் லட்சக்கணக்கானோரின் பசி ஆற்றியிருக்கிறது. அதன் உன்னதம் தெரியாமல் அங்கு இயற்கை உபாதைகள் கழிப்பவர்களை என்ன சொல்வது? அவர்களுக்குப் புரியவைப்பது யார்?

அதன்பின் இரண்டு மூன்று மரபு நடைகளுக்கு நண்பர்களை அழைத்துக்கொண்டு மணியக்காரர் சத்திரம் சென்றிருப்பேன். பவானி அம்மா எப்போதும் மாறாத அதே புன்னகையுடன்தான் வரவேற்றிருக்கிறார். எளிய மனிதர்களிடமிருந்து நாம் கற்றுக் கொள்ள எவ்வளவோ இருக்கிறது என்பதை மணியக்காரர் சத்திரம் எனக்கு கற்றுக்கொடுத்தது. தொடர் உரையாடலின் அவசியத்தையும் உணர்த்தியது.

●

19

ராக்ஸ் கல்லறை

நவம்பர் 1, 2017. சென்னக்கு மீண்டும் வந்த புதிது. அதிகம் வெளியே சுற்றத் தொடங்காத காலம் அது. ஃபேஸ்புக்தான் உலகம்; கிட்டத்தட்ட 24 மணி நேரமும் அங்கேயே வெட்டிப் பஞ்சாயத்துதான். இந்தச் சூழலில் மதராஸ் லோக்கல் ஹிஸ்டரி குழுவின் அறிமுகம் கிடைத்தது. சென்னையின் இண்டு இடுக்குகளை அலசி ஆராய்ந்து அந்தக் குழுவினர் பதிவு செய்து கொண்டிருந்தார்கள். அங்கு கிடைத்த நட்புகளில் ஒருவர் ரேஷ்மி தாமஸ். கேரளத்தைப் பூர்வீகமாகக் கொண்ட ரேஷ்மிக்கு சென்னை தாய் வீடு. அதன் மேல் தனி பாசம் எப்போதும் உண்டு.

கிறிஸ்துவம் குறித்து விவாதங்களும், அறிவுப் பகிரலும் உண்டு. அப்படி பேசிக்கொண்டிருக்கும்போது, தன் புகுந்த வீட்டுப் பெரியவர்கள் இறந்த பிறகு ராயபுரம் ராக்ஸ் கல்லறையில் 'வால்ட்' எனப்படும் அடுக்ககக் கல்லறையில் அடக்கம் செய்யப்பட்டிருக் கிறார்கள் என்று சொன்னார். கல்லறைகளில் 'வால்ட்' முறை நான் அதுவரை கேள்விப்படாதது என்பதால் அடுத்தமுறை அவர் ராக்ஸ் கல்லறைக்கு செல்லும்போது என்னையும் அழைத்துச் செல்லுமாறு வேண்டுகோள் வைத்தேன். ஆண்டுதோறும் நவம்பர் 2 அன்று கல்லறைத் திருநாள் கொண்டாடப்படுவது வழக்கம். கிறிஸ்துவர்கள் அன்று தங்கள் மூதாதையர்கள், இறந்த குடும்பத்தினரது கல்லறைகளை சுத்தம் செய்து, மாலையிட்டு, மலர் தூவி, இனிப்பு, கடலை வகைகளை கல்லறைக்கு வருவோருக்கு அளிப்பதுண்டு.

அப்படித்தான் 2017ஆம் ஆண்டு ரேஷ்மியுடன் நவம்பர் மாதம் முதல் நாள் ராயபுரம் ராக்ஸ் கல்லறையைப் பார்க்கச் சென்றேன். அதுவரை வடசென்னை பற்றிய பெரிய பரிச்சயம் இல்லை. பரபரப்பாக சிமெட்ரி சாலையில் தண்ணீர் லாரிகளும், ஷேர் ஆட்டோக்களும் பறந்துகொண்டிருந்தன. தத்தித் தடுமாறி ராக்ஸ் வளாகத்துக்குள் நுழைந்தோம். முக்கிய வாயிலில் நின்று பார்த்தால், பாதையின் இருபக்கமும் வரிசையாக இயேசுவின் 12 சீடர்களின் திரு உருவச் சிலைகள் வைக்கப்பட்டிருந்தன. நடுவே பிரம்மாண்ட புதிய தேவாலயம். வலது பக்கமுள்ள கல்லறைகளைக் காண்பித்தார் ரேஷ்மி. அங்குள்ள கல்லறைகளில் மிகத் தொன்மையானவை அந்த ஆங்கிலேயக் கல்லறைகள் என்று அவர் சொல்ல, அவற்றை நோட்டமிட்டேன்.

மனைவிக்காக உருகி உருகி எழுதப்பட்ட கல்லறைக் கற்களை நீங்கள் ராக்ஸ் கல்லறையில் காணலாம். அம்மா, தங்கை, மகள் என்று தன் வீட்டுப் பெண்களுக்காக சொல் மாலைகளைச் சூட்டியிருந்தார்கள். வாழ்ந்த நாள்களில் தங்கள் வீட்டுப் பெண்களுக்கு பேசவாகிலும் இடம் தந்தார்களா என்று தெரிய வில்லை! வெண் பளிங்குக் கற்களை செதுக்கிச் செய்யப்பட்ட தேவதைகளும் லில்லி மலர்களும், ரோஜாப்பூக்களும், ஐவி கொடிகளும் கல்லறைக் கற்களுக்கும், அங்கு ஒடுங்கியிருக்கும் உயிர்களுக்கும் தனி அழகைத் தேடித்தந்தன. தன் மாமியார் வீட்டு 'வால்ட்' கல்லறையை ரேஷ்மி அடையாளம் காட்டினார். ஆண்டுக் கட்டணம் வாங்கிக்கொண்டு கல்லறைகளைச் சுத்தம் செய்து ராக்ஸ் ஆலயம் பாதுகாப்பதாகச் சொன்னார். எங்களைப்போல சிலர் கல்லறைகளை சுத்தம் செய்துகொண்டும், தேடிக்கொண்டும் இருந்தார்கள். கிட்டத்தட்ட 500 கல்லறைகள் அங்கு இருக்கும். சுற்றிப் பார்க்கவே மலைப்பாக இருந்தது. 1770களின் இறுதி முதலே தேதியிட்ட கல்லறைக் கல்வெட்டுகள் அங்கும் இங்குமாக தெரிந்தன.

டெக்செய்ரா, ஒயிட், வால்ஷ் என்று பல ஆங்கிலப்பெயர்கள். ஒவ்வொருவருக்குப் பின்னும் கட்டாயம் ஒரு வரலாறு இருக்கும். காட்டன் துரை எழுதிய 'லிஸ்ட் ஆஃப் டூம்ப்ஸ்' நூலில் ராயபுரம் கல்லறை இருக்கிறதா என்று முந்தைய இரவு தேடிப் பார்த்து விழி பூத்துப் போனதுதான் மிச்சம். இந்தக் கல்லறை விடுபட்டுப் போயிருந்தது. எனக்குப் பரிச்சயமான பெயர் ஏதேனும் தட்டுப்படுகிறதா என்று அங்குமிங்கும் தேடி அலைந்ததில் ஒரு வழியாக நான் அறிந்திருந்த முதல் பெயரைப் பார்த்தேன். 'ஆர். என். ஆரோக்கியசாமி முதலியார்.'

அந்த ஆண்டு பூந்தமல்லி பகுதியில் நடத்திய மரபு நடைக்கான ஆயத்தப் பணிகளில் பூந்தமல்லி கத்தோலிக்க தேவாலயத்தின் வெளிப்புறம் சிதிலமடைந்து கிடந்த கல்வெட்டு ஒன்றைக் கண்டேன். 1930ஆம் ஆண்டு அந்தப் பகுதிக்கு மின்சாரம் கொண்டு வந்ததற்கு அமைச்சர் ஆர்.என். ஆரோக்கியசாமி முதலியாருக்கு நன்றி என்று பொறிக்கப்பட்டிருந்தது. அந்தப் பெயர் மனதில் தங்கிவிட்டிருந்தது. அவரைப்பற்றிய சில ஆய்வுகள் வாசிக்கக் கிடைத்தன. ராயபுரம் நல்லவீரன் ஆரோக்கியசாமி முதலி. துர்கராயப்பட்டிணத்தில் இருந்து சென்னைக்கு படகோட்டிகளாகக் கொண்டுவரப்பட்ட முதலி இனக் குடும்பங்கள் நான்கு. அவற்றில் நல்லவீரன் முதலி முக்கியமானவர். அவரது வழித்தோன்றல் ஆரோக்கியசாமி. ஆரோக்கியசாமியின் தந்தை சர்.ஆர்.என். பிரகாசம் முதலியாரது கல்லறையும் அருகிலேயே இருந்தது. இந்தப் பிரகாசத்தின் பெயர்தான் பின்னாளில் தி. நகர் பிரகாசம் சாலைக்கு வைக்கப்பட்டது!

பிரகாசத்தின் கல்லறையில் அவரது பெயரை அடுத்து குறிப்பிடப் பட்டிருப்பது - அவர் ஒரு 'அரசு பென்ஷனர்' என்பதே! அதன் பின்புதான் 'முனிசிபல் கமிஷனர்' மற்றும் 'மதராஸ் சட்டமன்ற கவுன்சில் உறுப்பினர்' என்பதும் குறிப்பிடப்பட்டுள்ளது. 'ஏழைகளுக்கு நண்பராகவும், தீங்கிழைக்கப்பட்டவர்களுக்கு நீதியை பெற்றுத்தரும் அஞ்சாநெஞ்சன்' என்றும், மக்களால் பெரிதும் விரும்பப்பட்ட தலைவன் என்றும் அந்தக் கல்வெட்டு வாசகங்கள் கூறின. பிரகாசம் முதலியின் மகனாக, செல்வச் செழிப்பு மிக்க குடும்பத்தில் பிறந்து வளர்ந்தார் ஆரோக்கியசாமி. மதராஸ் கிறிஸ்துவக் கல்லூரியில் பி.ஏ. கற்றுத் தேர்ந்தவர், கிண்டி பொறியியல் கல்லூரியில் பொறியியல் பட்டப் படிப்பும் முடித்தார்.

வகுப்பில் முதலிடம் பெற்றுத் தேர்ந்த ஆரோக்கியசாமியை மாகாண அரசு எக்சிக்யூட்டிவ் பொறியாளராகப் பணியமர்த்தியது. பனாமா கால்வாய் திறக்கப்பட்டபோது இந்தியாவின் சார்பில் கலந்துகொண்ட பொறியாளர்கள் பட்டியலில் ஆரோக்கியசாமியின் பெயரும் இடம்பெற்றது. அமெரிக்கா, இங்கிலாந்து, ஸ்பெயின், போர்ச்சுகல், ஜப்பான் ஆகிய நாடுகளுக்கு அவர் சென்று வந்ததாகவும் கருதப்படுகிறது. கிருஷ்ணா ஆற்றில் கட்டப்பட்ட அணைக்கட்டுகள், மேட்டூர் அணைக்கட்டு, துங்கபத்திரை, பைக்காரா, கீழ்பவானி போன்ற தென்னகத்தின் முக்கிய அணைக் கட்டுகளை வடிவமைத்துக் கட்டியதில் ஆரோக்கியசாமிக்கு முக்கிய பங்கு இருந்தது என்று வரலாற்று ஆய்வாளர் எஸ்.முத்தையா எழுதியுள்ளார். பரம்பிக்குளம் ஆழியாறு

1930ஆம் ஆண்டு அந்தப் பகுதிக்கு மின்சாரம் கொண்டுவந்ததற்கு அமைச்சர் ஆர்.என். ஆரோக்கியசாமி முதலியாருக்கு நன்றி என்று பொறிக்கப்பட்டிருந்த சிதிலமடைந்து கிடந்த கல்வெட்டு

நீர்த்திட்டத்தை முதன்முதலில் வடிவமைத்தவர் ஆரோக்கியசாமி. இன்று செழிப்புமிக்கதாக நாம் கொண்டாடும் கொங்கு சீமையை வளமாக்க அவர் தீட்டிய திட்டம் கிடப்பில் போடப்பட்டு, பல ஆண்டுகளுக்குப் பின் மீண்டும் உயிர் பெற்றது.

அவரது பணிகளைப் பாராட்டி ராவ் பகதூர், திவான் பகதூர் பட்டங்களை ஆங்கிலேயே அரசு அளித்தது. இதற்கிடையே 1926ஆம் ஆண்டு மாகாணத் தேர்தல்கள் நடைபெற்றன. அதில் அறுதிப்பெரும்பான்மை இல்லாத காரணத்தால், அதிக இடங்களைப் பெற்ற சுயராஜ்ய கட்சி, அடுத்த இடம் பிடித்த நீதிக்கட்சி போன்ற கட்சிகள் தேர்தல் முடிவுகளை ஏற்றுக் கொள்ளாமல் அரசமைக்க மறுக்க, வாய்ப்பு சுயேச்சைகளைத் தேடி வந்தது. 'இன்டிபெண்டென்ட் நேஷனலிஸ்ட்' என்ற அமைப்பின் கீழ் பி. சுப்பராயன் ஆட்சியமைக்க, ஆரோக்கியசாமி மற்றும் ஏ.ரங்கனாத முதலியார் ஆகிய இருவரின் துணையுடன் ஆட்சி அமைத்தார். எவ்வித அரசியல் பின்புலமும் இல்லாத ஆரோக்கியசாமி, மருத்துவம், கல்வி போன்ற துறைகளுக்கு அமைச்சரானார். மதராஸ் மருத்துவக் கல்லூரி மருத்துவமனை, பெண்கள் மற்றும் குழந்தைகள் மருத்துவமனை போன்றவற்றுக்கு இந்திய மருத்துவர்களை நிர்வாகப் பொறுப்புகளில் அமர்த்தினார்.

1928ஆம் ஆண்டு சைமன் கமிஷன் இந்திய வருகைக்கு எதிர்ப்பு தெரிவிக்க மறுத்த சுப்பராயனின் போக்கு பிடிக்காமல் ஆரோக்கியசாமியும், ரங்கநாத முதலியாரும் தங்கள் அமைச்சர் பதவிகளை ராஜினாமா செய்தார்கள். இதை எதிர்பாராத சுப்பராயன் கலங்கிப்போனார். மதுவிலக்கு குறித்த செயல் திட்டம் எதுவும் இல்லாத அரசை எதிர்த்தும்தான் ராஜினாமா செய்வதாக சட்ட சபையில் ஆரோக்கியசாமி தெரிவித்தார். 'சுயராஜ்யம் கேட்பதற்கு முன் சாதி அடிப்படையில் பிளவுண்டு கிடக்கும் சமூகத்தை ஒற்றுமைப்படுத்தவேண்டிய கட்டாயம் மக்களுக்கு உண்டு; ஒடுக்கப்பட்டவர்கள் ஏழைகளுக்கு கல்வி அவசியம், அதைக் கொண்டே சுயராஜ்யம் அமைக்க முடியும்', என்றும் சட்டசபையில் பேசினார் ஆரோக்கியசாமி. பதவியைத் துறந்த பின்னும் தன் பணிகளைத் தொடர்ந்தார். 1933ஆம் ஆண்டு நிமோனியா கண்டு ஆரோக்கியசாமி இறந்துபோனார். மறக்கப்பட்டுவிட்ட பல அரசியல் தலைவர்களில் ஒருவராக மறைந்துவிட்டார்.

ஜூலை 21, 2018. எத்தனையோ மாதங்களுக்குப் பிறகு இன்று மீண்டும் ராக்ஸ் கல்லறையைச் சுற்றிப் பார்க்கும் வாய்ப்பு கிட்டியது. மரபு நடைக்கு அனுமதியும் அப்படியே கேட்டுக் கொள்ளலாம் என்ற எண்ணத்தில் மீண்டும் உள்ளே கல்லறைக் கல்வெட்டுகளை வாசித்துத் திரிந்தேன். கல்லறைத் தோட்டத்தின் நடுவே உள்ள பெரிய மண்டபத்தில் களைப்பு நீங்க சற்று இளைப்பாறுவோம் என்று அமர்ந்தேன். பக்கத்தில் ஆன்ட்ரூ வால்ஷ் என்ற பாதிரியாரின் கல்லறை தென்பட்டது. தூய மேரிக்கல்லூரி முதல்வர் அவர் என்று தெரிந்தது. அதன் பின் டாரதி மே என்ற பெண்மணி, ஹென்றி எட்மண்ட் ஹெனசி என்ற அயர்லாந்து மத குரு என்று வரிசையாகக் கல்லறைகள். ஆனாலும், அதில் பிரம்மாண்டம் நான் அமர்ந்திருந்த ஞானப்பிரகாசநாதர் கல்லறை அமைந்த மண்டபம்தான்.

1822ஆம் ஆண்டு பிறந்த டி.எம்.ஞானப்பிரகாசம் ராயபுரம் பங்கின் குருவாகப் பணியாற்றியவர். ராயபுரம் ராயப்பர் ஆலயத்தில் ஞானப்பிரகாசநாதர் பணியாற்றியபோது, 1865ஆம் ஆண்டு ஹெட்மென் கவுன்சில் தேர்ந்தெடுக்கும் குரு பணியாற்ற வேண்டுமா அல்லது மயிலாப்பூர் ஆயர் நியமிக்கும் குரு பணியாற்ற வேண்டுமா என்ற வழக்கு உயர்நீதிமன்றத்தில் தொடரப்பட்டது. வழக்கை தொடர்ந்தவர் இறந்து போன காரணத்தால் ஞானப்பிரகாசமே குருவாக ராயப்பர் ஆலயத்தில் பணியாற்றினார். 1882ஆம் ஆண்டு அவர் இறந்துபோக, அவரது உடல் ராக்ஸ் கல்லறையில் அடக்கம் செய்யப்பட்டது.

ராக்ஸ் கல்லறையில் ஞானப்பிரகாசநாதரின் கல்லறைக் கல்

1776ஆம் ஆண்டு முதலே ராக்ஸ் கல்லறை பயன்பாட்டில் இருக்கிறது என்று ஆய்வாளர் முத்தையா தன் *"Madras, Chennai: A 400 year record of the first city of Modern India"* நூலில் குறிப்பிடுகிறார். அப்போதே அங்கு ஒரு சிறிய ஆலயமும் கட்டப்பட்டது. 1914ஆம் ஆண்டுதான் ஆலயம் பெரியதாக விரிவாக்கம் செய்யப்பட்டது. மீண்டும் 2004ஆம் ஆண்டு பழைய தேவாலயம் இடிக்கப்பட்டு புதிய ஆலயம் எழுப்பப்பட்டது. இந்தப் பணிகளின்போது தகர்க்கப்பட்ட கல்லறைக் கற்களில் ஒன்று ஞானப்பிரகாசநாதருடையது! அடக்கம் செய்யப்பட்டு நூறாண்டுகளுக்குப் பிறகு, மண்ணுக்கடியில் என்ன இருக்கப் போகிறது என்று தோண்ட, முழு எலும்புக்கூடும் வெளிவந்தது. அதை பெரும் அதிசயமாகக் கருதிய கத்தோலிக்கக் கிறிஸ்துவர்கள், மீண்டும் 1999ஆம் ஆண்டு எலும்புக்கூடை இப்போது மண்டபம் எழுப்பியிருக்கும் இடத்தில் புதைத்து, அதன் மேல் பிரம்மாண்ட மண்டபம் எழுப்பினார்கள்.

ஞானப்பிரகாசநாதரிடம் வேண்டிக்கொண்டால் நினைத்தது நடக்கும் என்றும் நம்பிக்கை பரவ, அவரிடம் வேண்டிக்கொள்ள மக்கள் கூட்டம் ராக்ஸ் கல்லறைக்கு இன்றும் படையெடுக்கிறது. 'ஞானப்பிரகாசநாதரிடம் மன்றாட்டு' என்ற கல்வெட்டும் தனியே பொறிக்கப்பட்டு மண்டபத்தில் வைக்கப்பட்டுள்ளது. மயிலை ஆலயத்துக்கு எப்படி தோமையாரின் 'உடல் மீட்பு' ஒரு

நம்பிக்கையை மக்களிடம் விதைத்ததோ, அதுபோன்ற இன்னொரு சம்பவமாகவே ஞானப்பிரகாசநாதர் ‘வெளிப்பட்ட’ வரலாறும் இருக்கக்கூடும். அவரவருக்கு அவரவர் நம்பிக்கை.

கல்லறையின் பின்புறம் நெடிய சுவர் ஒன்று புதிதாக அமைக்கப் பட்டுள்ளது. அதில் கிட்டத்தட்ட நூறு பெயர்கள் பொறிக்கப் பட்டுள்ளன. அவர்களில் பலர் அருள் சகோதரிகள். இங்கிலாந்து, அயர்லாந்து என்று எங்கிருந்தோ வந்து இங்கு மதப்பணியும், கல்விப்பணியும், மருத்துவப் பணியும் செய்தவர்கள். எதைத் தேடி இங்கு வந்தார்கள், பணியில் மகிழ்ந்து செய்தார்களா, இறக்கும் தருவாயில் என்ன நினைத்திருந்தார்கள் என்று சிந்தித்துப் பார்த்தேன். பாரமாகவே இருந்தது. இன்னும் சில குழந்தைகளின் கல்லறைகளும் கண்ணில் பட்டன. அவற்றில் குட்டி குட்டி பளிங்கு தேவதைகள் பாதுகாப்பாக நின்று கொண்டிருந்தார்கள். ஆங்கிலத்தில் ஒரு சொலவடை உண்டு. சிறிய சவப்பெட்டிகள்தான் மிகவும் கனமானவை என்று பொருள்படும். அதுபோலவேதான் இந்தக் கல்லறைகளும். குழந்தைகளின் கல்லறைகள் மனசுக்குள் பாரமாக ஏறி அமர்ந்துகொள்கின்றன. விலகுவதே இல்லை. நீண்ட காலம்.

ஜூலியன் ஜேம்ஸ் காட்டன் தன் கல்லறைகளின் தொகுப்பை எழுதியபோதும், இப்போது ஃபைபிஸ் இணையதளம் மூலம் ஆங்கிலேயர்கள் தங்கள் உறவினர்களைத் தேடும்போதும் சரி, ராயபுரம் துரதிர்ஷ்டவசமாக விட்டுப்போயிருக்கிறது. காசிமேடு கல்லறையும் ராயபுரம் கல்லறையும் 250 ஆண்டுகளுக்கும் மேலாக நம்மோடு இருந்திருக்கின்றன. கோட்டைக்குள் இருக்கும் மேரீஸ் கல்லறை, ஆர்மீனியன் கல்லறை, வேப்பேரி கல்லறை, குவிபிள் கல்லறை குறித்துக்கூட குறிப்புகள் உள்ளன. ஆனால் வட சென்னையின் கல்லறைகளில் உறங்குபவர்களைக்கூட ஆவணங்கள் அலட்சியம் செய்தே வந்திருக்கின்றன. யாரோ ஒருவர் இந்த முயற்சியை எடுத்து, பதிவேற்றம் செய்து ஆவணப்படுத்தவேண்டும். இல்லை எனில் அவை மண்ணுக்குள் மண்ணாக கூடிய விரைவில் மறைந்துவிடும் என்பதில் ஐயமெதுவும் இல்லை.

•

20

ராபின்சன் பூங்கா

நான் முன்பு ஒருமுறை சென்றிருந்தபோது பூங்காவின் வாயிலில் பெரிய பூட்டு தொங்கியது. பொது மக்கள் பயன்படுத்தும் பூங்காவை பூட்டிவைப்பதில் என்ன லாபம் என்று புரியாமல் விழித்துக் கொண்டு நின்றபோது, பூங்காவின் காவலர் ஒருவரைக் கண்டுபிடிக்க முடிந்தது. 'அண்ணா ஏன் பார்க் பூட்டிக்கிடக்குது?' என்ற என் கேள்விக்கு, 'நீங்க பிரெஸ்ஸா?' என்று பதில் கேள்வி கேட்டார். உள்ளதும் போச்சே என்று பீதியில், 'ஐயோ அதெல்லாம் இல்லைண்ணா, சும்மாதான். இந்த பக்கம் ஃப்ரெண்ட் வீடு உண்டு. வரும்போதேல்லாம் எப்பயாவது உள்ள போய் பாக்கணும்னு நினைப்பேன். இன்னிக்கு எனக்கு நேரம் கிடச்சுது, ஆனா பார்க் பூட்டியிருக்கே?', என்ற என் அங்கலாய்ப்பைக் கேட்டுவிட்டு, 'அடுத்த வாரம் தொறந்துரும்மா, அப்ப வா. இப்ப உள்ள கிளீனிங் வேல நடந்துனு இருக்கு' என்று சொல்லி அனுப்பினார்.

வீட்டுக்குத் திரும்பியதும் ராபின்சன் பூங்காவின் பெயர்க் காரணம் யாராக இருக்கும் என்ற தேடலைத் தொடங்கினேன். வரலாற்று ஆய்வாளர் ஸ்ரீராம் தன் வலைத்தளத்தில் ராபின்சன் பூங்கா 19ஆம் நூற்றாண்டின் இறுதியில் மதராஸின் ஆங்கிலேய ஆளுநராகப் பணியாற்றிய சர் வில்லியம் ரோஸ் ராபின்சன் பெயரே இந்தப் பூங்காவுக்கு வழங்கப்பட்டது என்று எழுதியிருக்கிறார். 1842ஆம் ஆண்டு மதராஸ் சிவில் சர்வீஸில் நுழைந்த ராபின்சன், 1858ஆம் ஆண்டு மதராஸ் மாகாண காவல்துறையின் இன்ஸ்பெக்டர் ஜெனரலாக நியமிக்கப்பட்டார். அங்கிருந்து மாகாணத்தின்

ஆளுநராக அவர் உருவெடுக்க அதிகம் சிரமப்படவில்லை! 1875ஆம் ஆண்டு தற்காலிக ஆளுநர் பதவி அவருக்கு வழங்கப்பட்டது. சில மாதங்களில் டியூக் ஆஃப் சாந்தோஸ் அந்தப் பதவியில் அமர்ந்தார்.

1879ஆம் ஆண்டு சென்னையிலிருந்து இங்கிலாந்து திரும்பும் முன் ராபின்சன் ராயபுரம் பூங்காவுக்கு அடிக்கல் நாட்டினார். இந்தப் பூங்காவை மேம்படுத்தியவர் அ. ஆறுமுகம் முதலியார். அழகிய பூத்தொட்டிகளும், குத்துச் செடிகளுமாக பசுமை சொர்க்கமாக பூங்காவை மாற்றியவர் அவர். 1899ஆம் ஆண்டு பூங்கா சென்னை முனிசிப்பாலிட்டி வசம் வந்தது என்றும் ஸ்ரீராம் எழுதியிருக்கிறார். ஆறுமுகம் முதலியார் யாராக இருக்கக்கூடும் என்று பலவாறு தேடியும் எனக்குத் தகவல் கிடைக்கவில்லை. இந்தியன் சாரிவாரி என்ற இதழை மேற்கோள் காட்டி ராபின்சன் பூங்காவுக்கு பெயர் தந்தது யார் என்று சொல்கிறார் ஸ்ரீராம். இந்த பூங்காவில்தான் 1949ஆம் ஆண்டு அண்ணா தன் திராவிட முன்னேற்றக் கழகத்தின் முதல் பொதுக்கூட்டத்தை நடத்தினார். அதன் நினைவாக, இந்தப் பூங்காவுக்கு 'அறிஞர் அண்ணா பூங்கா' என்று தமிழக அரசு பெயரிட்டுள்ளது.

அடுத்தமுறை நான் அங்கு சென்றபோதும் பூட்டுதான் தொங்கியது. ஆனால் இன்று ஜூலை 21, 2018 நல்ல நாள் போல. மழை எப்போது வேண்டுமானாலும் வந்துவிடுவேன் என்று பயமுறுத்திக் கொண்டிருந்தது. திறந்த வாயில் வழியாக உள்ளே நுழைந்ததும் வலது பக்கம் அறிஞர் அண்ணாவின் படத்துடன் அமைந்த கல்வெட்டு கவனத்தை ஈர்த்தது.

'முதுகலைப் பட்டம் பெற்றவராகிய இவர், பெரியாரின் கொள்கைகளாலும், அவர்தன் தொண்டாலும் கவரப்பட்டு நீதிக்கட்சி அரசியலிலும் பின் திராவிடக் கழகத் தொண்டிலும் இறுதியாக தாமே கழகப் பணியிலும் தம்மை ஈடுபடுத்திக் கொண்டவர். தமிழை, பேச்சு மேடையிலும், எழுத்துலகிலும், நாடக அரங்கிலும் புது நெறி புகுத்திய புலவரிவர். தமிழகத்தில் பத்தொன்பதேயாண்டு அரசியல் பணியாற்றி ஆட்சியைக் கைப்பற்றியவர். தமிழ்நாட்டுக்கு 'தமிழ்நாடு' எனும் பெயரை அரசின் ஆனையால் நிறுவியவர். கல்வியில் இந்தித் திணிப்பை ஒழித்தவர், சுயமரியாதைத் திருமணத்திற்கு சட்ட ஏற்பு வழங்கிய பெருமான். இவற்றையும் இதுபோன்ற இன்னும் பலவற்றையும் ஒரு சில மாதங்களிலேயே செய்து முடித்தவர். கடமை, கண்ணியம், கட்டுப்பாடு இவைகளை வகுத்தவராவர், இவரை நினைத்து இந்திய நாடு இன்னும் அழுகிறது.'

ராபின்சன் பூங்காவில் அறிஞர் அண்ணாவின் படத்துடன் அமைந்த கல்வெட்டு

சட்டென மனம் கனமாகிவிட்டதுபோலத் தோன்றியது. கல்வெட்டில் தனக்கே உரிய அட்டகாசச் சிரிப்புடன் தெரிந்தார் அண்ணா. கல்வெட்டை நிதானமாக வாசித்துவிட்டு, முன்னேறினால், வலது பக்கம் 'நடைபாதையில் அமர்ந்து உணவு அருந்தக்கூடாது. குப்பையை குப்பைத் தொட்டியில் போடவும்' என்ற வாசகங்கள் அடங்கிய பதாகைகள் அங்கங்கே தெரிந்தன. வடசென்னையில் நான் அதுவரை கண்டிருந்த இடங்களிலேயே பளிச் என இருந்தது இந்தப் பூங்காதான். நடுவே சென்னை மாநகராட்சி சின்னமும் பெயரும் பொறித்த பழைய கடிகாரம் ஒன்று அதிசயமாக பத்தேமுக்கால் என்று சரியாக நேரம் காட்டியது. சற்றுத் தள்ளி ஒரு வளைந்த ஆஸ்பெஸ்டாஸ் கூரையும், அதன் கீழ் பாதையின் இரு பக்கமும் பென்ச்சுகளும் தெரிந்தன. அதில் ஒன்றில் சென்று அமர்ந்துகொண்டேன்.

கண்ணுக்கெட்டிய தூரம்வரை அலங்காரப் பனை மரங்கள் வரிசையாகத் தெரிந்தன. குரோட்டன்ஸ், கூந்தல் பனை என்று செடிகளும், மரங்களும் தாண்டி, பூங்காவின் நடுவே சில பிரம்மாண்ட முதுமரங்கள் தெரிந்தன. பூங்காவின் தொன்மையான மரங்கள் அவை என்று பார்த்ததும் புரிந்தது. ஆயிரக்கணக்கான

மக்கள் கூடியிருக்க, கொட்டும் மழையில் அறிஞர் அண்ணா தன் புதுக்கட்சியின் தொடக்கத்தை இந்தப் பூங்காவில் அறிவித்தபோது இந்த மரங்கள் கட்டாயம் இருந்திருக்கவேண்டும். மரங்களின் செறிவைக் காணமுடியாதபடி சோட்டா பீம் மற்றும் சுட்கியின் கட்-அவுட்கள் வைக்கப்பட்டிருந்தன. பூங்காவுக்கு வரும் சிறுவர்களை குஷிப்படுத்த சோட்டா பீம் நின்றுகொண்டிருந்தார். கார்ட்டூன் காரக்டர்களை ரசிக்கும் சிறுவர்களுக்கு அண்ணாவைத் தெரியுமா? இந்த மரங்கள் கண்டவற்றை அவர்களுக்கு பெற்றோர் சொல்லித் தந்திருப்பார்களா? வரலாறை தரிசித்த மரங்கள் இவை. பென்ச்சில் சாய்ந்து கண் மூடிக்கொண்டேன்.

'மணி என்ன?', எதிர் பென்ச்சில் இருந்த பெரியவர்தான் கேட்டார். கண் திறக்காமல் '11 மணி ஐயா', என்றுவிட்டு மீண்டும் காலச் சக்கரத்தில் ஏறி பின்னோக்கிச் சென்றுவிட்டேன். 'திராவிடம்' என்ற சொல்லை இன்று பொதுவெளியில் பயன்படுத்தினால் நம்மை தமிழரே அல்ல என்று முத்திரை குத்திவிடும் நிலையில் இருக்கிறது எவ்வளவு முரண் என்று சிரிப்பு வந்தது. ஆனால் 'திராவிடம்' என்ற ஒற்றைச் சொல் கடந்த இரு நூற்றாண்டுகளாக பெரும் கருத்தியலாய், அரசியல் சித்தாந்தமாய் வளர்ந்து, தமிழகத்தின் இன்றைய கல்வி நிலை, அரசியல் தெளிவு, பொருளாதார முன்னேற்றம் போன்றவற்றுக்கு அடித்தளமாக, உயிர் நாடியாக நிற்கிறது என்பதை நான் உணர்கிறேன்.

இந்தச் சொல்லை 1865ஆம் ஆண்டு முதன்முதலில் பயன் படுத்தியவர்களில் ஒருவர் ராபர்ட் கால்டுவெல். கால்டுவெல்லை பாசிச சக்திகள் இன்றும் அடித்துத் துவைக்க காரணமாக அமைந்தது அவர் இயற்றிய "Comparative Dravidian Grammar or South Indian Family of Languages" என்ற நூல்தான். இதில்தான் 'திராவிடம்' என்ற சொல்லை சமஸ்கிருதத்தில் இருந்தே எடுத்தாள்கிறார் கால்ட்வெல். 'திரமிள' என்ற சொல்லிலிருந்து வந்ததே திராவிடம் என்றும், தென்னிந்திய பெருவாரி மக்கள் திராவிட மொழியைப் பேசும் பொருட்டு அவர்கள் திராவிடர்களே என்று மொழி வாரியாக இனங்களை வரையறுக்கிறார். ஏழாம் நூற்றாண்டில் வாழ்ந்த குமரில பட்டர் இந்தச் சொல்லை முதலில் பயன்படுத்தியதாகக் கருதப்படுகிறது. ஆனால் வரலாற்று ஆய்வாளர் கே.ஏ. நீலகண்ட சாஸ்திரி, திராவிடமும் தமிழும் ஒன்றே என்று எழுதுகிறார். வடமேற்குப் பகுதியிலிருந்து தெற்கே வந்த இனத்தவர், இங்கு வசித்த புரோட்டோ ஆஸ்திரலாய்டு மக்களோடு இனக்கலப்பில் ஈடுபட்டு, அதில் வந்த இனக்குழு திராவிடர் என்று சொல்வோரும் உண்டு.

ஆரியரது சாதியப் படிநிலை தெற்கே ஊடுருவியபின் இங்கு நிகழ்ந்த சமூக மாற்றங்களில் 19ஆம் நூற்றாண்டில் கால்டுவெல் வாழ்ந்த காலத்தில் இங்கும் சாதியத்தின் வேர்கள் கடுமையாக உறுதி பெற்றிருந்தது. பிராமணர், பிராமணர் அல்லாதோருக்கு இடையேயான சமராகவே சுயமரியாதை இயக்கமும், திராவிட இயக்கமும் எழ பிராமணர் அல்லாதோருக்குக் கிடைத்த கல்வியே காரணம் என்று சொல்கிறார் அறிஞர் யூஜின் இர்ஷ்சிக். ஆங்கிலேயர் அனைவருக்கும் கல்வி என்ற முனைப்பை எடுக்கக் காரணம் அவர்களுக்கு தேவைப் பட்ட குமாஸ்தாக்கள்தான் என்ற கருத்து ஏற்புடையதாயினும், அவர்களது கல்வி நிறுவனங்கள் அனைவருக்குமான பொது வெளியாக அமைந்தது திராவிட இயக்கமும், உணர்வுகளும் வளர மிக முக்கியக் காரணம் என்பதில் ஐயமில்லை.

1885ஆம் ஆண்டு 'திராவிட பாண்டியன்' என்ற இதழை தன் நண்பர் ஜான் ரத்னத்துடன் சேர்ந்து தொடங்கினார் அயோத்திதாசப் பண்டிதர். திராவிடம் என்ற சொல்லை முதன்முதலில் பயன் படுத்திய பெருமை இவர்கள் இருவரையே சாரும். மதராஸ் மாகாணத்தின் ஒடுக்கப்பட்ட மக்களின் குரலாக ஓங்கி ஒலித்தது திராவிட பாண்டியன். 1886ஆம் ஆண்டு ஒடுக்கப்பட்ட மக்கள் இந்துக்களே அல்ல என்ற அறிக்கை வெளியிட்ட அயோத்திதாசர், 1891ஆம் ஆண்டு முதல் நாடு தழுவிய சென்சஸ் எடுக்கப்பட்ட போது, அந்தக் கணக்கெடுப்பில் ஒடுக்கப்பட்ட இன மக்களை 'சாதியற்ற திராவிடர்கள்' என்று தெரிவிக்கச் சொன்னார். அதன் நீட்சியாக 1891ஆம் ஆண்டு 'திராவிட மகாஜன சபை'யை தொடங்கினார் அயோத்திதாசர். அடுத்து வந்த அரசியல் தலைவர்கள் பிராமணர் அல்லாதோரை திராவிடர் என்று அடையாளப்படுத்தத் தொடங்கினார்கள். திராவிடம் பெரும் அரசியல் கொள்கையாக உருவெடுக்கத் தொடங்கியது 20ஆம் நூற்றாண்டின் தொடக்கத்தில்தான்.

1912ம் ஆண்டு பிராமணராக இல்லாத காரணத்தால் குடிமைப் பணிகளில் சேர வாய்ப்பைத் தவறவிட்ட பிற சாதி படித்த இளைஞர்கள் சிலர் 'மதராஸ் யுனைட்டட் லீக்' என்ற அமைப்பைத் தொடங்கினர். வீராசாமி நாயுடு, சரவண பிள்ளை, நாராயணசாமி மற்றும் துரைசாமி நாயுடு போன்றோர் இந்த அமைப்பின் தொடக்க உறுப்பினர்களாவார்கள். இந்த அமைப்பு பின்னாளில் மதராஸ் திராவிட சங்கமாக பெயர் மாறியது. சமூகப் பணிகளை மட்டுமே முன்னெடுத்த இந்த அமைப்பு அரசியல் பேசவில்லை!

1916ஆம் ஆண்டு மதராஸின் பிராமணர் அல்லாதோர் வழக்கறிஞர் எத்திராஜுலுவின் வீட்டில் ஒருங்கிணைந்த கூட்டத்தில்

‘தென்னிந்திய நல உரிமைச்சங்கம்’ உருவானது. இந்த இயக்கத்தின் நிறுவனர்கள் பிட்டி தியாகராசர் மற்றும் டி.எம்.நாயர். ‘ஜஸ்டிஸ்’ என்ற ஆங்கில இதழை இந்த இயக்கம் வெளியிட்ட காரணத்தால் பின்னாளில் ‘ஜஸ்டிஸ் கட்சி’ ஆனது. முதல்முறையாக பிராமணர் அல்லாதோர் ஒருங்கிணைந்த இந்தக் கட்சி, ஹோம் ரூல் இயக்கத்துடன் மோதல் போக்கை கடைபிடித்தது. எட்வின் மோன்டேகு அறிவித்த அரசியல் சீர்திருத்தங்களை முழுக்க ஏற்றுக்கொள்ளாத கட்சி, வகுப்புவாரி பிரதிநிதித்துவம் கேட்டு மோன்டேகுவுக்கு அழுத்தம் தந்தும் பலனில்லை.

1920ஆம் ஆண்டு மெஸ்டன் உடன்படிக்கை மூலம் சென்னை சட்டமன்றத்தின் சில தொகுதிகள் பிராமணரல்லாதோருக்கு ஒதுக்கப்பட்டன. இரட்டை ஆட்சிமுறையில் கிட்டத்தட்ட 13 ஆண்டுகள் நீதிக்கட்சி மதராஸ் மாகாணத்தை ஆண்டது. அதன் பின் உள் கட்சிப் பூசல்களும், பிணக்குகளும் சர்ச்சைகளும் ஒரு பக்கமென்றால் திறமையற்ற ஊழல் மலிந்த ஆட்சியாளர்கள் ஒரு பக்கம் நீதிக்கட்சியின் புகழை வெகுவாகக் குறைத்துவிட்டிருந்தனர். ஒடுக்கப்பட்ட மக்களின் ஆதரவை அது இழந்தது, சிறுபான்மையினரது ஆதரவையும் இழந்தது. இந்த இரு பிரிவினருக்கும் உரிய பிரதிநிதித்துவம் வழங்கப்படாமல் குறிப்பிட்ட சில சாதியினர் மட்டுமே கட்சியில் ஆதிக்கம் செலுத்தினார்கள் என்பது அவர்களது நியாயமான குற்றச்சாட்டாக இருந்தது.

1938ஆம் ஆண்டு வரை நீடித்த இழுபறி நிலை மாற ஈ.வெ.ரா. பெரியார் காரணமானார். நீதிக்கட்சியின் இந்தி எதிர்ப்புப் போராட்டத்தை முன்னின்று வழிநடத்தியதன் காரணமாக பெரியார், கட்சியின் பெரும் தலைவராக உயர்ந்தார். அவரது சுயமரியாதை இயக்க சித்தாந்தத்தை நீதிக்கட்சி உள்வாங்கியது. நிலச்சுவான்தார்கள், மிராசுதாரர்களின் கட்சி என்ற கருத்தியல் பெரியார் வந்தது முதலே உடையத் தொடங்கியது.

திராவிடருக்கென தனி ‘திராவிட நாடு’ என்ற கருத்தை முன்வைத்த பெரியார், நீதிக் கட்சியை தேர்தல் அரசியலிலிருந்து விலக்கினார். கா.ந. அண்ணாத்துரை என்ற புதிய இளம் தலைவர் உருவானார். மாணவர் படையைத் திரட்டும் பெரும் பங்கு அவருடையதாயிற்று. 1944ஆம் ஆண்டு சேலத்தில் நடைபெற்ற நீதிக்கட்சியின் மாநில மாநாட்டில், கட்சியின் பெயர் ‘திராவிடர் கழகம்’ என்று மாற்றப்பட்டது. நீதிக்கட்சியின் உறுப்பினர்கள் திராவிடர் கழகத்தில் இணைந்தனர். அண்ணாவும் பெரியாரும் திராவிடர் கழகத்தை

முன்னெடுத்துச் சென்றனர். பச்சையப்பன் பள்ளியில் ஆங்கில ஆசிரியராகப் பணியாற்றிய அண்ணா, ஆங்கிலம், தமிழ் என இரு மொழிகளிலும் புலமைகொண்டிருந்த பெருந்தலைவர்.

கல்வெட்டு சொல்வதுபோல எழுத்து, பேச்சு, நாடகம் என்று முத்தமிழிலும் கரைகண்டவர். பகுத்தறிவுக் கொள்கை, சமூக சீர்திருத்தம், மூட நம்பிக்கைகளுக்கு எதிராகக் களமாடல் என்று திராவிடர் கழகத்தின் கொள்கைகளைப் பட்டி தொட்டியெங்கும் பரப்பியதில் அண்ணாவின் பங்கு அளப்பரியது. அவரது பெயரை இந்தப் பூங்காவுக்கு சூட்டியதன் பின்னணியை பிஷ்வனாத் கோஷ் என்ற எழுத்தாளர் எழுதிய ஆங்கில இதழ் ஒன்றில் வெளியான கட்டுரையில்தான் முதலில் படித்துத் தெரிந்துகொண்டேன். கோஷ் பவளக்காரத் தெருவின் பழைய 7ம் எண் வீட்டில் திராவிடர் கழகத்திலிருந்து பிரிந்து அண்ணா தலைமையில் திராவிடர் முன்னேற்றக் கழகம் என்ற கட்சி தொடங்கியது என்று எழுதியிருந்தார்.

பெரும்பாலான மற்ற தரவுகள் 17.09.1949 அன்று ராபின்சன் பூங்காவில் திமுக தொடங்கப்பட்ட அறிவிப்பை அண்ணா வெளியிட்டார் என்று சொல்கின்றன. ஆனால் அதைத் தவறு என்று சுட்டிக்காட்டுகின்றன கோஷ் முன்வைக்கும் தரவுகள். திருவொற்றியூர் முனிசிபாலிட்டியின் தலைவராக 1949ஆம் ஆண்டு செயல்பட்டுவந்த சண்முகம் பிள்ளையின் வீட்டில் செப்டம்பர் 17, 1949 அன்று காலை திராவிடர் கழகத்தின் செயற்குழு கூடியது என்றும் அந்த கூட்டத்தில் பெரியாருக்கு எதிரான நம்பிக்கையில்லா தீர்மானம் நிறைவேற்றப்பட்டது என்றும் செப்டம்பர் 19, 1949 தேதியிட்ட ஆங்கில இந்து நாளிதழின் செய்தியை சுட்டுகிறார் கோஷ்.

இதை ஆமோதித்து இருக்கிறார் 1970-71ஆம் ஆண்டு மதராஸ் மேயராக இருந்த ச. கணேசன். இதையே வழிமொழிந்திருக்கிறார் அழகப்பா பல்கலைக்கழகத்தின் முன்னாள் துணைத்தலைவர் அ. ராமசாமி. அவரது ஆய்வுகளும் செப்டம்பர் 17 அன்று கட்சி தொடங்கும் முடிவு பவளக்காரத் தெருவில் எடுக்கப்பட்டதாகவே தெரிவிக்கின்றன. செப்டம்பர் 18 அன்று மாலை 4 மணிக்கு ராபின்சன் பூங்காவில் அண்ணா நிகழ்த்திய உரை, பொதுமக்கள் மத்தியில் புதிய அரசியல் கட்சி உருவானதன் அறிவிப்பு மட்டுமே என்று நிறுவப்பட்டுள்ளது. எது எப்படியோ, மக்களுக்கு புதிய கட்சியை அண்ணா கொண்டுவந்து நிறுத்திய இடம் என்று முக்கியத்துவம் பெறுகிறது ராபின்சன் பூங்கா.

அண்ணா அன்று நிகழ்த்திய உரை மிக முக்கியமானது என்பதால் அதை இங்கே வாசிக்கும் அவசியம் ஏற்படுகிறது:

'பெரியார் திருமணம் என்ற செய்தி கேட்டதும் அழுதவன் நான். ஆயாசங் கொண்டவன் நான். அதுமட்டுமல்ல, நான் ஒதுங்கிவிடுகிறேன் என்ற எண்ணத்தை, நான் கொண்ட கருத்தைத் தெரிவித்தவன் நான். என் போன்ற பல தோழர்கள் பெரியாரை, பெரியார் போக்கை, அவர் திருமண ஏற்பாட்டை ஏற்கவில்லை என்பதை மட்டுமல்ல, கண்டித்தனர். கதறினர். வேண்டாம் என்றனர் வேதனை உள்ளத்தோடு... அவரோடு சேர்ந்து பணிபுரிய முடியாத பெரும்பான்மையினர், கழக முக்கியஸ்தர்கள் கூடிப்பேசி ஒரு முடிவு செய்தனர். அந்த முடிவுதான் திராவிட முன்னேற்றக் கழகத் தோற்றம். இது போட்டி கழகமல்ல.'

'இரு கழகங்களும் இரு திக்குகளிலிருந்தும் வடநாட்டு ஏகாதிபத்தியத்தை ஒழித்து, வைதீகக் காட்டை அழித்துச் சமதர்மப் பூங்காவை திராவிடத்தைச் செழிக்கச் செய்தல் வேண்டும். அதிலே எந்தக் கழகம் பூங்காவை அமைத்தாலும் அதில் பூக்கும் பூக்கள், காய்கள், கனிகள் திராவிடத்தின் எழுச்சியை, மலர்ச்சியைத்தான் குறிக்கும். இரு பூங்காக்களும் தேவை. ஒன்றோடொன்று பகைக்கத் தேவையில்லை. அவசியமும் இல்லை. எது புஷ்பித்தாலும் மாலையாகப் போவது திராவிடத்திற்குத்தான் என்ற எண்ணம் வேண்டும்.'

'திராவிடர் கழகமாகட்டும், திராவிட முன்னேற்றக் கழகமாகட்டும் படைவரிசை வேறு என்றாலும் கொள்கை ஒன்றுதான். கோட்பாடு ஒன்றுதான். திட்டமும் வேறு அல்ல என்ற நிலை இருந்தே தீரும். படைவரிசை இரண்டுபட்டுவிட்டது என்று எக்காளமிடும் வைதீகபுரிக்கும், வடநாட்டு ஏகாதிபத்யத்துக்கும் சம்மட்டியாக விளங்கவேண்டும்.'

அன்றைய உரையைக் கேட்ட வடசென்னை இன்றும் திமுகவின் கோட்டையாக இன்றும் திகழ்வதில் ஆச்சர்யம் இல்லை என்று எண்ணிக்கொண்டேன். அண்ணா முன்னெடுத்த திராவிட சித்தாந்தம் வெறும் சமூக அமைப்பாக இல்லாது, அரசியலில் ஈடுபட்டு, ஆட்சியைப் பிடிக்கவேண்டும் என்ற கருத்தியலை முன் நிறுத்தியது. கடந்த சில பத்தாண்டுகளில் தமிழகம் கண்டிருக்கும் அசுர வளர்ச்சிக்கு உரமாக இந்த சித்தாந்தம் இன்றும் கனன்று கொண்டிருக்கிறது; அது வெளிப்பட்ட இடமாக இந்தப் பூங்காவும் சாட்சியாக நம் முன் நிற்கிறது. இந்தப் பூங்கா இன்று அழகாகப் பேணப்படுகிறது என்பதே பெரிய ஆறுதல்தான்.

•

21

ஆர்.எஸ்.ஆர்.எம் மருத்துவமனை

ஜூலை 21, 2018.

நானும் பழனி சாரும்பரபரப்பாக இருந்த சாலையைக் கடந்துகொண்டிருந்தோம். வலது புறம் அறிஞர் அண்ணா பூங்கா வழக்கம்போல மக்கள் கூட்டத்தால் நெரிசலாகத் தெரிந்தது. எங்கள் டார்கெட் இடதுபுறமிருந்த மருத்துவமனை. முந்தைய இரவு ஆர்.எஸ்.ஆர்.எம் மருத்துவமனைபற்றி ஓரளவுக்கு வலைத் தளங்களில் அலசியிருந்ததால், உள்ளே அனுமதியின்றி நுழையலாம், பொது இடம் என்ற பாதுகாப்பு உண்டு என்பது புரிந்தது. ஆனால் மரபு நடைக்கான அனுமதி பெறுவதற்கு வாய்ப்பில்லை என்பதையும் அறிந்திருந்தேன். அரசு அலுவலகங் களுக்குள் மரபு நடைக்கு அனுமதி கேட்பதும் குட்டிச் சுவற்றில் முட்டிக்கொள்வதும் ஒன்றுதான் என்று முன்னாள் அனுபவங்கள் சொல்லித் தந்திருந்தன.

மருத்துவமனையின் வாசலிலிருந்து அது குறித்து பேசிக் கொள்ளலாம் என்ற எண்ணத்தில், உள்ளே என்னதான் இருக்கிறது என்று பார்த்துவிடும் உந்துதலில் நானும் பழனி சாரும் காவலரைத் தாண்டி உள்ளே சென்றோம். மக்கள் வருவதும் போவதுமாக இருந்தார்கள். கண்களில் முட்டிக்கொண்டிருக்கும் கண்ணீருடன் சிலர், கைகளில் டீ சொம்பை ஏந்திய சிலர், கைத்தாங்கலாக மகளையோ, தாயையோ அழைத்துச் சென்ற பெண்கள் என திரும்பிய பக்கமெல்லாம் ஏதோ அவசரத்தில் எல்லோரும் ஓடிக்கொண்டே இருந்தார்கள். நீள வராந்தாவில் நடந்துகொண்டே

ஆர்.எஸ்.ஆர்.எம் (ராஜா சர் ராமசாமி முதலியார்) மருத்துவமனை

கல்வெட்டுகள், அடிக்கல் என்று ஏதாவது கிடைக்கிறதா என்று தேடினோம். கட்டடம் என்னவோ அத்தனை தொன்மையாக என் கண்ணுக்குப்படவில்லை. வலைத்தளங்களில் தேடியதில் மருத்துவமனை 1880ஆம் ஆண்டு கட்டப்பட்டது என்று தெரிந்துகொண்டிருந்தேன்.

ஒரு வழியாக முன் வராந்தாவில் ஒரு கல்வெட்டு கண்ணில் பட்டது. 'ராஜா சர் ராமசாமி முதலியார் மகப்பேறு மருத்துவமனை, ஜனவரி 25, 1951 அன்று மதராஸ் அரசின் முதலமைச்சர் ஸ்ரீ பி.எஸ்.குமாரசாமி ராஜா முன்னிலையில் உடல் நலம் மற்றும் சுகாதாரத்துறை அமைச்சர் டாக்டர் டி.எஸ்.எஸ். ராஜனால் அடிக்கல் நாட்டப்பட்டது' என்று கல்வெட்டு தெளிவாகக் குறிப்பிட்டது.

அப்படியானால் இது புதிய பிளாக்காக இருக்கவேண்டும். கல்வெட்டுக்கு அருகே இருந்த வாயிலின் மேல் ஆஜானுபாகுவான நபர் ஒருவரின் ஓவியமும், அதனடியில் சர் சவலை ராமசாமி முதலியார் என்ற பெயரும் எழுதப்பட்டிருந்தது. ஆர்.எஸ்.ஆர்.எம். என்ற மருத்துவமனை நிறுவனரின் பெயர் இவரைத்தான் குறிக்கிறது என்று உணர்ந்து மொபைலில் புகைப்படங்கள் எடுக்கத் தொடங்கினேன். அடுத்த நொடி காவலாளி ஒருவர் எங்கள் முன் ஆஜராகிவிட்டார்.

'யார் நீங்க? இங்கலாம் ஃபோட்டோ புடிக்கக் கூடாது', என்று மிரட்டும் தொனியில் கூறவும், பழனி சார் பதறிவிட்டார். 'இல்லைங்க சும்மாதான், இவர பத்தி தெரிஞ்சுக்கலாம்னு...' என்று இழுக்க, 'அதெல்லாம் நமக்கு தெரியாது, இங்கலாம் நிக்காதீங்க, படம் எடுக்காதீங்க. யாரனா பாக்க வந்தா பார்த்துட்டு கௌம்பணும். பெரிய டாக்டர் பார்த்தா சத்தம் போடுவார். போங்க போங்க', என்று விரட்டினார். மருத்துவமனையை அமைதியாக ஒரு சுற்று சுற்றிவந்தோம். முழுக்க முழுக்க எளிய மனிதர்கள். ஸ்டான்லி அரசு மருத்துவமனையின் மகப்பேறு மற்றும் சேய்நல மருத்துவமனைப் பிரிவு இது. இன்று பெரும் கட்டடமாக நிற்கும் இந்த மருத்துவமனை உருவான கதையைத் தெரிந்துகொள்ள நாம் ராஜா சர் சவலை ராமசாமி முதலியாரைத் தெரிந்துகொள்ள வேண்டும்.

புதுவைக்கும் கடலூருக்கும் இடையே அமைந்த சவலை என்ற கிராமத்தைச் சேர்ந்த கட்டுமான அதிபர் ஒருவரது மகனாக 1840ம் ஆண்டு பிறந்தார் ராமசாமி. கடும் கடன் நெருக்கடியில் சொந்த ஊரை விட்டு சென்னைக்கு இடம் பெயர்ந்தது ராமசாமியின் குடும்பம். சென்னையில் கல்வியைத் தொடர்ந்த ராமசாமி, தமிழ் ஆங்கிலம் என இரு மொழிகளிலும் புலமை பெற்றார். வணிகம் செய்வதில் பெரும் ஆர்வம்கொண்டிருந்தவர், ஆங்கிலேயருடன் ஏற்றுமதி வணிகத்தில் ஈடுபட்டு பெரும் பொருள் ஈட்டத் தொடங்கினார். டைம்ஸ் அண்டு கோ என்ற ஆங்கிலேய நிறுவனத்தில் பணியாற்றியவர், ஆங்கிலேயரால் 'துபாஷி'யாக நியமிக்கப்பட்டார். அந்தக் காலத்தில் துபாஷிகள் ஆங்கிலப் புலமை கொண்டதால் பெரும் பணம் ஈட்டிக்கொண்டிருந்தார்கள். அதே போல சவலை ராமசாமியும் பெரும் செல்வந்தர் ஆனார்.

போதிய பணம் ஈட்டியதும் தான் சேர்த்தவற்றை பொது மக்கள் நலனுக்கென செலவிடத் தொடங்கினார். மருத்துவமனைகள் நிர்மாணித்தது அவரது பெரும் சாதனை. கடலூர், சென்னை

ராயபுரம், காஞ்சிபுரம் ஆகிய ஊர்களில் சொந்த செலவில் நிலம் வாங்கி மருத்துவமனைகள் கட்டி பொதுமக்கள் பயன்பாட்டுக்கு அளித்தார். 1880ஆம் ஆண்டு அவரது ஒருமுயற்சியால் ராயபுரம் லயிங்-இன் மருத்துவமனை நிர்மாணிக்கப்பட்டது. அதுவரை கோஷா மருத்துவமனையை நோக்கி படையெடுத்த பெண்களுக்கு இந்த மருத்துவமனை பெரும் வரம்.

அதேபோல சத்திரங்கள் கட்டுவதிலும் ஆர்வம்கொண்டிருந்தார். சென்னை நகரின் ஷெரிஃப்பாக மூன்றுமுறை தேர்ந்தெடுக்கப் பட்டார். 1877ஆம் ஆண்டு சென்னை நகரின் முனிசிபல் கமிஷனராகவும் பணியாற்றினார். மதராஸ் மகாஜன சபையின் துணைத் தலைவராகவும் பணியாற்றினார். 1892ஆம் ஆண்டு மதராஸ் மகாஜன சபை கூட்டிய மாநில மாநாட்டில் பங்கேற்க திராவிட மகாஜன சபையின் பிரதிநிதியாக வந்தார் பண்டித அயோத்தி தாசர். இந்தக் கூட்டம் விக்டோரியா ஹாலில் நடைபெற்றது.

இந்தக் கூட்டத்தில் ஆதி திராவிடர்களுக்கு கோயில்களுக்குள் நுழையும் உரிமை வேண்டும் என்று வேண்டுகோள் வைத்தார் அயோத்திதாசர். அது திட்டவட்டமாக மறுக்கப்படவே, 'உங்கள் சாமியை நீங்கள் வைத்துக்கொள்ளுங்கள். ஆனால், எங்கள் மக்களுக்கு நான்காவது வகுப்பு வரையாவது படிக்க கிராமங்கள் தோறும் கல்விச் சாலைகள் அமைத்து கல்வி கொடுங்கள். பயன்படாத நிலங்களை கொடுத்து ஆதரியுங்கள்', என்று வேண்டுகோள் வைத்தார். இந்த இரு கோரிக்கைகளையும் அயோத்திதாசரிடம் கேட்டு, மாநாட்டின் முன்மொழிந்தவர் - சவலை ராமசாமி. அவற்றை வழிமொழிந்தவர்கள் எல்லூர் சங்கரன் மற்றும் அயோத்திதாசர்.

தன் மனைவி தையல்நாயகி அம்மாள் நினைவாக திருக்கழுக் குன்றத்தில் சத்திரம் ஒன்றையும் கட்டினார். 10.03.1888 அன்று ஆங்கிலேய அரசிடம் சென்னை சென்ட்ரல் ரயில் நிலையத்துக்கு எதிரே 30000 ரூபாய் பொருள் செலவில் ரயில் பயணிகளுக்கு உதவ சத்திரம் ஒன்று கட்ட விரும்புவதாகவும், அதற்கு அரசு நிலம் ஒதுக்கும்படியும் வேண்டுகோள் வைத்தார். அவரது விண்ணப்பத்தை ஏற்றுக்கொண்ட அரசு, அவருக்கு 3000 ரூபாய் மதிப்புள்ள வேப்பேரி கிராமத்தின் 1.33 ஏக்கர் நிலத்தை சத்திரம் கட்ட ஒதுக்கியது.

சத்திரம் கட்டி அதை உயில் மூலம் டிரஸ்ட் ஒன்று அமைத்து நிர்வகிக்க வழி செய்தார் ராமசாமி முதலியார். அந்த சத்திரத்தில்

அவரது மார்பளவு வெண்கலச் சிலை ஒன்று நிறுவப்பட்டுள்ளது. இன்று சென்னை உயர்நீதிமன்றக் கட்டுப்பாட்டில் உள்ள அந்த சத்திரம் மெட்ரோ ஸ்டேஷன் அமைக்கப்படும்போது முழுக்க காலி செய்யப்பட்டு, சம்பந்தமே இல்லாத அடிக்கும் சிவப்பு வண்ணத்தில் அச்சுறுத்தும் வகையில் காணப்படுகிறது. அதன் கீழ்ப் பகுதியில் காட்சிக்கூடம் ஒன்றை அமைக்கப்போவதாகவும் மெட்ரோ நிர்வாகம் அறிவித்துள்ளது.

1890களில் நைனியப்ப நாயக்கன் தெருவில் தொடங்கப்பட்ட சென்னபுரி அன்னதான சமாஜத்தின் புரவலராக இருந்தார் ராமசாமி முதலியார். பம்மல் சம்பந்த முதலியாரின் நெருங்கிய நண்பரான ராமசாமி, அவர் தொடங்கிய சுகுண விலாச சபையின் தலைவராகவும், பெரும் புரவலராகவும் விளங்கினார். காங்கிரஸ் கட்சி முன்னெடுத்த விடுதலைப் போராட்டத்திலும் ராமசாமி பங்கெடுத்தார். 1885ஆம் ஆண்டு இங்கிலாந்து சென்ற இந்திய தேசிய யூனியன் அமைப்பின் மூவர் குழுவில் இடம் பெற்றிருந்தார் ராமசாமி முதலியார். 1887ஆம் ஆண்டு இந்திய தேசிய காங்கிரஸின் மூன்றாவது மாநாட்டிலும், 1889ஆம் ஆண்டு ஐந்தாவது மாநாட்டிலும் பங்கேற்றார். மூன்றாவது மாநாட்டின் வரவேற்புக் குழுவில் இடம்பெற்ற ராமசாமி, 'பிரஞ்சு ஆதிக்கமுள்ள புதுவையில் இருப்பவர்கள்கூட தங்களை ஆள்பவர்களை தேர்வு செய்யும் உரிமையைப் பெற்றிருக்கிறார்கள்; இங்கிலாந்தின் ஆதிக்கத்திலுள்ளவர்களுக்கு அந்த உரிமையும் இல்லை. ஆளும் உரிமை எங்களுக்கே', என்று பேசினார்.

அவரது சமூகப் பணிகளைப் பாராட்டி அவருக்கு இங்கிலாந்து அரசி 'ராஜா' என்ற கௌரவப் பட்டத்தை வழங்க முன்வந்தார். ஜனவரி 1, 1891 அன்று அவருக்கு 'ராஜா' பட்டம் அன்றைய வைஸ்ராயால் வழங்கப்பட்டது. 1911ஆம் ஆண்டு தன் 71வது வயதில் காலமானார் சர் ராஜா சவலை ராமசாமி முதலியார். அவரது மறைவுக்குப் பின் அரசின் கட்டுப்பாட்டுக்கு வந்த ராயபுரம் மருத்துவமனை, பின்னர் ஸ்டான்லி மருத்துவமனையின் மகப்பேறு பிரிவாக இன்றுவரை செயல்பட்டு வருகிறது.

1922ஆம் ஆண்டு 'ரிலாப்சிங் ஃபீவர்' என்ற மர்மக்காய்ச்சல் வட சென்னைப் பகுதியின் துப்புரவுப் பணியாளர்கள் வசித்த பகுதிகளில் பரவியபோது, அவர்களுக்கு சிகிச்சை வழங்குவதில் முன்னின்றது ஆர்.எஸ்.ஆர்.எம் மருத்துவமனைதான்! 1920ஆம் ஆண்டு 1626 பெண்களுக்கு இங்கு வெற்றிகரமாக மகப்பேறு சிகிச்சை நடந்துள்ளது. 1920களில் 'மிட்-வைஃப்' என்ற மருத்துவச்சி பயிற்சி

ஆர்.எஸ்.ஆர்.எம் மருத்துவமனையில் தரப்பட்டது என்ற தகவல் மதராஸ் மாநகராட்சி பொதுநல சுகாதாரத்துறை அறிக்கைகள் மூலம் தெரியவருகிறது.

1916ஆம் ஆண்டு வெளியான அந்த ஆண்டறிக்கையில் மாகாணத்தில் முதல்முறையாக 'மிட் வைஃப்' பயிற்சியை ஆர்.எஸ்.ஆர்.எம் மருத்துவமனையில் மாநகராட்சி தொடங்கி இருப்பதாக தெரிவிக்கப்பட்டுள்ளது. வீடு வீடாக இந்த மருத்துவச்சிகள் சென்று கர்ப்பிணிப் பெண்களை நேரில் சந்தித்து தங்கள் உடலை பேணுவது குறித்தும், மகப்பேறு முடிந்து வீடு திரும்பிய பெண்களுக்கு அறிவுரைகள் சொல்லி, நேரடியாக தாய் சேய் நலனைக் காக்க இந்தப் பெண்களின் உதவி அத்தியாவசியமானது என்று சொல்கிறது இந்த அறிக்கை. தமிழ் நன்றாகப் பேசத்தெரிந்த இந்தியப் பெண்கள் மட்டுமே இந்தப் பயிற்சியில் சேர்த்துக்கொள்ளப்பட்டார்கள். பின்னாளில் இந்தப் பெண்கள் மூலமே சத்துமாவு, பால் போன்ற அத்தியாவசிய உணவுப் பொருள்களை இளம் அம்மாக்களுக்கு அரசு விநியோகம் செய்தது! 1937ஆம் ஆண்டு மட்டும் 174,422 முறை வீடுகளுக்குச் சென்று கர்ப்பிணிப் பெண்களையும், இளம் அம்மாக்களையும் இந்த மிட்-வைஃப் பெண்கள் கவனித்துள்ளனர்.

பிப்ரவரி 3, 2020. தோழி ரோடாவுடன் வடசென்னையைச் சுற்றிவருவது ஒரு கதகதப்பை நெஞ்சில் உருவாக்கக் கூடியது. கலகலவென்று பேச்சு ஒரு பக்கம் என்றாலும், ஒரே அலை வரிசையில் சிந்திக்கக் கூடியவர்கள் என்பதைத் தாண்டி, உள்ளார்ந்த அன்புடன் வடசென்னையை நேசிப்பவர்கள் இருவரும் என்பதால் உள்ளுக்குள் ஒரு கிளர்வுடன்தான் ஊர் சுற்றிவருவது! அப்படியான ஒரு நாளில் ஆர்.எஸ்.ஆர்.எம். மருத்துவமனையைத் தாண்டும் போது ரோடா கேட்டார், 'டெய்லி காலைல இந்த ஹாஸ்பிடல் வாசல்ல கழுதைங்க நிக்கும் தெரியுமா?' 'கழுதையா? அது எதுக்கு? பக்கத்துல தோபிகாட் இருக்குதா?', நான் வண்ணாரப் பேட்டையுடன் இதை முடிச்சுப்போட்டு என்னென்னவோ சில செகண்டுகளுக்குள் சிந்தித்துவிட்டேன்.

வெடிச்சிரிப்புடன் அவர் தொடர்ந்தார். 'அதெல்லாம் இல்லயா... பிறந்த குழந்தைங்களுக்கு கழுதைப் பால் குடுக்க மக்கள் போட்டி போட்டு வாங்குவாங்க. ஒரு சங்கு கழுதைப் பால் 500 - 600 ரூபாய்வரை இங்க விப்பாங்க. எல்லாம் விடிகாலை கொஞ்ச நேரம்தான். அப்புறம் கழுதையும் இருக்காது, ஆளும் இருக்காது', என்று சொல்லி சிரித்தார். கழுதைப் பால் விஷயம் அதிர்ச்சியாக இருந்தது.

ஒரு சங்கு கழுதைப் பாலுக்கு 500,600 ரூபாய் கொடுத்து, பிறந்த குழந்தையின் உடல் நலம் காப்பது உண்மையில் சிரிப்பு தான். ஆர்.எஸ்.ஆர்.எம் முன் மட்டுமல்ல, சைதாப்பேட்டையிலும் கழுதைப்பால் பிசினஸ் மிகப்பெரிய பிசினஸ்தான். ரோடாவின் வீட்டில் வேலை செய்யும் பாயக்கா, சைதாப்பேட்டை கழுதைப்பால் சங்கு ஒன்றுக்கு 100 ரூபாய்தான் என்று தெளிவு படுத்தினார். எங்கோ ஆந்திராவில் பிறந்த அவரது பேரக் குழந்தைக்கு தாத்தா சைதாப்பேட்டையில் அலைந்து திரிந்து, குழந்தை பிறந்து 15 நாள்களுக்குள் கழுதைப் பால் குடிக்கத் தந்ததை பெரிய சாதனையாகச் சொன்னார் அவர். கழுதைப் பால் தருவது குழந்தையின் குரல் வளத்தை மேம்படுத்தும், அதன் கை கால்களில் 'கறுப்பு' படாமல் பாதுகாக்கும் என்பது இந்த எளிய மக்களின் நம்பிக்கை! அறிவியல் பூர்வமாக கழுதைப்பாலில் அதிக லாக்டோஸ் உள்ளது என்பது மட்டுமே நிரூபிக்கப்பட்டுள்ளது; அதன் மருத்துவ குணங்கள் இன்னும் நிரூபணமாகவில்லை.

நவீன மருத்துவம் எளியவருக்கெல்லாம் சென்று சேரவேண்டும் என்று சொந்தப் பணத்தில் பொது மருத்துவமனை கட்டித் தந்த மனிதர் ராமசாமி. அவரது மருத்துவமனை வாசலில் மக்களின் அறியாமையைப் பயன்படுத்தி கழுதைப் பால் கொள்ளை விலைக்கு அதே எளிய மக்களிடம் விற்கப்படுவது நகைமுரண் தான்!

•

22

ராமானுஜன் மியூசியம்

ஜூலை *21, 2018.*

ஒவ்வொருமுறை கலை, பண்பாடு சம்பந்தப்பட்ட நிகழ்ச்சிகளுக்கு மயிலாப்பூர் பக்கம் செல்லும்போதும், ஏன் இத்தகைய சபாக்கள், அரங்கங்கள் வடசென்னையில் இருப்பதில்லை என்று சிந்திப்பதுண்டு. ஆடலும், பாடலும், நாடகமும் நகரின் குறிப்பிட்ட பகுதி மக்கள் அமர்ந்து சிலாகித்து தலையாட்டி ரசிப்பதற்கு என்றால், அது ஒருவகை மேட்டிமைத்தனம்தானே? பரதமும், கர்நாடக சங்கீதமும் மயிலாப்பூர் வளர்த்தெடுப்பது என்றால், அது ஏன் வடசென்னையில் இல்லை? அறிவியல், கணித ஓர்க்ஷாப்கள், சிறப்பு வகுப்புகள் போன்றவை வடசென்னை பக்கம் உண்டா என்று தேடத் தொடங்கிய காலத்தில், எப்போதோ கண்ணில்பட்டது 'அவ்வைக் கலைக்கழகம்' என்ற அமைப்பு. அதில் கணிதவியலாளர் ஸ்ரீநிவாச ராமானுஜத்துக்கு ஓர் அருங்காட்சியகம் அமைக்கப்பட்ட செய்தியும் வாசித்தேன்.

வடசென்னை மரபு நடைக்கான தயாரிப்புகளில் ஈடுபட்ட நாள் முதலே அவ்வை கலைக்கழகத்தை எப்படியாவது நேரில் சென்று பார்த்துவிடுவது என்று முடிவெடுத்துவிட்டேன். கூகிள் மேப்பில் அவ்வை அகாடமி என்று போட்டுத் தேடினால், சந்து பொந்தாக எங்கெல்லாமோ சுற்றிவிட்டு, ஒரு வழியாக சோமு செட்டி நாலாவது தெருவில் கொண்டு விட்டது. கோடானு கோடி நமஸ்காரத்தை கூகிளம்மாவுக்கு சொல்லிவிட்டு, நானும் பழனி சாரும் அந்த நெரிசலான தெருவில் வலதுபக்கம் தெரிந்த உயரமான

கட்டடத்தைப் பார்த்தோம். 'அவ்வை கலைக்கழகம்' என்ற பலகை பிரகாசமாகத் தெரிந்தது. உள்ளே நுழைந்தோம். அலுவலக உதவியாளர் போலத் தெரிந்த பெண்மணி ஒருவரிடம், 'மேடம், மியூசியத்தை பார்க்கணும்', என்று சொல்லவும், அவர், 'கொஞ்சம் வெயிட் பண்ணுங்க, நான்தான் திறந்து காட்டணும். ஃபீஸ் 10 ரூபாய்', என்றார். சரியென்று அவரிடம் தலையாட்டிவிட்டு காத்திருந்தோம்.

அவரது பணிகளை முடித்துக்கொண்டு வந்தவர், 'மாடியில இருக்கு, வாங்க', என்று அழைத்துச் சென்றார். அருங்காட்சியகம் என்றதும் பெரிதாக எதிர்பார்த்துச் சென்ற எனக்கு, அவர் திறந்து காட்டிய சிறிய அறை கொஞ்சம் ஏமாற்றம்தான். ஆனால் அதில் விளக்குகளை அவர் ஒளிரவிட்டதும், நேர்த்தியாக காட்சிப் பொருள்கள் கண்ணுக்கு இனிமையாகவே தெரிந்தன. 'பார்த்துட்டு போகும்போது சொல்லுங்க, பூட்டிக்கிறேன்', என்று அவர் சொல்லவும், இருவரும் சரி என்று தலையசைத்தோம்.

பொறுமையாக ஒவ்வொரு காட்சிப்பொருளாக பார்க்கத் தொடங்கினோம். ராமானுஜத்தை அறியாதவர்கள் இருக்க முடியாது. ஒரு மனிதனின் அறிவாற்றலை மேலை உலகம் எப்படி அங்கீகரித்தது, அதே மனிதனை அவரது சுய சாதி எப்படிப் பார்த்தது என்று ஏற்கெனவே படித்த, தெரிந்துகொண்ட விஷயங்கள்தான். ஆனால், அவர் பிறந்த கும்பகோணத்து வீட்டின் கருப்பு வெள்ளை படத்தைப் பார்த்ததும் சட்டென கால்கள் அங்கேயே நின்றுகொண்டன. இந்த ஓட்டு வீட்டிலிருந்து கிளம்பிய சாதாரண மனிதர் எத்தனை உயரத்தை தன் அறிவாற்றலால் தொட்டிருக்கிறார்!

அவர் படித்த பள்ளியின் படம், அவரது தாயார் கோமளத்தம்மாளின் படம் என்று தேடிதேடி ஆவணப்படுத்தி இருக்கிறார்கள். அவரது பாஸ்போர்ட்டின் படம் பார்க்க சுவாரசியமாக இருந்தது. 30 வயது, ஆய்வு மாணவர், 5 அடி 6 அங்குல உயரம், 'ஆலிவ்' வண்ண சருமம், நீள்வடிவ முகம், கரும் கூந்தல் என்ற விவரணை இருந்தது. அவர் பயன்படுத்திய ஸ்லேட்டைக்கூட படமெடுத்து காட்சிக்கு வைத்திருக்கிறார்கள்.

அடுத்து நாம் வந்து நின்ற படம் பேராசிரியர் ஜி.ஹெச்.ஹார்டியினுடையது. ராமானுஜன் என்ற வைரத்தைப் பட்டை தீட்டியவர்களில் மிக முக்கியமானவர் ஹார்டி. அவருக்குத்தான் ராமானுஜன் தன் அல்ஜீப்ரா, கால்குலஸ் சூத்திரங்களை முதலில் கடிதமாக எழுதி அனுப்பினார். அந்த முதல் கடித வரிகளும், அதற்கு ஹார்டி 26.03.1913 அன்று கேம்பிரிட்ஜ்

டிரினிட்டி கல்லூரியிலிருந்து எழுதிய பதில் கடித நகலும் பார்வைக்கு வைக்கப்பட்டிருந்தன. ‘டியர் மிஸ்டர் ராமானுஜன்’ என்ற விளியுடன் தொடங்கிய கடிதத்தை கண்ணாடி வழி தொட்டுப் பார்த்தேன். ராமானுஜத்தின் வாழ்வுடன் தொடர்புடைய ஒருவரையும் விடாமல் தேடிப் பிடித்து அவர்கள் படங்களை காட்சிப்படுத்தி இருப்பது மெய்சிலிர்க்க வைத்தது.

ராமானுஜத்தின் மதராஸ் வாழ்க்கைக்கு புரவலராக அமைந்த நெல்லூர் மாவட்ட ஆட்சியர் திவான் பகதூர் ஆர். ராமச்சந்திர ராவ், ராமானுஜத்தின் கணிதத் திறமைக்கு வெளிச்சம் பாய்ச்சிய மதராஸ் போர்ட் டிரஸ்டின் அன்றைய தலைவர் ஃபிரான்சிஸ் ஸ்பிரிங், ராமானுஜத்துக்கு பின்னாளில் சிகிச்சை அளித்த டாக்டர் பி.எஸ்.சந்திரசேகர ஐயர், ராமானுஜன் அனுப்பிய தேற்றங்களை ஹார்டியுடன் அமர்ந்த படித்துப் பரவசப்பட்ட பேராசிரியர் ஜே.ஈ.லிட்டில்வுட், இவர்கள் எல்லோரையும்விட முக்கியமாக ராமானுஜத்தின் இறுதிக்காலத்தில் அவரது ஊன்றுகோலாக இருந்த நம்பெருமாள் செட்டியின் படமும் அங்கு இருந்தது.

ஹாரிங்டன் சாலையில் இருந்த தன் ‘கிரையனன்ட்’ என்ற பங்களாவில்தான் முதலில் உடல்நலிவுற்ற ராமானுஜத்தைத் தங்கவைத்து மருத்துவ சிகிச்சைக்கு ஏற்பாடு செய்தார் நம்பெருமாள். அங்கிருந்து தன்னை வேறு இடத்துக்கு மாற்ற வேண்டும் என்ற ராமானுஜத்தின் ஆசைக்கிணங்க ‘கோமித்ரா’ என்ற அதே சாலையிலிருந்த தன் மற்றொரு பங்களாவுக்கு இடம் மாற்றினார். ராமானுஜன் இறந்த பிறகு அவரது உடல் தகனத்துக்கான அத்தனை ஏற்பாட்டையும் செய்திருந்தவர் ‘தாட்டிக் கொண்ட நம்பெருமாள் செட்டி’ என்ற அந்தப் பெரும் புரவலர்தான்.

எத்தனை எளிய வீடுகளில் ராமானுஜர் வாழ்ந்திருக்கிறார் என்று அவரது திருவல்லிக்கேணி அனுமந்தராயர் தெரு வீட்டின் படத்தைப் பார்த்து எண்ணிக்கொண்டேன். அவரது கைப்பிரதி கணக்குகள், தேற்றங்கள் என்ற பக்கம் பக்கமாக கணக்குகள்தான். எதுவும் புரியவில்லை என்றாலும், அந்தக் கையெழுத்தை வெகு நேரம் ரசித்துக்கொண்டிருந்தேன். மணி மணியாக அவ்வளவு அழகு எழுத்துகள். இறுதியில் தையல் இயந்திரம் ஒன்றுடன் ஒடிசலான ஓய்ந்து போன பெண்மணி ஒருவர் அமர்ந்திருக்கும் படத்தின் முன் வந்து நின்றோம்.

ஜானகி ராமானுஜன். நிழல்போல கணவருக்கு துணை நின்றவர். அவரது இறப்புக்குப் பின்னும் அவருக்கான அருங்காட்சியகம் ஒன்றை உருவாக்கவேண்டும் என்ற எளிய கனவுடன், பிறருக்கு

ராமானுஜன் மியூசியம்

சிரமம் தராமல் சுயசார்புடன் வாழ தையல் இயந்திரத்துடன் எஞ்சிய வாழ்க்கையைக் கழித்தவர். எப்படி இருந்திருக்கக்கூடும் அவரது வாழ்க்கை. அப்படியே பார்வையைத் திருப்பி 25.01.1959 தேதியிட்ட மதராஸ் முத்தையால்பேட்டை பள்ளியின் 'ராமானுஜர் தின' கொண்டாட்டப் புகைப்படத்தைப் பார்த்தேன். பள்ளி நிர்வாக அமைப்பின் தலைவர் டாக்டர். ஏ.நரசிங்க ராவ் மற்றும் பள்ளி மாணவர்கள், ஆசிரியர்கள் சூழ பெருமிதத்துடன் நிற்கும் ஜானகி அம்மாவைக் காணமுடிந்தது.

முத்தையால்பேட்டை பள்ளி. இங்குதான் இந்த அருங்காட்சியகத்துக்கான விதை விழுந்தது. பி.கே.ஸ்ரீனிவாசன் என்ற முத்தையால்பேட்டை பள்ளியின் கணித ஆசிரியர்தான் இந்த அருங்காட்சியகத்துக்கு வித்திட்டவர். அவரை "Pied piper of Maths" என்று புகழ்கிறார் பிரபல அறிவியலாளர் அரவிந்த் குப்தா. வாழ்க்கை முழுக்க சுயலாபத்துக்கென வாழாமல் சமூகத்துக்கு தன் கணித அறிவால் ஏதோ நன்மை செய்யவேண்டும் என்ற கொள்கையுடன் வாழ்ந்தவர் பி.கே.எஸ். என்று சொல்லும் அரவிந்த், பிகேஎஸ்ஸுக்கு செய்யும் மிகப்பெரிய கைம்மாறு அவரது முக்கிய நூல்களை குழந்தைகள் படித்து மகிழ மின்னாக்கம் செய்து இலவசமாக வெளியிடுவதுதான் என்றும் கூறுகிறார். *"Number fun with the Calendar"*, *"Romping in Numberland"* என்ற இரு நூல்களை 1970களில் எழுதிய பிகேஎஸ் அவற்றை வெளியிட மிகவும் சிரமப்பட்டிருக்கிறார். அவரிடம் கல்வி கற்ற மாணவர்

ஒருவர் பின்னாளில் அவற்றை வெளியிட்டு உதவியதாகவும் எழுதியிருக்கிறார் அரவிந்த் குப்தா.

1968ஆம் ஆண்டு பிகேஎஸ் வெளியிட உதவிய *"Ramanujam Memorial Number"* நூலின் முன்னுரையில் தன் வாழ்வின் லட்சியமே தன் ஆதர்ச நாயகனான ராமானுஜத்துக்கு வாசகசாலை, ஆடிட்டோரியம், தொழில்களில் கணிதப் பயன்பாடு காட்டும் ஷோ ரூம்கள் கொண்ட ஒரு பல்மாடிக் கட்டடம் ஒன்றைக் கட்டுவதே தன் பெரும் கனவு என்று எழுதினார். ஆனால் ராமானுஜத்துக்கு அமைந்த இந்த ஒற்றை அறை அருங்காட்சியகத்துக்கே 25 ஆண்டுகாலம் அவர் காத்திருக்க வேண்டியிருந்தது', என்று எழுதுகிறார் அவரது மகள் நிர்மலா ராமன்.

ஸ்ரீநிவாசனுக்கு ராமானுஜத்தின் அறிமுகம் 1948ஆம் ஆண்டு ஜி.ஏ.நடேசன் நிறுவனம் வெளியிட்ட 'இந்திய அறிவியலாளர்கள்' நூல் மூலம் கிடைத்தது. அந்த நூலை வாசித்தது முதல், ராமானுஜன்போல வாழ்க்கையில் உண்மையாக இருந்தால் எல்லாம் தன்னைத் தேடிவரும் என்று அவர் நம்பினார் என்று எழுதுகிறார் நிர்மலா. கணித ஆசிரியரான ஸ்ரீநிவாசனுக்கு ராமானுஜத்தின்மேல் அதீத அன்பும் காதலும் இருந்ததில் ஆச்சர்யம் எதுவும் இல்லை. ஆனால் அந்தக் காதல் ஊர் ஊராக அவரது வாழ்க்கையை அடியொற்றி அவர் நடந்த இடம், வாழ்ந்த ஊர், அவர் எழுதிய கடிதங்களின் நகல்கள் என்று தேடித் தேடித் தொகுப்பதன் மூலம் இன்னும் தீவிரமடைந்தது. 1954ஆம் ஆண்டு தேடுதலின் பகுதியாக ராமானுஜத்தின் மனைவி ஜானகி அம்மாளையும் அவர் சகோதரர் திரு.நாராயணனையும் சந்தித்தார். ராமானுஜத்துடன் இங்கிலாந்தில் ஆய்வில் ஈடுபட்டிருந்த ஆனந்த ராவையும் சந்தித்தார். ராமானுஜத்துடன் நேரடித் தொடர்பிலிருந்த குடும்பத்தினர், நண்பர்களை சந்தித்ததுமுதல் ராமானுஜத்துடன் தொடர்புடைய பொருள்களை சேகரிக்கும் ஆர்வம் பெருகியது.

1962ஆம் ஆண்டு ராமானுஜத்தின் உடைமைகள், கடிதங்களைத் திரட்ட குழு ஒன்றையும் அமைத்தார். அவரது முன்னாள் மற்றும் அந்நாள் மாணவர்கள்தான் அந்தக் குழுவின் உறுப்பினர்கள். நாளிதழ்களில் விளம்பரங்கள், நோட்டீசுகள் மூலம் தகவல்கள் திரட்டத்தொடங்கியது குழு. அவரது உறவினர்கள் நண்பர்கள், கடிதப் போக்குவரத்து வைத்திருந்தவர்களை தமிழகம் முழுக்கத் தேடி அலைந்தார்கள். கும்பகோணத்திலுள்ள ராமானுஜத்தின் பூர்வீக வீட்டுக்குச் சென்றவர், அங்கு பல ஆண்டுகளாக திறக்கப் படாமல் இருந்த பழைய அலமாரியைத் திறந்து அதிலிருந்து

ராமானுஜன் தன் தந்தைக்கு எழுதிய கடிதத்தையும் கண்டுபிடித்து தன் பொக்கிஷத்தில் இணைத்தார்.

12.12.1962 அன்று மதராஸ் பல்கலைக்கழகத்தில் ஆளுநர், ராமானுஜன் நினைவாக அஞ்சல் தலையை வெளியிட்டார். அப்போது அவரது பொருள்களையும் கடிதங்களையும் காட்சிப்படுத்த குழுவுக்கு அழைப்பு விடுத்தது பல்கலைக்கழகம். அன்றைய தினம் தன்னிடம் பயின்ற மாணவர்கள், உடன் பணியாற்றிய ஆசிரியர்கள் என்று *300* பேரைத் திரட்டி, தான் பணியாற்றிய முத்தையால்பேட்டை பள்ளியிலிருந்து ஊர்வலமாகக் கிளம்பி மவுன்ட் ரோடு தபால் நிலையத்துக்கு ராமானுஜன் படங்களும் பதாகைகளும் ஏந்திச் சென்று தபால் தலையை வாங்கினார்கள். *1968*ஆம் ஆண்டு *"Ramanujan Memorial"* நூலின் இரு பகுதிகளும் வெளியாயின. ராபர்ட் கனிகெல் மற்றும் புரூஸ் பெர்ன்ட் போன்ற அறிஞர்கள் ராமானுஜத்தின் கனவு மெய்ப்பட பிகேஎஸ்ஸுக்கு உந்துதலாக இருந்தார்கள். இதில் *1999*ஆம் ஆண்டு பெர்ன்ட் ராயபுரம் அருங்காட்சியகத்தைப் பார்வையிட்டதைக் குறிக்கும் பதாகை ஒன்றும் அங்கு பொறிக்கப்பட்டுள்ளது.

*1990*களில் பிகேஎஸ்ஸின் கனவு நனவாகத் தொடங்கியது. அவருக்கு ராயபுரம் பகுதியைச் சேர்ந்த புரவலரும், வணிகருமான ஏ.டி.பி.போஸ் என்பவரின் நட்பு முன்னாள் மாணவரும் அருண் ஐஸ்கிரீம் நிறுவன உரிமையாளருமான சந்திர மோகன் மூலம் கிடைத்தது. போஸ் அப்போது ராயபுரத்தில் அவ்வை கலைக்கழகம் என்ற அமைப்பை நிறுவி நடத்திவந்தார். *1991*ஆம் ஆண்டு நவம்பர் மாதம் தன் உறவினர் தந்த இடத்தில் அவ்வை கலைக்கழகத்துக்கு தனி கட்டடம் கட்டித் திறந்துவைத்தார் போஸ். இந்தக் கட்டடத்தில் நூலகம் ஒன்றும், ஆடிட்டோரியம் ஒன்றும் அமைந்திருந்தது. வடசென்னையின் கலை, பண்பாட்டுத் தாகத்தைத் தணிக்கும் ஓடையாகவே அவ்வை கலைக்கழகம் இன்றும் இருந்துவருகிறது.

அவ்வை கலைக்கழகத்தில் தன் அருங்காட்சியகத்தைத் திறந்தால் பலருக்கும் ராமானுஜத்தின் சிறப்பு சென்றடையும் என்று உணர்ந்த பிகேஎஸ், போஸை தன் இல்லத்துக்கு அழைத்து தன்னிடமுள்ள ராமானுஜத்தின் பொக்கிஷத்தைக் காட்டினார். போஸுக்கும் ஆவல் தொற்றிக்கொண்டது.

*1993*ஆம் ஆண்டு மார்ச் மாதம் முன்னாள் இந்திய நிதியமைச்சர் சி.சுப்பிரமணியம் அவ்வை கலைக்கழகத்தின் மாடியில் அமைந்த ஒற்றை அறை ராமானுஜன் அருங்காட்சியகத்தை போஸ் மற்றும் பிகேஎஸ் முன்னிலையில் திறந்துவைத்தார். 'இந்த இடம்

போதுமா?' என்று போஸ் கேட்க, 'பேப்பர் பொருள்கள்தான், இது தாராளமாக போதும்', என்று பதில் அளித்ததாக ஒரு பேட்டியில் பிகேஎஸ் தெளிவுபடுத்தியிருக்கிறார். 'இதுவரை 11 நாடுகளைச் சேர்ந்த 36 கணித அறிஞர்கள் இந்த அருங்காட்சியகத்தை சுற்றிப் பார்த்துள்ளனர்', என்றும் அந்தப் பேட்டியில் குறிப்பிட்டுள்ளார் பிகேஎஸ்.

'சிறுவர்களுக்கு இந்த அருங்காட்சியகம் பெரும் கொடை, அவர்களுக்கு கணிதம் மேல் ஆர்வத்தைத் தூண்ட இங்கு ஒரு முறை வந்தாலே போதும். அவர்கள் கண்டிராத ராமானுஜத்தை, அவரது வேறொரு பரிமாணத்தைக் கண்டுகொள்ளலாம்', என்றும் கூறியிருக்கிறார் பிகேஎஸ். பிகேஎஸ்ஸின் பெரும் முயற்சியால் ஆண்டுதோறும் டிசம்பர் 22 அன்று 'படைப்பாற்றல் தினமாக' தமிழக அரசால் ராமானுஜத்தின் நினைவாகக் கொண்டாடப்படுகிறது என்று குறிப்பிடுகிறார் அவரது மகள் நிர்மலா.

ஆகஸ்ட் 11, 2018. கொட்டும் மழையில் ராயபுரம் மரபு நடை தொடங்கியது. பைக் டாக்சிகளிலும், தெரிந்தவர்கள் வாகனங்களிலும் தொற்றிக்கொண்டு முப்பது பேருக்கும் மேலாக அந்த நடையில் மழையைப் பொருட்படுத்தாமல் துணை வந்தார்கள். பத்து மணி சுமாருக்கு மற்ற இடங்களைப் பார்த்துவிட்டு முன் அனுமதி வாங்கியிருந்த அவ்வை கலைக்கழகத்துக்குள் நுழைந்தோம். முழுக்க நனைந்து போயிருந்த எங்களை அங்கிருந்தவர்கள் வரவேற்று அருங்காட்சியகத்தைத் திறந்து தந்தார்கள். அதைச் சுற்றிப்பார்ப்பதற்கு முன் ராமானுஜன் குறித்தும், வடசென்னையில் அவருக்கு இந்த அருங்காட்சியகம் அமைக்கக் காரணமாக இருந்தவர்கள் குறித்தும் பேசவேண்டும் என்ற என் விருப்பத்தைச் சொன்னதும், அவர்களது ஆடிட்டோரியம் ஹாலுக்குள் சென்று பேச அனுமதித்தார்கள். கிட்டத்தட்ட நூறு நபர்கள் அமரக்கூடிய பிரம்மாண்ட ஹால் அது.

அமர்வதற்கு நல்ல இருக்கை வசதி இருந்தது. சினிமா அரங்கம் போன்ற அமைப்பும், வெளிச்சமும் பொருந்திய அந்த ஹாலின் மேடையில் ஏறி நின்றுகொண்டு கையிலிருந்த டேபில் (Tab) நான் சேமித்திருந்த ராமானுஜத்தின் புகைப்படத்தைக் காட்டி பேசத் தொடங்கினேன். குழுமி இருந்தவர்கள் கைதட்டிய பின்தான் சுய உணர்வுக்கு வந்தாற்போல இருந்தது. என்ன பேசினேன் என்பது அப்போதே நினைவில்லை. ஆனால் கூடியிருந்தவர்களின் முகத்தில் இருந்த வியப்பும் மகிழ்வும் சரியாக எதையோ சொல்லி இருக்கிறோம் என்று உணர்த்தியது. அந்த அரங்கில் எங்கோ

பிகேஎஸ் இருந்திருக்கக்கூடும். ஒரு மகள்போல என் தலை தொட்டு ஆசீர்வதித்திருக்கக் கூடும். மெய் சிலிர்த்தது. கைப்பையிலிருந்து 500 ரூபாயை எடுத்து எங்கள் அனைவரின் அனுமதிக்கட்டணமாக செலுத்தினேன். மீதிப் பணத்தை என் நன்கொடையாக எடுத்துக்கொள்ளச் சொன்னேன். சிறிய தொகைதான். ஆனால் அங்கிருந்து வெளியேறும்போது பெரும் திருப்தி இருந்தது. ராமானுஜன், பிகேஎஸ், போஸ் இவர்களைவிட நாம் எதுவும் பெரிதாக செய்துவிடவில்லைதான். ஆனால் அதன் பின் முன்னணி செய்தித்தாள்கள் மரபு நடை பற்றியும், ராமானுஜன் அருங் காட்சியகம் பற்றியும் எழுதியபோது பெருமகிழ்வு கொண்டேன்.

வடசென்னை என்பது சினிமா காட்டும் வடசென்னை அல்ல. அத்தனை குறுகிய வர்க்க, சாதி எல்லைக்குள் அதை அடைக்க முடியாது. அது பெருங்கடல். வெவ்வேறு அடுக்குகளில் வெவ்வேறு உயிரினங்கள் பகிர்ந்து, கலந்து வாழும் கடல். எந்த தென் சென்னை ராமானுஜத்தை தங்கள் சாதியின் ‘இலைட்’ அறிவாளி என்று கொண்டாடுகிறதோ, அந்தத் தென் சென்னையில் ராமானுஜத்தின் நினைவாக எதுவும் இல்லை. எந்த வடசென்னையை பிற சென்னை பண்பற்றவர்கள், சாதாரணர்கள் என்று ஒதுக்குகிறதோ, அவர்களது உள்ளங்களிலும், இடத்திலும் இன்றும் நிற்கிறார் ராமானுஜன்.

எளியவர்களின் அறிவு செம்மைப்படுத்தப்பட்டால் உயரம் தொடலாம் என்று உலகுக்கு உணர்த்தியவர் ராமானுஜன். குருவின் மேல் தீராக் காதல் ஓர் ஆசிரியரை எந்த அளவுக்குக் கொண்டு செலுத்தியது என்பதற்கு உதாரணம் பிகேஎஸ். தான் வாழும் பகுதிக்கு எதாவது செய்தே ஆகவேண்டும் என்ற பெரும் புரவலர் போஸ். இவர்களில் ராமானுஜத்தை, பிகேஎஸ்ஸை இனி நான் சந்திக்க வாய்ப்பேயில்லை. என்றாவது ஒரு நாள் போஸ் சாரை சந்திக்கும் வாய்ப்பை எனக்கு இயற்கை வழங்கும் என்றே நம்புகிறேன். அன்று அவருக்கு நன்றி சொல்லவேண்டும். வடசென்னையின் கலைக்கான புது வெளியை உருவாக்கித் தந்தற்கும், பெரும் மேதைக்கு அவர் அளித்த இடத்துக்கும். கூடவே வடசென்னை பற்றிய என் காதலை இன்னும் அதிகம் தூண்டியதற்கும். நன்றி போஸ் சார்.

•

பிகேஎஸ் நூல் வாசிக்க:
gyanpedia.in/tft/Resources/books/pkshindu.pdf

23

குணங்குடிமஸ்தான் தர்கா

முதன் முதலில் குணங்குடி மஸ்தான் பெயரை யூடியூபில்தான் கண்டேன். ‘எங்கே சென்றாயோ என் கண்ணே ரகுமானே’ என்ற பாடலில் தொடங்கிய தேடல் மஸ்தான் சாகிபு சித்தர் என்ற பெயரில் வந்து நிலைத்தது. மஸ்தான், சித்தர் என்று முதலில் குழம்பித்தான் தெளிந்தேன். அவரது வாழ்க்கை வரலாறைத் தேடிப்பிடித்து வாசிக்க, ராயபுரத்தில் அவரது தர்கா இருக்கிறது என்று தெரிந்ததும் ஒருவேளை அந்தப் பக்கம் போக நேர்ந்தால் அங்கு செல்வது என்று டைரியில் குறித்துக்கொண்டேன். ஏனோ அந்தப் பாடலும், ‘சூத்திரப் பாவை’ பாடலும் அடிக்கடி யூடியூப் வழி கேட்டுக் கேட்டு மனப்பாடமும் ஆயிற்று.

ஜூலை 21, 2018 அன்று தர்காவை கூகிள் மேப்பில் போட்டுத் தேடித்தான் நானும் பழனி சாரும் போய் நின்றோம். குறுகலான சந்துகளைக் கடந்ததும் பயம் வந்தது. அப்படி மரபு நடை என்று ஒரு பெரிய குழுவை இங்கே அழைத்து வருவது மிக மிகக் கடினமானது என்று புரிந்தது. பாதி வழியில் கூகிளாண்டவரே குழம்பிப்போய் என்னைக் கைவிட்டார். இரண்டுமுறை அந்த ஏரியா தெருக்களை குறுக்கும் நெடுக்கும் கடந்துவிட்டோம். ‘அக்கா தர்கா எந்தப் பக்கம்?’ என்று தெருவில் சாவகாசமாக அமர்ந்து மீன் கழுவிக்கொண்டிருந்த பெண் ஒருவரைக் கேட்க அவரும் அந்தத் திசை நோக்கி கை காட்டினார். தெருவிலிருந்து உள்வாங்கிய இன்னொரு குட்டி முட்டுச் சந்தில் எந்த ஆரவாரமும் இன்றி குணங்குடி மஸ்தான் தர்கா அமைதியாக இருந்தது. வண்டியை ஓரம்

கட்டி நிறுத்துவதற்குள்தான் பாதி உயிர் போனது. வண்டியின் வலது பக்கம் கழிவு நீர் கால்வாயும், இடது புறம் கோழி எச்சமுமாக ஒருவாறாக வளைத்து நிறுத்திவிட்டு முதல் அடியை எடுத்து வைப்பதற்குள் மீண்டும் பிளாஸ்டிக் பை என்று அந்த பகுதி முழுக்க குப்பை தான்.

தர்காவின் நுழைவாசல் கடந்ததும் கண்ணில்பட்ட குழாயில் கால்களை நன்கு சுத்தம் செய்துகொண்டோம். ஒன்றிரண்டுமுறை மரபு நடைகளுக்கு தர்காக்கள் மசூதிகளுக்கு சென்ற வகையில், உள்ளே நுழையும் முன் கை, கால், முகம் சுத்தமாகக் கழுவ வேண்டிய அவசியத்தை உணர்ந்திருந்ததால், இந்தத் தெளிவு. தண்ணீர் நம்மை சுத்தம் செய்யும் என்றுதான் எல்லா மதங்களும் போதிக்கின்றன. இந்துக்கள் கோயிலுக்குள் செல்வதற்கு முன் தங்கள் பாதங்களை சுத்தமாக தேய்த்துக் கழுவுவதுண்டு. கடவுளை கோயில்களில் சென்று வணங்க சுத்தமான மனதும், உடலும் தேவை என்று சனாதன தர்மம் வலியுறுத்துகிறது.

இதேபோல சமணர்களும் தங்கள் கோயில்களுக்குள் நுழையும்முன் கை, கால் தண்ணீரால் சுத்தம் செய்வதுண்டு. கத்தோலிக்க கிறிஸ்துவ தேவாலயங்களில் அங்கங்கே 'தீர்த்தத் தொட்டிகள்' தண்ணீர் நிரப்பி வைக்கப்படுவதுண்டு. உள்ளே நுழையும் முன்னும், வெளியேறும் போதும் அந்தத் தண்ணீர் தொட்டு நெற்றியில் சிலுவைக் குறி வரைந்து கொள்வதுண்டு. ஆக எல்லா மதங்களும் புற சுத்தம், அக சுத்தம் என்று இரண்டையும் கடவுளின் வீட்டுக்குள் நுழையும் முன் வலியுறுத்துகின்றன. நாம் எப்படி உள்ளே நுழைகிறோம் என்பதை நம் மனசாட்சிக்கே விட்டுவிடுகிறேன்.

தர்கா மிகத் தொன்மையானது என்பதை அதன் உத்தரத்தின் குறுக்கு மரக்கட்டைகளைப் பார்த்ததும் புரிந்தது. 'ஹஸ்ரத் ஷெய்கு சுல்தான் அப்துல் காதிர் குணங்குடி மஸ்தான் சாஹிப் ஒலியுல்லாஹ் (ரலி)' என்ற பெயர்ப் பலகை தர்காவின் உள் நுழைவு வாயிலின் மேல் பளிச்சிடுகிறது. அதைத் தாண்டி உள்ளே சென்றால் நேரெதிரே பீரின் சமாதி. அதைச் சுற்றி ஸ்டெயின்லெஸ் ஸ்டீல் கம்பிகள். சமாதியின்மேல் ரோஜா, மல்லிகை மலர்கள், பச்சிலைகள். தலைமாட்டில் பிரம்மாண்ட வெண்கலக் குத்துவிளக்கு சுடர் விட்டது. அதன் இருமருங்கிலும் இரு அழகிய வெண்கல அடுக்குத் தொங்கு விளக்குகள் இருந்தன. அவற்றிலும் ஒளி. அந்தச் சூழலும் அங்கிருந்த அமைதியும் மனதைக் கட்டிப்போட அதன் முன் நாங்கள் இருவரும் அமர்ந்துகொண்டோம். சில சமயங்களில் வார்த்தைகள் தேவைப்படுவதில்லை.

குணங்குடிமஸ்தான் தர்கா

அறை வாசலில் அமர்ந்திருந்தவர்தான் தர்கா பாதுகாவலர்போல. காதிம்கள்/முஜாவிர்கள் என்று அழைக்கப்படும் இவர்கள் தர்காக்களின் அன்றாட வழிபாட்டுப் பொறுப்பாளர்கள் மட்டுமல்ல, அதை சுத்தம் செய்வதில் தொடங்கி முழுக்க முழுக்க அதன் அன்றாட செயல்பாடுகளுக்குப் பொறுப்பானவர்கள். 'எங்கேர்ந்து வர்றீங்க?' அவரே பொறுமையாக உரையாடலைத் தொடங்கினார். பெரும்பாலும் இஸ்லாமிய மத நிறுவனங்களுக்குள் நுழையும்போது நான் அமைதி காப்பதே வழக்கம். அவர்களாக முன்வந்து தகவல் தரும்வரை இந்த அமைதி மிக மிக முக்கியம் என்பதை என் சில ஆண்டு அனுபவம் சொல்லித் தந்த பாலபாடம். வெகு தொலைவிலிருந்து வருவதாக எண்ணிக்கொண்டு, நாங்கள் வசிக்கும் சென்னையின் புறநகர்ப் பகுதிகளின் பெயர்களைச் சொன்னோம்.

எங்கள் மேல் கொஞ்சம் நம்பிக்கை வந்ததுபோல. 'நிறைய ஆளுங்க வருவாங்க, இன்னிக்கு கூட்டமே இல்ல', என்றார். மெல்ல பேச்சுக் கொடுத்தேன். குணங்குடி யார் என்ற கேள்விக்கு அரை மணிநேரம் மூச்சு விடாமல் பேசினார். சித்தர், பெரியவர் என்பதைத் தாண்டி எல்லா மதத்தினரும் தேடி வருபவர் என்று அவர் சொன்னது பெரும் ஈர்ப்பாக இருந்தது. அவர் பேசியதில் இருந்தும், நான் படித்துத் தெரிந்துகொண்டவற்றிலிருந்தும் இனி...

குணங்குடி மஸ்தான். தர்காவின் நாயகன். ராமநாதபுரம் மாவட்டம் தொண்டிக்கு அருகேயுள்ள குணங்குடி என்ற சிற்றூரில் 1792ம் ஆண்டு நெய்னார் முஹம்மத் அவர்களுக்கும் பாத்திமா என்பவருக்கும் மூத்த மகனாகப் பிறந்தார். இவருக்கு பெற்றோர் வைத்த பெயர் சுல்தான் அப்துல் காதிர். அப்துல் காதிருக்கு பதினேழு வயதானபோது, அவரது தாய்மாமன் கட்டை சாஹிபின் மகளை அவருக்குத் திருமணம் செய்துவைக்க பெற்றோர் விரும்பினர். திருமண வாழ்க்கையில் ஈடுபட மனமில்லாத அப்துல் காதிர் திருமணம் செய்துகொள்ளப்போவது இல்லை என்று மறுத்தார். வீடு விடுமா? அழுத்தம் தந்தது. ஒரு கட்டத்தில் எவரிடமும் சொல்லாமல் வீட்டை விட்டு வெளியேறினார். கீழக்கரையில் வசித்த 'தைக்கா சாஹிபு' என்று அழைக்கப்பட்ட ஷெய்கு அப்துல் காதிர் லெப்பை அவர்களிடம் சில காலம் தங்கியிருந்து ஞானம் கற்றார். மகான் தைக்கா ஸாஹிபுவிடம் மார்க்க, ஆன்மிக அறிவு பெற்ற குணங்குடியார், 1813 ஆண்டு முற்றும் துறந்தார்.

அல்லாஹ்வை அடையும் பயணமாகிய சூஃபி நெறியில் தன்னை வழிநடத்துவதற்குரிய தக்க ஆசிரியரைத் தேடி அலைந்தவர், திருச்சி 'காதிரியா' தர்காவைச் சேர்ந்த ஷாம் வலி அவர்களிடம் ஞானதீட்சை பெற்றார். பாரசீக மொழியில் 'மஸ்து' என்றால் போதை, மயக்கம் என்று பொருள். இறைவன் பால் மயக்கம் கொண்டவன் என்று பொருள்பட அவரைக் கண்ட மக்கள் அவரது பித்துப் பிடித்த பக்தி கண்டு 'மஸ்தான்' என்றே அழைக்கத் தொடங்கினார்கள்.

'சூஃபி' வழிபாட்டுமுறை இந்தியாவில் பக்தி வழிபாடு வேரூன்றிய காலத்தில் மத்திய கிழக்காசியாவில் தோன்றியது. கடவுளை அடைவது மட்டுமே ஒரே வழி, அதுவும் காதலுடன் என்ற கொள்கை சூஃபிக்களுடையது. அனைத்து உயிர்களின்பால் அளவற்ற அன்பு, உலக இச்சைகளில் நாட்டம் கொள்ளாமை, ஆடல் பாடல் என்று கலைவழி இறை வழிபாடு என்று அவர்களது மார்க்கவழி கனிவும், அன்பும் நிறைந்தது. சிந்து, முல்தான் பகுதிகளில் மத்திய கிழக்காசிய மற்றும் பாரசீக மன்னர்களின்

படையெடுப்பு, ஆட்சிக்குப்பின், அங்கிருந்து சூஃபி வழிபாட்டு முறை இந்தியாவுக்குள்ளும் நுழைந்தது. கதிரியா, சிஷ்டியா, மதரியா, ரசாக்கியா, நக்ஷ்பந்தியா என்று இதில் பல தரீக்காக்கள் (வரிசைகள்) உண்டு. அப்படியான கதிரியா முறையில் சூஃபித் துறவியானார் குணங்குடி மஸ்தான்.

திருப்பரங்குன்றம், சதுரகிரி, புறாமலை, நாகமலை, யானைமலை ஆகிய மலைகளில் இறை அழைத்தலைக் கேட்டு சுற்றித் திரிந்தார். அடர்ந்த காடுகளிலும், ஆற்றங்கரைகளிலும் அலைந்து திரிந்து கிடைத்தவற்றை உண்டு நிட்டை புரிந்தார். ஒரு வழியாக சாகுல் ஹமீது ஆண்டவரை தரிசிக்கும் ஆவலில் நாகூர் வந்தார். இரவு நேரத்தில் பள்ளிவாசல் மூடப்பட்டிருந்தது. காலைவரை காத்திருந்து சாகுல் ஆண்டவரைத் தரிசிக்க குணங்குடியாருக்கு பொறுமையில்லை! வாயில் கதவருகில் நின்று ‘திக்கு திகந்தமும் கொண்டாடியே வந்து தீன் கூறி நிற்பார் கோடி’ எனத் தொடங்கும் பாடலைப் பாடினார். எளிய சொற்கட்டு, கொஞ்சு தமிழ், ஆழ்ந்த பொருள் என்று மனம் மயக்கும் பாடல் இது-

> திக்குத் திகந்தமும் கொண்டாடியே வந்து
> தீன் கூறி நிற்பர் கோடி
> சிங்கா சனாதிபர்க ணதரேந்தியேவந்து
> ஜெய ஜெயா வென்பர் கோடி
> ஹக்கனருள் பெற்ற பெரியோர்கள் வலீமார்கள்
> அணியணியாய் நிற்பர் கோடி
> அஞ்ஞான வேரறுத்திட்ட மெய்ஞ்ஞானிகள்
> அணைந்தருகில் நிற்பர் கோடி
> மக்கநகராளும் முஹம்மதிறஸூல் தந்த
> மன்னரே என்பர் கோடி
> வசனித்து நிற்கவே கொலுவீற்றிருக்குமுன்
> மகிமை சொல வாயுமுண்டோ
> தக்க பெரியோனருள் தங்கியே நிற்கின்ற
> தவராஜ செம்மேருவே
> தயவு வைத்தெனையாள் சற்குணங்குடி கொண்ட
> ஷாஹூல் ஹமீதரசரே!

இந்தப் பாடலை குணங்குடி மஸ்தான் பாடியதும் சாகுல் ஹமீது தர்கா கதவுகள் தாமாகத் திறந்துகொண்டன, அவரும் தரிசனம் செய்தார் என்பது மக்களின் நம்பிக்கை.

அங்கிருந்து குணங்குடி மஸ்தான் சென்னை வந்து சேர்ந்தார். அப்போது ராயபுரம் பகுதியில் வசித்த பாவா லெப்பை என்பவரின்

அறிமுகம் மஸ்தானுக்குக் கிடைத்தது. அவரது இறை நம்பிக்கை கண்டு பிரமித்த பாவா லெப்பை, தனக்கு சொந்தமான காவாந்தோப்பு பகுதியில் மஸ்தானுக்கு 'தைக்கா' (ஆசிரமம்) ஒன்றை அமைத்துக் கொடுத்தார். முட்களும், சப்பாத்திக் கள்ளியும், பாம்புகளும் நிறைந்த புதர் மண்டிய இடமாகவே இருந்த அந்த இடத்தில் எந்த அச்சமும் இல்லாமல் மகிழ்வுடன் நிட்டை புரிந்தார் மஸ்தான். அவரது அறிவுரைகளைக் கேட்க அவரைத் தேடி மக்கள் வெள்ளம் வரத்தொடங்கியது. செல்லும் இடமெல்லாம் அவரைப் பல்லக்கில் தூக்கிச் சென்றார்கள் எளிய மக்கள்.

குணங்குடியார் இசுலாமிய சூஃபி ஞானியாக அறியப்பட்டாலும் கூட, அவரது சீடர்களாக இந்து சமயத்தைச் சார்ந்தவர்களே மிகுதியாக இருந்தனர். சித்தர் என்றே இன்றும் அழைக்கப்பட காரணம் அவரது மதம் தாண்டிய ஆன்மிகம். அவரது முக்கிய சீடர்கள்: ஐயாசாமி முதலியார் (குணங்குடிநாதர் பதிற்றுப் பத்தந்தாதி எழுதியவர்) மகாவித்துவான் திருத்தணிகை சரவணப் பெருமாளையர் (நான்மணி மாலை எழுதியவர்), வெங்கடராயப் பிள்ளை கவிராயர், கோவளம் அருணாசலம் முதலியார் மகன் சபாபதி (தோத்திரப்பாடல்கள் இயற்றியவர்) ஆகியோர். இன்றும் அவரைத் தேடி இந்துக்களும், இஸ்லாமியரும், கிறிஸ்துவர்களும் வரக்காரணம் அவரது சூஃபி மார்க்கம்தான்.

குணங்குடி எழுதிய 24 கீர்த்தனைகள் உட்பட 1057 பாடல்கள் நமக்குக் கிடைத்துள்ளன. நிராமயக்கண்ணி தலைப்பிட்ட 100 பாடல்கள், மனோன்மணிக்கண்ணி என்ற தலைப்பில் 100 பாடல்கள், அகத்தீசர் சதகம் பாடல்கள், நந்தீசர் சதகம் 51 பாடல்கள், ஆனந்தக் களிப்பு 38 பாடல்கள் இவற்றில் அடங்கும். அவரை இசுலாமிய தாயுமானவர் என்றே மக்கள் அழைக்கிறார்கள். தாயுமானவரால் பெரிதும் ஈர்க்கப்பட்டவர் மஸ்தான். இருவரின் பாடல்களிலும் மரபுத் தொடர்கள் எடுத்தாளப்பட்டுள்ளன. இறைவன் எங்கும் நிறைந்திருக்கிறான் என்ற நம்பிக்கையும் தாயுமானவருக்கும், மஸ்தானுக்கும் ஒன்று போலவே இருந்துள்ளது.

சென்னை ராயபுரம் தைக்காவில் 12 ஆண்டுகள் வாழ்ந்து, 1838ஆம் ஆண்டு உலகவாழ்வை நீத்தார் மஸ்தான். அவருக்கு தைக்கா அமைத்த பாவா லெப்பை மற்றும் அவரது மனைவியின் உடலும் மஸ்தானின் உடல் அமைந்துள்ள தர்காவிலேயே அடக்கம் செய்யப்பட்டு, வணங்கப்படுகின்றன.

தர்கா அமைந்துள்ள இடம் குறித்து காதிம் சொன்னது மற்றொரு சுவாரஸ்யக் கதை. சந்தனம் மஸ்தானுக்கு மிகவும் பிடித்த பொருள்.

தன் இறப்பை முன் கூட்டியே அறிந்துகொண்டார் மஸ்தான். அவர் இறந்தபின், அவரது உடல் இருந்த இடத்தை கனவில் தெரிந்துகொண்டு அதைத் தேடி வந்தாராம் பாவா லெப்பை. அங்கு வெள்ளை நிற துணி போர்த்தப்பட்ட உடல், சந்தன நறுமணம் கமழ கிடந்ததை மணம் கொண்டு கண்டுபிடித்தாராம். அதனால் தர்காவுக்கு வருபவர்களுக்கு சந்தனமும், விபூதியும் வழங்கப் படுகிறது! 'விபூதியா?', நானும் பழனி சாரும் அதிர்ந்துபோய் கேட்டோம்.

'ஆமாம்மா... மாசா மாசம் பழனியில கோயில்ல இருந்து எங்களுக்கு விபூதி வந்துரும், அதைத்தான் இங்க வர்றவங்களுக்குக் குடுக்குறோம்', என்றவர், 'நேரமாச்சு, சந்தனம் வாங்கிக்கங்க', என்றபடி கையில் சந்தனமும், விபூதியும் வைத்தார். சான்வரால் எங்கள் தலைகளைத் தொட்டு ஆசீர்வதித்தார். 'பக்கத்து ரூமுலதான் அவர் தலைகீழா தொங்கி நிஷ்டை பண்ணுவாராம், பார்த்துட்டு போங்க', என்று அவர் சொல்ல, நாங்கள் தயண்டி சன்னல் வழி எட்டிப் பார்த்தோம். குறுகலான ஆர்ச் ஒன்று அறைக்குள் தெரிந்தது. 'அதுவா?' என்று கைகாட்டி வினவ, 'ஆமா, அதுதான்', என்றார். கொஞ்சம் பயத்துடன் அவருக்கு நன்றி சொல்லி வெளியேறினேன். மீண்டும் சர்க்கஸ் செய்து எதிலும் மிதிக்காமல் வண்டியை வெளியே எடுத்து உருட்டுவதற்குள் போதும் போதும் என்றாகிவிட்டது.

ஆகஸ்டு மாதம் மரபு நடையில் பெரும் கூட்டத்தை தர்காவுக்கு அழைத்துச் சென்றாகிவிட்டது. சிலர் வழியில் தொலைந்து போனார்கள், பலர் 'அழுக்கான' இடத்துக்கு அருகே தர்கா இருப்பதைக்கண்டு எரிச்சலில் கொந்தளித்தார்கள். கூட்டத்தில் யாரோ கேட்டார்கள், 'அப்போ இங்க தொழுக மாட்டாங்களா மேடம்?', என்று! சிரித்துக்கொண்டேன்.

அக்டோபர் 20, 2019. இம்முறை நானும் தமிழ் மரபு அறக்கட்டளை அமைப்பின் தலைவர் முனைவர் சுபாஷினியும் வடசென்னையை என் பைக்கில் வட்டமடித்தோம். சுபா ஜெர்மனியில் வசிப்பவர், ஆனால் சென்னை வரும்போதெல்லாம் எதையாவது இங்கு பார்த்துச் செல்லும் ஆர்வம்கொண்டவர். தமிழ் மொழிக்கும், தமிழ்நாட்டுக்கும் ஏதோ செய்யவேண்டும் என்ற ஆர்வம் கொண்டவர். குணங்குடியாரைப் பார்க்கலாம் என்று நான் சொன்னதும், சரியென்றுவிட்டார். வழக்கம்போல வண்டியை குப்பைகூளத்துக்கு நடுவே நிறுத்த முடியாமல் தவித்தோம்.

பெசன்ட் நகர் பகுதியில் தெருவுக்கு இரண்டு ஸ்வீப்பர்கள் உண்டு என்றால், வடசென்னை தெருக்களில் பத்து தெருவுக்கு ஒருவர்

இருந்தாலே அதிகம். 'மேல்தட்டு மக்கள்' வசிக்கும் பகுதிகளைச் சுத்தம் செய்வதில் முனைப்பு காட்டும் நிர்வாகம், 'அடிமட்ட மக்கள்' வசிக்கும் பகுதிகளை பெரிதாகக் கண்டுகொள்வதில்லை. இருக்கும் குப்பைகளை அகற்ற வழியின்றி மேலும் மேலும் குப்பையாக்கிக்கொண்டு குப்பைமேட்டில் எளிய மக்களே வசிக்கிறார்கள். குப்பை அள்ளக்கூட இங்கு காசுவேண்டும்! 'இது மசூதியா தர்காவாப்பா?' என்ற சுபாவின் கேள்விக்கு, 'தர்காப்பா, பார்த்து வாங்க' என்று அழைத்துச்சென்றேன்.

மசூதிக்கும் தர்காவுக்கும் உள்ள வேறுபாட்டை சில ஆண்டுகளுக்கு முன்பு தெரிந்துகொண்ட நபர் நான்! அந்த அளவுக்கு மதம் குறித்த தெளிவு! மசூதிகள் முக்கிய வழிபாட்டுத் தளங்கள், இறைவன் உறையும் இடமாகவும், துவா செய்யும் இடமாகவும் புனிதம் மிக்கவையாக இஸ்லாமியரால் கருதப்படுபவை. ஆனால் துறவறம் பூண்ட பீர்களை அடக்கம் செய்த கபர்ஸ்தான்கள் மேல் கட்டப்படும் தர்காக்கள் பெரும்பாலும் எளிய மக்களின் முக்கிய வழிபாட்டு இடங்களாக காலப்போக்கில் மாறிவிடுகின்றன. தங்கள் சிக்கல்களை இறந்துபோன பீர்கள் தீர்த்து வைப்பார்கள் என்ற நம்பிக்கையே எளியவர்களை தர்காக்களை நோக்கித் திருப்புகிறது.

கோயில்களில் நடை திறப்பு, சாத்துவதுபோல தர்காக்களிலும் நெறிமுறைகள் உண்டு. காலை 9 மணிக்கு பெரும்பாலும் திறக்கப்படும் தர்காக்கள் மதிய இடைவேளைக்கு மூடப்பட்டு மீண்டும் மாலை 4 மணிபோல திறக்கப்படும். இவற்றை திறக்கும் சாவிகளை 'காலித் பரிதர்' வைத்திருப்பார். கதவை பரிதர் திறந்து தந்ததும், உள்ளே செல்லும் காதிம், கதவை உள்ளிருந்து தாளிட்டுக்கொண்டு, பழைய மலர்கள் மாலைகள், அலங்காரங்கள் போன்றவற்றை அகற்றி, தரையைக் கூட்டி சுத்தம் செய்து, மீண்டும் அலங்காரம் செய்து, 'சேஜ்' எனப்படும் துணி கொண்டு மூடி, பாத்தியா ஓதியபின்தான் பொது மக்கள் வழிபட கதவு திறப்பது வழக்கம். இந்த வேலைகளை காதிம் செய்யும்போது உள்ளே பரிதர் உள்பட யாருக்கும் அனுமதி இல்லை.

அந்தி நேரத்தில் தர்காக்களின் உள்ளறைகளில் காதிம் விளக்கேற்றும் 'ரோஷ்னி' என்ற சடங்கும் உண்டு. ஊதுபத்தியும் பொருத்தி வைத்தபின், வெளியே பாத்தியா ஓதுவதும், முரசு அறைவதும் உண்டு. அதேபோல இரவு 9 மணிக்கு 'கர்கா' சடங்கும் செய்யப்படும், இதன் முடிவில் 'சான்வர்' எனப்படும் மயிலிறகுக் கொத்து கொண்டு இறையடியார் தலைகளைத் தொட்டு காதிம்கள் ஆசி வழங்குவதுண்டு. வியாழன் இரவுகள் தர்காக்களில் மிகவும் ஸ்பெஷல். அன்று 'மஹ்ஃபில்' எனப்படும் கூட்டங்கள் கூடும்.

கவ்வாலிப் பாடல்களும் ஃபாத்தியாவும் முடிந்த பிறகு 'டாலி' எனப்படும் இனிப்பு உருண்டைகள் கூடியிருப்பவர்களுக்கு வழங்கப்படும். ஒவ்வொரு ஆண்டும் அந்த பீரின் 'உரூஸ்' திருவிழா தர்காவில் வெகு விமர்சையாகக் கொண்டாடப்படுவதுண்டு.

குணங்குடி மறைந்த ஜமாதுல் அவ்வல் மாதத்தின் 14வது நாள் அவரது 'உரூஸ்' கொண்டாடப்படுகிறது. அதற்கு முந்தைய நாள் சந்தனக்கூடு விழா வெகு விமர்சையாக நடைபெறுவதுண்டு. 'நிஷான்-ஏ-பாக்' (கொடி) ரபியுல் சனி மாதத்தின் 29வது நாள் ஏற்றப்படுகிறது; ஜமாதுல் அவ்வலின் 26வது நாள் கொடி இறக்கப்படுகிறது. மதங்கள்தான் வேறு. தமிழர் பண்பாடான திருவிழா, அதற்கு கொடி ஏற்றுவது, கொடி இறக்குவது, தேர் பவனி (சந்தனக்கூடு பவனி), முடி இறக்குவது, உணவு வழங்குவது என்று எல்லாமும் இங்குண்டு. பத்து நாள் திருவிழாவின் போதும் இங்கு கூட்டம் இருக்கும் என்றாலும், சந்தனக்கூடு அன்று எந்த மதவேறுபாடும் இன்றி வடசென்னை மக்கள் ஆஜராகிவிடுவது வழக்கம்.

அமைச்சர் ஜெயக்குமார் சந்தனக்கூடு விழாவில் தவறாமல் கலந்துகொண்டு கவ்வாலிகள் பாடப்படும் போது பறை இசைப்பதுண்டு! அரசியல் கருத்து வேறுபாடு இருந்தாலும், எளிய மக்கள் எளிதில் சந்தித்து விடக்கூடிய நபர் அவர் என்று வட சென்னை முழுக்கவே சொல்கிறார்கள். எல்லா மதத்தவருடனும் அணுக்கமாகவே இருக்கிறார். பகுதிக்கு ஏதோ நல்லது செய்வார் என்று மக்கள் பெரும் நம்பிக்கை வைத்திருக்கிறார்கள்.

அன்று வண்டியில் திரும்பி வருகையில் சுபா சொல்லிக்கொண்டே வந்தார். 'பாருங்க பழனியில இருந்து விபூதி வந்து இங்க மக்களுக்கு பிரசாதமா குடுக்குறாங்க. எந்த சத்தமும் இல்லாம அமைதியா அது பாட்டுக்கு நடக்குது. ஆனா பேப்பர்லயும், நியூஸ்லயும் வர்றத பாருங்க, அது வேற உலகம், இது வேற உலகம் போல இருக்கு, இல்லையாப்பா?' 'ஆமாப்பா. அவுங்க வேற இவுங்க வேற. எளிய மக்கள் கிட்ட இன்னமும் எல்லாரும் ஒண்ணு அப்டிங்குற எண்ணம் தான் இருக்கு. இதுதான் உண்மையில் இந்தியா. மஸ்தான் இந்துவா முஸ்லிமான்னு எனக்கு ஆராய்ச்சி பண்ண வேண்டாம். மஸ்தான் மாதிரி நானும் கிறுக்காட்டம் சுத்திட்டு, எழுதிட்டு இருந்தா போதும்.' இருவரும் சிரிக்கிறோம்.

•

24

ரெய்னி மருத்துவமனை

ஜூலை 29, 2018. வண்டியை பார்க்கிங் பகுதியில் நிறுத்திப் பூட்டிவிட்டு, எல்லாம் தெரிந்த ஏகாம்பரம்போல மருத்துவமனை வளாகத்துக்குள் நுழைந்தேன்.சில இடங்களில் இப்படி நடித்தாக வேண்டிய கட்டாயம் இருக்கிறது. என்னவென்றே தெரியாத நிறுவனத்துக்குள் நுழையும்போது திருதிருவென விழித்துக் கொண்டு நின்றால் நம் குட்டு வெளிப்பட்டுவிடும். நாம் யார், ஏன் அங்கு சுற்றிக்கொண்டு இருக்கிறோம் என்பதைச் சொல்லிப் புரியவைக்க முயன்றாலும், பலர் புரிந்துகொள்வதில்லை.

தொல் சின்னங்களை தன் கட்டுப்பாட்டில் வைத்திருக்கும் பல தனியார் நிறுவனங்கள் எல்லோரையும் சந்தேகக் கண் கொண்டு பார்ப்பதில் தவறும் இல்லை. அவர்களது சூழல் அப்படி. நகரின் மையப் பகுதியில் ஏக்கர் கணக்கில் நிலம் வைத்திருந்தால், சுறா மீன்கள்போல சொத்தை வட்டமிடும் பெருமுதலைகள் உண்டுதான். அவர்களைக் கண்டு இந்த சிறுபான்மை மற்றும் பிற நிறுவனங்கள் இன்று பயந்துதான் ஆகவேண்டும். எந்தப் பாதுகாப்பும் இல்லாமல் நிராயுதபாணியாக இன்று நாட்டில் நின்றுகொண்டிருப்பவர்கள் அவர்களே.

மருத்துவமனை இயங்கிக்கொண்டிருக்கும் கட்டடத்தில் ஓர் அழகிய வண்ண ஓவியம் கண்ணில் பட்டது. அதில் 'கிறிஸ்டினா ரெய்னி, ஃபவுண்டர் 1828-1908' என்று எழுதப்பட்டிருந்தது. பேரழகியான ஆங்கிலேயப் பெண் ஒருவர் மேசை நாற்காலியில் அமர்ந்து எதையோ எழுதிக் கொண்டிருப்பதுபோல வரையப்பட்ட

ரெய்னி மருத்துவமனை

ஓவியம் அது. இன்றளவும் ரெய்னி என்ற பெண்மணி எப்படி இருப்பார் என்பதை நாம் கற்பனை செய்ய நமக்குக் கிடைத்த ஒரே முகமும் இந்த ஓவியத்திலிருந்துதான் கிடைத்துள்ளது. நகரின் பிரம்மாண்ட மருத்துவமனைகளில் ஒன்று அது என்பதை வார்டுகளில் சுற்றி தெரிந்துகொண்டேன். உள்ளே புதிய சேப்பல் ஒன்றும் இருந்தது. புதிய கட்டடம் தாண்டி அதன் பின்புறம் பழைய கட்டடத்தின் சில பகுதிகள் தென்பட்டன. அதில் நர்சிங் படிக்கும் மாணவிகள் இங்குமங்கும் ஓடிக்கொண்டிருந்தார்கள்.

வலதுபக்கம் நடைபாதை பழைய மருத்துவமனை கட்டடத்துக்கு அழைத்துச் சென்றது. யாரேனும் பார்க்கிறார்களா என்று திரும்பிப் பார்த்தேன். இல்லை. மெல்ல பழைய கட்டடத்தின் முன் சென்று நின்றேன். முதல் முறையாக டாக்டர் ஏ.எம்.மக்ஃபெயில் என்ற பெண்மணியின் பெயர் பொறித்த மார்பளவு வெண்கல சிலை காரை பெயர்ந்து கொண்டிருந்த கட்டடத்தை உற்று நோக்கியபடி இருந்தது. எதிரே உயிர் மூச்சை இழுத்துப் பிடித்தபடி பழைய மருத்துவமனை. பயன்படுத்தப்பட்ட சிரிஞ்சுகள், பாட்டில்கள் அங்கங்கே சிதறிக் கிடந்தன. தாழ்வாரத்தில் ஏறி கல்வெட்டுகளை படம் எடுத்துக்கொண்டேன். என் காலடி சத்தத்துக்கு வவ்வால்கள் கீச்சிட்டு மேலெழும்பிப் பறந்தன. கொஞ்சம் அச்சமாகவும் நிறைய வருத்தமாகவும் உணர்ந்தேன்.

ரெய்னி மருத்துவமனையின் பழைய எழில் கொஞ்சும் தோற்றம் 1914ம் ஆண்டு எடுக்கப்பட்ட ஒரு புகைப்படத்தில் பார்த்திருக் கிறேன். ஆங்கில இந்து இதழில் வரலாற்றாளர் எஸ்.முத்தையா ரெய்னி மருத்துவமனை குறித்து எழுதியிருந்ததைப் படித்த ஞாபகம் வந்தது. கூடவே மருத்துவமனையின் கறுப்பு வெள்ளை புகைப் படமும். எப்படி இருந்த இடம் என்ற பெருமூச்சு எழுவதைத் தவிர்க்க முடியவில்லை. மருத்துவமனை அலுவலகத்தில் அதை சுற்றிப் பார்க்க அனுமதிவேண்டும் என்று கேட்டால், மருத்துவமனை பொருளாளரிடம் அனுப்பினார்கள். அவர் நான் சொல்வதை எல்லாம் பொறுமையாகக் கேட்டுவிட்டு, மரபு நடைக்கு 'நோ' என்று ஒற்றை வார்த்தையில் பதில் சொல்லிவிட்டார். எந்தச் சிக்கலும் நேராமல் பார்த்துக்கொள்கிறேன் என்று மீண்டும் மீண்டும் சொல்லியும் அனுமதி கிடைத்தபாடில்லை. ஒரு கட்டத்தில் கடுப்பாகி, 'நீங்கள் கத்தோலிக்கர்தானே?' என்று கேட்டார்.

'ஆமாம் சார். அதனால் என்ன? இது வரலாற்று முக்கியத்துவம் வாய்ந்த இடமில்லையா?'என்ற என் கேள்விக்கு பதில் பளிச்சென்று வந்தது. 'ஒரு கிறிஸ்டியனா இருந்துட்டு இப்பிடி பெர்மிஷன் கேக்குறீங்களே? உள்ள வெளி ஆளுங்க வந்தா என்ன ஆகும்னு உங்களுக்கு தெரியாதா?' என்று கேட்டார். என்ன சொல்லி விளக்கியும் ஒப்புக்கொள்ளவேயில்லை. ஒரு கட்டத்துக்கு மேல் என்னை உதாசீனம் செய்துவிட்டு அவர் வேலையை கவனிக்கத் தொடங்கினார்.

ராயபுரம் மரபு நடைக்கு விடாப்பிடியாக ரெய்னியை நுழைக்க வேண்டும் என்ற வைராக்கியம் அவரது உதாசீனம் தந்ததுதான். மரபு நடை அன்று கிட்டத்தட்ட 20 பைக்குகளில் நாங்கள் சென்றோம். வண்டிகளை மருத்துவமனை காம்பவுண்டுக்கு வெளியே நிறுத்திவிட்டு, பக்கவாட்டு கேட்டின் முன் நின்று கொண்டு பழைய கட்டடத்தைக் காட்டி பேசத் தொடங்கினேன். கையிலிருந்த டேபில் மருத்துவமனையின் பழைய படத்தைக் காண்பித்து சொல்லத் தொடங்கியதும், எங்கிருந்தோ மருத்துவமனை காவலர்கள் வந்தார்கள். 'இங்க கூட்டம் போடக்கூடாது. போங்க, இல்லாட்டி போலீச கூப்பிடுவோம்' என்று அதிகாரக் குரல் வந்தது. ஒரு நொடி அவமானத்தில் முகம் சுருங்கிவிட்டது. நல்லதுதானே செய்ய நினைக்கிறோம். ஏன் தடுக்கிறார்கள்? ஒரே நொடிதான். அடுத்த நொடி சுதாரித்துக்கொண்டேன்.

பரபரப்பான சாலையின் ஓரம் யாருக்கும் எந்த இடைஞ்சலும் தராமல் மருத்துவமனை இந்த ஊருக்கு என்ன செய்தது என்று

சொல்ல ஏன் பயப்பட வேண்டும்? 'நீங்க யார வேணாலும் கூப்பிடுங்க. இது பப்ளிக் ரோடு. இங்க நிக்க யார் அனுமதியும் எனக்கு தேவையில்லை', குரலை உயர்த்தி கத்தினேன். ரயில்வே கேட் மீட்டிங்குகள் ஞாபகம் வந்தன. ரயில்வே சங்கக் கூட்டங்களுக்கு பெரிய இடங்கள் தேவை இல்லை, இது போன்ற கேட் வாசல்களில் நின்று ஒரு கல் அல்லது கட்டையை போட்டு அதன் மேல் ஏறி நின்று கூவ ஆரம்பித்துவிடுவது வாடிக்கை. அதே நினைவில் குரல் உயர்த்திவிட்டேன். கூட வந்த மற்ற நண்பர்களும் காவலர்களிடம் பேசத் தொடங்கினார்கள். வேலுதரன் ஐயா அவர்களிடம், 'உங்க ஏரியாவுக்குள்ள வந்தா நீங்க கேளுங்க சார். நாங்க ரோட்டுலதான நிக்கிறோம்' என்று பொறுமையாக விளக்க, காவலர்களும் வேடிக்கை பார்க்கத் தொடங்கினார்கள்.

வடசென்னையில் பிறந்தவர்கள் யாரிடமாவது, 'நீங்கள் பிறந்த மருத்துவமனை எது?', என்ற கேள்வியைக் கேட்டுப்பாருங்கள். நூற்றுக்குத் தொண்ணூறு பேர் சிறு புன்னகையுடன் 'நம்ம ரெய்னியிலதான்', என்று சொல்வதைக் கேட்க முடியும். கிட்டத் தட்ட 130 ஆண்டுகளாக ஒரு மருத்துவமனை தொய்வில்லாமல் இயங்கிக்கொண்டிருக்கிறது. இன்று கொல்லவர் அக்ரஹாரம் ரோட்டில் நூறாண்டு வரலாறைத் தாங்கி நிற்கிறது இந்த மருத்துவமனை. பளபளவென மின்னும் புதிய வார்டுகளுக்கு இடதுபுறம் சோகையாக கவனிப்பின்றிக் கிடக்கும் பழைய கட்டடத்தின் முன் கம்பீரமாக நிற்கிறது மார்பளவுச் சிலை ஒன்று. டாக்டர் அலெக்சாண்டிரினா மக்ஃபெயில் என்ற மகத்தானப் பெண்மணியின் நினைவாக இந்த நகரில் இருக்கும் ஒரே எச்சமும் மிச்சமும் அதுவே. 40 ஆண்டுகள் சென்னை மற்றும் அதன் பெண்கள், குழந்தைகளுக்காக ஓய்வின்றி ஓடிய கால்கள் அலெக்சாண்டிரினாவுடையவை.

1888ஆம் ஆண்டு தன் 28ஆவது வயதில் மருத்துவப் பட்டப்படிப்பை இங்கிலாந்தில் முடித்த கையோடு இந்தியா கிளம்பி வந்தவர் மக்ஃபெயில். அப்போதைய ஸ்காட்டிஷ் மிஷன்மூலம் வெளிநாட்டு மருத்துவப்பணிக்கு நியமிக்கப்பட்டிருந்த பெண் மருத்துவர்கள் பத்தே பேர். அதில் இந்தியா வந்த ஒரே பெண் மக்ஃபெயில். ராயபுரம் உலக மீட்பர் ஆலயம் அப்போதைய ஸ்காட்டிஷ் மிஷனால் நிர்வகிக்கப்பட்டு வந்தது. 1888ஆம் ஆண்டு ராயபுரத்தில் காலடித் தடம் பதித்த டாக்டர் மக்ஃபெயில் தங்க சிறு பங்களா ஒன்று ஒதுக்கப்பட்டது. அன்றைய மதராஸில் பெண்களுக்கு தனி மருத்துவமனைகள் அதிகம் கிடையாது. எழும்பூர் மகளிர் குழந்தைகள் மருத்துவமனை, அல்லது திருவல்லிக்கேணி கோஷா

டாக்டர் அலெக்சாண்டிரினா மக்ஃபெயிலின் சிலை, ரெய்னி மருத்துவமனை

மருத்துவமனை, இவை மட்டுமே மருத்துவப் பணியாற்றி வந்தன. குழந்தைப்பேறு பெரும்பாலும் வீடுகளில்தான். அதில் தாய் சேய் மரணம் என்பதும் வெகு சாதாரண நிகழ்வாக இருந்தது. மருத்துவ வசதியை நாடிச் செல்லும் அளவுக்குப் பணமோ, போக்குவரத்து வசதியோ இல்லாத வட சென்னைப் பெண்களின்பால் மக்ஃபெயிலின் பார்வை விழுந்தது.

அடுத்தடுத்து பிள்ளைப்பேறில் இறக்கும் பெண்களைக்கண்டு மனம் வாடிய மக்ஃபெயில், தன் பயன்பாட்டுக்குத் தரப்பட்டிருந்த பங்களாவில் இரு அறைகளை ஒதுக்கி 12 படுக்கைகள்கொண்ட சிறு டிஸ்பென்சரி ஒன்றை 1890ஆம் ஆண்டு தொடங்கினார். மளமளவென்று கூட்டம் குவியத் தொடங்கியது. மிஷனரி என்பதால் லாப நோக்கம் எதுவும் இன்றியே மருத்துவப் பணி செய்துவந்தார் மக்ஃபெயில். அவரது தோழி கிறிஸ்டினா ரெய்னி 19ஆம் நூற்றாண்டின் இறுதியில் மதராஸ் வந்தார். ஸ்காட்லாந்தைச் சேர்ந்த பிரபல மருத்துவரான ஹேரி ரெய்னியின் மகளான கிறிஸ்டினா, மக்ஃபெயிலின் மருத்துவப் பணியைக்கண்டு ஆச்சர்யப்பட்டுப் போனார்.

சிறிய பங்களாவில் இடநெருக்கடி காரணமாக மிக மோசமான நிலையில் இருந்த பெண்கள் மற்றும் குழந்தைகள் மட்டுமே அனுமதிக்கப்பட்டு சிகிச்சை பெற்றதைக் கண்ட ரெய்னி, தன்னிடம் இருந்த பணத்தை எல்லாம் மக்ஃபெயிலிடம் தந்து மிஷனுக்கு

சொந்தமான இடத்தில் புதிய மருத்துவமனை ஒன்றைக் கட்டவேண்டும் என்ற தன் விருப்பத்தைச் சொன்னார். பெண்கள் இருவரும் சேர்ந்து ஸ்காட்டிஷ் மிஷனுக்கு அனுமதி கோரி கடிதம் எழுதினார்கள். ஸ்காட்லாந்து திரும்பிய ரெய்னி, கொஞ்சம் கொஞ்சமாக அங்குள்ள மக்களிடம் நிதி திரட்டத்தொடங்கினார். ஃபர்லோ எனப்படும் ஆண்டு விடுமுறைக்கென ஸ்காட்லாந்து செல்லும்போதெல்லாம் மக்ஃபெயிலும் நிதி திரட்ட, ஊர்கூடித் தேர் இழுத்ததால், 1911ஆம் ஆண்டு மார்ச் 22 அன்று அன்றைய மதராஸ் மாகாண ஆளுநரான சர் ஆர்தர் லாலி அடிக்கல் நாட்ட, ரெய்னி மருத்துவமனை உருப்பெறத் தொடங்கியது.

கிட்டத்தட்ட நான்கு ஆண்டுகள் கட்டுமானப்பணி முடிந்து 1914ஆம் ஆண்டு ஜனவரி 19 அன்று மதராஸ் மாகாண ஆளுநர் லார்ட் பென்ட்லண்ட் கைகளால் மருத்துவமனை திறந்து வைக்கப்பட்டது. 75 படுக்கைகள்கொண்ட பிரம்மாண்ட மருத்துவமனையாக, வட சென்னையின் முக்கிய கட்டடங்களில் ஒன்றாக அன்றைய தினம் விளங்கியது ரெய்னி மருத்துவமனை. கட்டடம் கட்ட நிதி திரட்டிய ரெய்னியின் பெயரே இன்றளவும் மருத்துவமனைக்கு வழங்கி வருகிறது. ஆரம்பகாலம் தொட்டே ரெய்னி மருத்துவமனையில் கட்டாய கட்டண வசூலிப்பு இருந்ததில்லை. பெண்கள் தங்களால் இயன்றதைத் தந்தனர். கொடுக்க முடிந்தவர்களிடம் பெற்றுக் கொண்டு, தர இயலாதவர்களுக்கு ஆதரவுக் கரம் நீட்டிய மருத்துவமனை ரெய்னி.

பிறந்த குழந்தை கவனிப்புப்பிரிவு, குழந்தைகள் சிறப்புப்பிரிவு, பெண் தொழுநோயாளிகளுக்கான தனிப்பிரிவு, பெண் பாலியல் நோயாளிகளுக்கான தனிப்பிரிவு என்று மூன்று ஸ்காத்லாந்து மருத்துவர்கள் தலைமையில் பல வார்டுகள்கொண்டு இயங்கி வந்தது மருத்துவமனை. செவிலியர் பயிற்சிப்பிரிவு ஒன்றும் பின்னர் தொடங்கப்பட்டது. மாதம் இருமுறை மாட்டு வண்டிகளில் சென்னைக்கு வடக்கேயுள்ள கிராமங்களில் தொழுநோயாளிகளைச் சந்தித்து அவர்களுக்கு ஊசி போடும் கேம்புகள் நடத்தப்பட்டன.

முதலாம் உலகப் போர் சூழ்ந்த காலத்தில், செர்பிய நாட்டுக்கு ராணுவ மீட்புப் பணிக்கு அனுப்பப்பட்டார் மக்ஃபெயில். 1912ஆம் ஆண்டு சிறந்த மருத்துவப் பணிக்காக 'கேசர்-ஐ-ஹிந்து' விருதை அன்றைய வைஸ்ராயிடமிருந்து பெற்றுக்கொண்டார். 1930ஆம் ஆண்டு ஜூன் 3 அன்று இங்கிலாந்து மன்னர் வழங்கிய 'ஆர்டர் ஆஃப் பிரிட்டிஷ் எம்பயர்' சிறப்புப் பட்டம் ரெய்னி மருத்துவமனை சூப்பிரன்டென்டான மக்ஃபெயிலுக்கு வழங்கப்பட்டது.

வடசென்னையின் பெண்களுக்காக மருத்துவமனை அமைத்து அவர்களின் நலனுக்காக 40 ஆண்டுகளுக்கும் மேலாக உழைத்த மக்ஃபெயில், இங்கிலாந்தின் எடின்பர்க் நகரில் 1946ஆம் ஆண்டு காலமானார். 1950களில் ரெய்னி மருத்துவமனை தென்னிந்திய திருச்சபையின் கட்டுப்பாட்டின் கீழ் வந்தது. இந்தப் பெண்மணிகள் கட்டிய கட்டடம் 100 ஆண்டு ஓட்டத்தை முடித்து, பாதுகாப்பு காரணங்களால் ஒதுக்கப்பட்டு சிதிலமடைந்து கிடக்கிறது. நீதியரசர் பத்மநாபன் கமிட்டி தயாரித்து அளித்த பாதுகாக்கப்பட வேண்டிய தொன்மைச் சின்னங்கள் பட்டியலில் இந்த மருத்துவமனைக் கட்டடம் இருந்தும், ஏனோ இந்த அவல நிலை.

மருத்துவமனை கட்டடம், அதனருகே இருந்த (இப்போது இல்லை) நூலகம், மருத்துவமனை வளாகத்தில் இருக்கும் பழைய சேப்பல், டாக்டர்கள் குவாட்டர்ஸ் என்ற நான்கு கட்டடங்கள் 2010ம் ஆண்டு பத்மநாபா கமிட்டி ஆய்வு செய்து வெளியிட்ட பட்டியலில் சென்னையின் தொல் சின்னங்களாக இடம்பெற்றுள்ளன. அவற்றில் நூலகம் இடிந்து போனது. அல்லது இடிந்ததாக சொல்லப் படுகிறது. சிறு கோயிலின் நிலை சுவாரஸ்யமானது. நாம் தெரிந்து கொள்ள வேண்டியது.

பிப்ரவரி 3, 2020. ரோடா, ராயபுரம் மரபு நடையில் எனக்கு அறிமுகமான தோழி. சி.எஸ்.ஐ கிறிஸ்துவர். மதம் என்ற அமைப்பில் சகோதரத்துவமும் சமத்துவமும் வேண்டும் என்று முயற்சிகள் எடுக்கும் ஒரு சிலரில் ரோடாவும் ஒருவர். சி.எஸ்.ஐ. திருச்சபை ரெய்னி, கல்யாணி உள்ளிட்ட மருத்துவமனைகளை இன்னும் அதிக கவனத்துடன் வழிநடத்தவேண்டும் என்பது ரோடா போன்ற கிறிஸ்துவர்களின் எண்ணம். அது சரியானதும்கூட.

மருத்துவமனைகள், பள்ளிகள் போன்றவற்றை அந்தந்த இடம் சேர்ந்த தேவாலயங்கள், அவற்றின் பாதிரிகள், ஐயர்கள் வசம் நிர்வகிக்கப்படும்போது அந்தப் பகுதி மக்களுக்கும் அதில் ஓர் ஈடுபாடும், கவனமும் வந்துவிடுகிறது. அப்படி இல்லாமல் எங்கோ இருக்கும் திருச்சபை அதை நிர்வகிக்கும்போது மக்கள் அதிலிருந்து ஒதுங்கியே இருப்பதைக் காண முடிகிறது. கிறிஸ்துவ ‘ஹெரிட்டேஜ்’ தொன்மை என்பது என்ன? வெறும் கட்டடங்களா என்ற கேள்வியை எழுப்பி, அதற்கான விடை ‘மக்கள் சேவை’ என்பதை கண்டறியவே எனக்கும் ரோடாவுக்கும் ஓராண்டு ஆனது!

அப்போது முதலே ரெய்னி மருத்துவமனையின் தொல் கட்டடங் களையும், மருத்துவமனை பணிகளையும் பாதுகாக்க வேண்டும் என்று தொடர்ச்சியாக பலரிடம் பேசியும் ஆலோசித்தும்

வந்திருக்கிறார் ரோடா. இந்த மருத்துவமனைகளுக்கான நிதியை சபை சரியாகத் தருவதில்லை, அவர்களது வருமானத்திலிருந்தே அவர்கள் தங்களுக்கான எல்லா செலவினங்களையும் செய்து கொள்ளவேண்டும் என்று சபை சொல்வது எவ்வளவு பெரிய கேலிக்கூத்து?

மிஷன் மருத்துவமனைகள் லாப நோக்கில் நடத்தப்படுவது அல்ல எனில் அவற்றிலிருந்து என்ன வருமானம் வந்துவிடமுடியும்? ஆனால் நகரின் மையப் பகுதிகளில் இந்த அமைப்புகளுக்கு இருக்கும் கோடிக்கணக்கான ரூபாய் மதிப்புள்ள சொத்துகளை மட்டும் சபை குறிவைத்து இந்தக் கட்டடங்கள் இடிந்து விழ காத்திருக்கிறது. இந்த 'லெதார்ஜி' - என்ன வேண்டுமானாலும் நடக்கட்டும், விழுந்த பின் நாம் கிடைப்பதை அள்ளிக்கொள்ளலாம் என்பது எத்தனை மோசமான நிலைப்பாடு?

சி.எஸ்.ஐ. முக்கியஸ்தர்கள், கட்டடக்கலை வல்லுனர்கள், சமூக செயற்பாட்டாளர்கள் என்று பலரையும் இந்த மூன்றாண்டு காலம் சந்தித்து பேசிவருகிறார் ரோடா. பல இடங்களில் நம் தலை தெரிந்தால் கத்தோலிக்கருக்கு இதில் என்ன அக்கறை என்று அவரது பணியும் சந்தேகத்துக்கு இடமாகிவிடும் என்பதால் நான் கிட்டத்தட்ட ஒதுங்கி நின்று அவரது செயல்பாடுகளை கவனித்து வருகிறேன்.

ஒரு பிப்ரவரி வெயில் நாளில் நானும் ரோடாவும் ரெய்னி மருத்துவமனையின் செவிலியர் பள்ளிக்குள் நுழைந்து அங்கிருந்தவர்களிடம் பேசினோம். பயிற்சிப்பள்ளி மிக சொற்ப மாணவிகளுடன் இயங்குகிறது. மருத்துவமனைக்கு நோயாளிகள் வராமல், செவிலியர் என்ன கற்பார்கள்? எளிய வீட்டுப் பிள்ளைகள் பயிற்சிக்குக்கூட வழியில்லாமல் மருத்துவமனையைச் சுற்றி வருகிறார்கள். டாக்டர்கள் குவாட்டர்ஸ் இடிந்து தகர்ந்து கிடக்கிறது. ஆனாலும் அதை தாங்கிப்பிடித்துக்கொண்டு ஆலும் அரசும் நிற்கின்றன. கலகலத்துக் கிடக்கும் அந்தக் கட்டடத்திலும் குடியிருக்கிறார்கள். வேறெங்கும் தங்க இடம் கிடைக்காத பரிதாப சூழலை நினைத்து எப்படி நொந்துகொள்வது என்று புரியவில்லை.

ஒருவழியாக வளாகத்தின் சேப்பலை வந்தடைந்தால், புதிதாக வண்ணம் பூசப்பட்டு பளபளத்தது. புதிய ஆஸ்பெஸ்டாஸ் ஷீட் போட்ட ஷெட் ஒன்று அதன் முன் முளைத்திருந்தது. ஆலயம் திறந்திருந்தது. உள் அமைப்பு எதுவும் மாற்றப்படவில்லை என்பது நிம்மதியாக இருந்தது. நாங்கள் உள்ளே சில நிமிடங்கள் உட்கார்ந்துவிட்டு வெளியே வந்தால் முதியவர் ஒருவர் அங்கிருந்த

புதிதாக வண்ணம் பூசப்பட்டு பளபளத்த வளாகத்தின் சேப்பல்

பெஞ்சுகளை சுத்தம் செய்துகொண்டிருந்தார். இருவரும் அவரிடம் மெல்ல பேச்சுக் கொடுத்தோம். மக்கள் நினைத்தால் இதுபோன்ற தொல் சின்னங்களை தாமாகவே பாதுகாக்கலாம் என்பதற்கு ரெய்னியின் சிறு கோயில் சிறந்த உதாரணம். 'என்னை ஒரு வருஷம் முன்னதான்மா இங்க சூப்பர்வைசரா போட்டாங்க. என் பேரு மோசஸ். இந்த ஹாஸ்பிடல்லதான் நான் மெடிக்கல் ரெக்கார்ட்ஸ்ல வேல செஞ்சேன். 2006ல ரிட்டயர் ஆனேன். இங்க வர்றவங்க போறவங்ககிட்ட கேட்டுதான் கூரை போட்டேன், பெயின்ட் பண்ணினேன். தோ பாருங்க, இந்த சுவர் எல்லாம் நேத்து நானேதான் உக்காந்து பெயின்ட் பண்ணினேன். ஹாஸ்பிடல் டாக்டருங்க, நர்சுங்க எல்லாம் அவுங்களாக முடிஞ்சத குடுத்தாங்க. ஷீட் வாங்க டாக்டர் ஒருத்தர் காசு குடுத்தார், பெயின்டுக்கு நிறைய பேர் ஹெல்ப் பண்ணினாங்க. நம்ம வெறும் உடல் உழைப்புதாங்க. பழைய மக்கள் கிட்ட இன்னும் விசுவாசம் இருக்கு', என்றார்.

ரோடாவின் சித்தி சௌந்தரவல்லி ஹாரிஸ் அங்கு மருத்துவராகப் பணியாற்றியவர். அவரைத் தெரியுமா என்ற ரோடாவின் கேள்விக்கு இன்னும் குஷியானார் மோசஸ். 'அட அவுங்களத் தெரியாமலா? சோழவரம் கிளினிக்குக்கு போறப்ப பை நிறைய அங்க இருக்குற வசதியில்லாத புள்ளைங்களுக்கு துணி எல்லாம்

குடுத்து விடுவாங்க. நான் கொண்டு குடுத்துட்டு வருவேன். இங்க ரெய்னி எப்ப ஆரம்பிச்சாங்களோ அப்பவே சோழவரம் ஹெல்த் சென்டரும் தொடங்குனாங்க. வாரம் ஒருநாள் இங்கருந்து டாக்டருங்கள நாங்கதான் கூட்டிட்டு போவோம். என் மிசஸ் நர்சு. நாங்க ரெண்டு பேரும்கூட அங்க இருக்குற ஹாஸ்பிடல்ல 1976ல இருந்து வேல செஞ்சிருக்கோம்.

2006 வாக்குல அங்க 43 ஸ்டாஃப் இருந்தாங்க. இங்கருந்து சீஃப் டாக்டர் அங்க போய்ட்டு வருவாங்க. டாக்டருங்க இல்லாத ஊருல ஒரு நாளைக்கு 200 - 300 பேஷன்ட் அங்கயும் பார்ப்போம். அங்க போனா திரும்ப வர சாயங்காலம் 4 மணி ஆகும். வந்துதான் மதிய சாப்பாடே. ஒரு கட்டடத்துக்கு பிறகு அங்க நிரந்தரமா ஆள் தேவைன்னு என்னையும் என் ஒய்ஃபையும் அங்க போட்டாங்க. அங்கேயே தங்கி வேல பார்த்தோம். ஸ்டாஃப் புள்ளைங்கள பார்த்துக்க கிரெஷ் ஒண்ணயும் அங்க ஆரம்பிச்சோம்', என்று கூடுதல் தகவல் தந்தார்.

'நாங்க ரெண்டு பேரும் குளிப்பாட்டி, பவுடர் போட்டு சட்டை மாட்டிவிட்ட புள்ளைங்க எல்லம் இப்ப டீச்சரா இருக்குறாங்க, வக்கீலா இருக்குறாங்க. அவுங்கள பார்த்து நாங்க சந்தோஷப் படுறோம்', என்றார். அவர் முகத்தில் அத்தனை பூரிப்பு. 'இந்த இடத்துல உக்காந்து எத்தனையோ நாள் ஜெபம் பண்ணி இருக்கோம். நம்ம சேப்பல் இது, இப்புடி இருக்கே அப்டின்னுதான் டாக்டருங்க கிட்ட, ரிட்டயரான நர்ஸுங்க கிட்ட ஹெல்ப் கேட்டு இதை சரி பண்ணி இருக்கோம்.'

'நான் 1976ல இங்க வேலைக்கு சேரும்போது எனக்கு 100 ரூபா சம்பளம், என் மிசஸுக்கு 120 ரூபா சம்பளம். இன்னிக்கு என் புள்ளைங்க டீச்சரா இருக்காங்க. இந்த நிலமைக்கு நாங்க வரக் காரணம் இந்த இடம்தான? இதை நல்லபடியா வச்சிக்கணும் இல்லையா?' குரலில் நன்றி பெருக்கு வழிகிறது. யாருடைய உதவியும் இல்லாமல், நலம் விரும்பிகளே கட்டடத்தின் தொன்மையை எந்தவிதத்திலும் பாதிக்காமல், சீரமைத்திருக்கும் அந்த சிறு ஆலயத்திலிருந்து கிளம்ப மனம் வரவில்லை. மோசஸ் ஐயாவுக்கு அவர் செய்த பெரும் பணிக்கு நன்றி சொல்லிவிட்டு புறப்பட்டோம்.

கட்டட வல்லுனர் பென்னி குரியகோஸ் இது போன்ற தொல் கட்டடங்களை ஆய்வு செய்வதில் வல்லவர்; அவற்றை மீட்டு உயிர் கொடுப்பதில் கரிசனையும் அன்பும் கொண்ட மனிதர் என்று கேள்விப்பட்டதுண்டு. நானும் ரோடாவும் அவரிடம் நேரம் வாங்கி

அவரை சந்தித்தோம். மருத்துவமனையின் புகைப்படங்களைக் காட்டியதும் தெளிவாகச் சொல்லிவிட்டார். எந்த தொல் கட்டடம் என்றாலும் மீட்டுவிடலாம். மீட்க முடியாத கட்டடம் என்று எதுவும் இல்லை. ஆனால் அதை சரியான நேரத்துக்குள், சரியானமுறையில், உரிய அனுமதியுடன் செய்துவிடவேண்டும் என்றார். சி.எஸ்.ஐ. திருச்சபை ஆயரின் அனுமதி பெற்று வாருங்கள், எந்தக் கட்டணமும் இல்லாமல் மருத்துவமனையை மீட்க முடியுமா என்று பார்த்து 'அசெஸ்மென்ட்' தந்துவிடுகிறேன் என்று வாக்களித்தார்.

அசெஸ்மென்ட் செய்ய ஆளும் தயார், பண உதவிக்கு மக்களும் தயார். இடையில் இருக்கும் சி.எஸ்.ஐ. பேராயம் கண் திறக்குமா என்பதுதான் மில்லியன் டாலர் கேள்வி.

சிலை பேசுமா? என்னிடம் கேட்டால் ஆம் என்று சொல்வேன். ஒவ்வொருமுறை செல்லும்போதும் ரெய்னியின் பழைய மருத்துவமனை முன்புள்ள அலெக்சாண்டிரினாவின் வெண்கல சிலையை கைவசமிருக்கும் துப்பட்டாவோ அல்லது கை கொண்டோ துடைப்பது உண்டு. ஒவ்வொருமுறையும் யாரோ முதிய செவிலியர் போட்டுவிட்டுச் சென்ற சிறு பூச்சரம் காய்ந்து ஒட்டிக்கொண்டிருக்கும். அதை அகற்றிவிட்டு, முகத்தைத் துடைத்திருக்கிறேன். சிறு புன்னகை அந்த முகத்தில் தெரியத் தொடங்கும்.

விழிகளுக்குள் சிலந்தி வலை பின்னி இருப்பதை ஒவ்வொரு முறையும் தட்டித் துடைத்ததும் அந்தக் கண்கள் என்னையே பார்ப்பதுபோல இருக்கும். தான் பார்த்துப் பார்த்துக் கட்டிய கட்டடம் தன் கண்முன்னே உயிருக்குப் போராடிக் கொண்டிருப்பதை அவள் ஒவ்வொரு நொடியும் பரிதவித்தபடி பார்த்துக்கொண்டிருக்கிறாள். எத்தனை கொடுமை அது? கண் முன் தன் குழந்தை உயிருக்குப் போராடுவதை கைகளற்ற தாய் பார்த்துக்கொண்டே இருப்பது போன்றது அல்லவா? ஒவ்வொரு முறை செல்லும்போதும் அவள் காதருகில் சொல்லிவருகிறேன். 'காத்திரு, விரைவில் மீட்டுவிடுவோம்', என்று. அவளும் புரிந்தாற்போல் புன்னகைக்கிறாள். காலம் கூடிவரும். நம்புவோம்.

●

25

சுழல் மெத்தை

***ஆ**கஸ்ட் 6, 2018.*

மூன்றுமுறை அந்த சாலையில் வடக்கும் தெற்குமாக அலசி விட்டேன். மணியக்காரர் சத்திரம் சாலையின் வடக்கே கொல்லவர் அக்ரகாரம் சாலை. சாலையின் இருமருங்கும் வரிசையாகக் கடைகள். அவற்றில் வானவில்லின் அத்தனை வண்ணங்களிலும் ஆடைகள். வெப்பம் வீசிச் செல்லும் கடற்காற்றின் ஒவ்வொரு அலைக்கும் கையசைத்து ஆடும் சல்வார் கைகள், முகமூடிகள், கொடிக்கம்பங்களில் கட்சிக்கொடிகள் என்று கண்ணால் ஒவ்வொன்றாய் அலசிக்கொண்டே வண்டியை மெல்ல உருட்டிக்கொண்டிருந்தேன். தெருமுனை ஒன்றில் ஆட்டோ ஸ்டேண்டு கண்ணில் பட்டது. அதில் சி.ஐ.டி.யு. கொடி பறந்துகொண்டிருந்தது. கொடியை அண்ணாந்து பார்த்தபோதுதான் பக்கத்து கட்டடம் கண்ணில் பளிச் என்று பட்டது.

நகரில் பயணிக்கும்போது முதலில் உங்கள் கண்ணில்படுவது பளபளவென கண்ணாடிகள் பதித்த புத்தம் புது கட்டடங்கள் என்றால் நீங்கள் இந்த நூலை வாசித்துக்கொண்டிருக்கப் போவதில்லை! ஒரு காலத்தில் எனக்கும் அப்படித்தான். அண்ணா சாலையின் பளபள கட்டடங்கள், பல்மாடிக் குடியிருப்புகளைக் கண்டு ஒரு மலைப்பு வந்திருக்கிறது. சென்னைக்குள் பல ஆண்டுகளுக்குமுன் முதல்முறை நுழையும்போது அண்ணா சாலையின் கட்டடங்கள் எனக்கு பெரும் ஆச்சர்யத்தையும் ஒருவித அச்சத்தையும் ஏற்படுத்தின. குறிப்பாக எல்.ஐ.சி. கட்டடம்!

அன்றைய திருவள்ளுவர் பேருந்துகள் தமிழகத்தின் மூலை முடுக்குகளிலிருந்து பெருங்கனவுகளுடன் தலைநகருக்குப் படையெடுத்த லட்சக்கணக்கான நபர்களுள் நானும் ஒருத்தி.

நெல்லையிலிருந்து மாலை 4 மணிக்கு பஸ் ஏறினால், மறுநாள் காலை 9 மணிக்குள் பாரிசில் கொண்டு நம்மை துப்பிவிடும் பேருந்து. ஆனால் அந்த 8 மணி சுமார் அண்ணாசாலை இளமஞ்சள் வெயிலுடன் பளபளப்பதையும், எல்.ஐ.சி. கட்டடம் மின்னு வதையும் என் இளமைக்கால நினைவுகளில் பத்திரப்படுத்தி இருக்கிறேன். மனித மனம் விந்தையானது. எல்லாவற்றிலும் புதுமையை விரும்பும் வயது முப்பதுக்குள் ஆடி முடித்துவிடுகிறது. அதன் பின்னான தேடல்கள் ஒட்டடை மண்டிய, தூசு படிந்த பழங்கனவுகளில் தயங்கித் தங்கிவிட்ட பழைய கட்டடங்களைத் தேடத்தொடங்குகிறது.

சுண்ணாம்புக் காரை பெயர்ந்த, ஓடுகள் நொறுங்கி விழுந்து கொண்டிருக்கும், மரம் உளுத்துக் காய்ந்துபோன பழைய கட்டடங் களைக் கண்கள் அனிச்சையாகத் தேடிக் கண்டடையும்போது நாற்பதைத் தாண்டிக்கொண்டிருக்கிறோம் என்று தோன்றுகிறது. பளபள கட்டடங்கள் முன்பைப்போல இப்போது கிளர்ச்சி தருவதில்லை. பழைய கட்டடங்கள் இரும்புத்துண்டை காந்தம் இழுப்பதுபோல கைபற்றி உள்ளிழுத்துக்கொள்கின்றன. அங்கே எப்போதோ வாழ்ந்தவர்களின் முகங்கள் எப்படி இருந்திருக்கும் என்று மனது அலைபாயும்; எப்படியாவது அவர்கள் கதையைக் கேட்டுப் பதிவு செய்துவிடமாட்டோமா என்று மனமும் உடலும் பரபரக்கும்.

ஆயிரம் கட்டடங்களை காரில் உட்கார வைத்து நூறு கிலோமீட்டர் வேகத்தில் நீங்கள் சுற்றிக் காட்டினாலும், அதில் பழைய கட்டடங்களை சட்டென என் கண்கள் அடையாளம் கண்டு கொள்ளும். அதிலும் சிவப்பு நிற இந்தோ சாரசனிக் கட்டடங்கள் என்றால் கேட்கவேவேண்டாம். பருந்துப்பார்வை அதில் சட்டென படிந்துவிடும். அப்படித்தான் கொடியசைவில் அந்த சிவப்பு வண்ணக் கட்டடம் சட்டென கண்ணில் பட்டது. நீண்ட சிவப்பு வண்ணக்கட்டடம், அதன் முகப்பில் இன்றைய நவநாகரிக கண்ணாடிகள். ஆனால் பக்கவாட்டில் இந்தோ சாரசனிக்கின் எச்சங்கள் தெரிந்தன. கட்டடத்தின் இருபுறமும் கோபுரங்கள்!

'அடிக்ஷன்ஸ் பை சிந்தூர்' கோபுரங்களை இரு பக்கமும் அணைத்தபடி நின்றுகொண்டிருக்கும் கடைக்கு இதுதான் பெயர்.

சுழல் மெத்தைக் கட்டடம்

கட்டடத்தின் முகப்புப் பகுதி முழுக்க அலுமினியம் பேனலும், கண்ணாடியுமாக அந்த இந்தோ சாரசனிக் பக்கவாட்டுச் சுவருக்கும், கோபுரத்துக்கும் பொருத்தமே இல்லாமல் தெரிந்தது. வண்டியை ஸ்டான்ட் போட்டு ஓர் ஓரமாக நிறுத்திவிட்டு பக்கத்தில் இருந்த ஆட்டோக்கார அண்ணாவிடம் பேச்சு கொடுத்தேன். அந்த இடத்தின் பெயரைக் கூட அதுவரை நான் கேள்விப்பட்டதில்லை. 'ண்ணா... இந்தக் கடை பேரு?' அந்த அண்ணனுக்கு குறைந்தது 60 வயதிருக்கும். 'தோ போர்டுல இல்ல? பட்ச்சிக்க.' அடேங்கப்பா என்ன கிண்டல் பார் என்று நினைத்துக்கொண்டு, 'இல்லண்ணா... இந்த கோபுரம்?' என்று கேட்க, 'அதுவா, அதான் சுழல் மெத்த', என்றார். எங்கோ மூளைக்குள் மின்னல். தோழி ரோடா அவரது அம்மா அப்பா வசித்த பகுதி என்று சுழல் மெத்தை அருகே அடையாளம் சொல்வார்.

மீண்டும் கோபுரத்தை அண்ணாந்து பார்த்தேன். சுழல் மெத்தை ஒருவேளை இதுதானா? கூகிளாண்டவர் துணையுடன் அலை பேசியில் பத்மநாபா கமிட்டி வெளியிட்டுள்ள பட்டியலைத் தேடினேன். சுழல் மெத்தை அந்தப் பட்டியலில் 2ஏ பிரிவில் பதிவாகியிருந்தது. கட்டாயம் பாதுகாக்கப்படவேண்டிய தொல் சின்னம்தான்.

ஆனால் எப்படி முகப்பில் கண்ணாடியும், அலுமினியமும்? குழப்பத்துடன் கடைக்குள் நுழைந்தேன். வெளியே தெரிந்த கோபுரங்கள் என்ன ஆனது என்று தேட முயற்சித்து தோற்றேன். அப்படி இரு கோபுரங்கள் வெளிப்பக்கம் இருந்ததே கடைக்குள் தெரியவே இல்லை. கல்லாவில் இருந்தவருக்கு நான் எதுவும் வாங்க வரவில்லை என்பது தெரிந்திருக்கும்போல. 'யார் நீங்க? என்ன வேணும்?' என்றார் கொஞ்சம் உடைந்த தமிழில். முகத்திலும் மொழியிலும் லேசாக இந்தி வாசம்.

'இல்ல, சுழல் மெத்தைய பார்க்கணும்', நேரடியாக விஷயத்துக்கு வந்துவிட்டேன். இளைஞர் சற்றே தயங்கி, 'நீங்க யாரு?' என்றார். 'நான் ஹிஸ்டாரியன். ரைட்டர். இந்த மாதிரி பழைய கட்டடங்களை எல்லாம் தேடி படமெடுத்து, அதைப் பத்தி எழுதுறேன்', என்று பதில் சொன்னேன். 'அங்கலாம் இப்ப குளோஸ்டு. போக முடியாது', கறாராக பதில் சொன்னார். 'ப்ளீஸ் சார், நான் பார்த்துட்டு போய்டுவேன். விஷயம் தெரிஞ்சிக்க முயற்சி பண்றேன். இது பழைய கட்டடம் இல்லையா?' 'வேணாம்னா விடுங்கம்மா', என்றுவிட்டு அந்தப் பக்கம் திரும்பிக்கொண்டார். நான் விடுவதாக இல்லை. முகத்தைப் பாவமாக வைத்துக்கொண்டு பக்கத்தில் இருந்த படிக்கட்டில் அமர்ந்துவிட்டேன்.

அரைமணி நேரம் கடந்திருக்கும். நான் அலைபேசியை நோண்டி கட்டடத்தின் கதையை ஓரளவுக்கு தேடி எடுத்துவிட்டேன். வரலாற்று ஆய்வாளர் எஸ்.முத்தையா இந்தக் கட்டடத்தைப் பதிவு செய்திருந்தார். கல்லாவில் இருந்த இளைஞன் இப்போது என்னைப் பாவமாக பார்த்தார். என்னால் எந்தச் சிக்கலும் வராது என்று தோன்றியிருக்க வேண்டும். மெசனைன் ஃபுளோரில் வேலை செய்துகொண்டிருந்த பெண் ஒருவரை அழைத்தார். 'இவுங்களுக்கு மெத்தைய காட்டு', என்றுவிட்டு முகத்தைத் திருப்பிக்கொண்டார். மூன்றுமுறை அவருக்கு நன்றி சொல்லிவிட்டு, அந்தப் பெண்ணைப் பின் தொடர்ந்து துள்ளி படிக்கட்டில் ஏறினேன்.

முதல் மாடியிலிருந்த ஸ்டாக் ரூம் வழியாக ஒரு வெள்ளைக் கதவு தெரிந்தது. அதைத் திறந்ததும் நேரே படிக்கட்டுதான். சுற்றிச் சுற்றி

மேலேறியது படிக்கட்டு. குறுகலான இடத்துக்குள் நேர்த்தியான மெல்லிய தூண் ஒன்றைச் சுற்றி மேலேறிய படிகள், முக்கோண வடிவில் படிகள், சீரான உயரம், அங்கங்கே பக்கவாட்டு வட்டச் சுவரில் உயரமான சன்னல்கள். மேலே ஏறியதும் மீண்டும் ஒரு வெள்ளைக் கதவு. மீண்டும் கடை. ஆனால் இன்னொரு பக்கவாட்டு சன்னலில் இரு கோபுரங்களையும் இணைக்கும் மொட்டை மாடி ஒன்று இருந்ததைக் கண்டுவிட்டேன். 'ஐயோ, அந்த மெத்தைக்கு எப்புடி போறதும்மா?' என்று அந்தப் பெண்ணைக் கேட்க, அவர் ஒரு ரோலர் ஷட்டரைக் காட்டினார். 'அத யாரும் தொறக்குறதே இல்லக்கா', என்றார். 'ப்ளீஸ்மா... பார்க்கணும். கொஞ்சம் ஹெல்ப் பண்ணுங்க. உங்க முதலாளியை வேணும்னா கேட்டுக்கிட்டு சொல்லுங்க', என்றுவிட்டு அந்த ஷட்டரைப் பிடித்து நின்று விட்டேன். அந்தப் பெண்ணுக்கு எரிச்சல் மண்டியிருக்க வேண்டும். முறைத்துக்கொண்டே கீழிறங்கிப் போனார்.

பக்கவாட்டு சன்னலிலிருந்து மீண்டும் கோபுரங்களைப் பார்த்தேன். இரண்டு கோபுரங்களின் உச்சியிலும் குவி மாடங்கள், சுற்றிலும் மரத்தாலான கைப்பிடி. நீள கண்ணாடி சன்னல்கள் தெரிந்தன. வெள்ளைக் கதவு ஒன்றும் தெரிந்தது. குவிமாடத்தின் அடிப்புறம் சுதையால் பூ வேலைப்பாடு கண்ணைப் பறித்தது. ஷட்டர் சாவியுடன் அந்தப் பெண்ணும், இன்னொரு பையனும் வந்து சேர்ந்தார்கள். நல்லவேளை இளைஞர் அனுமதி தந்துவிட்டார் போல. பூட்டு திறப்பேனா பார் என்று உயிரை எடுத்து பத்து நிமிடப் போராட்டமும், கால் லிட்டர் தேங்காய் எண்ணெய்யும் முடிந்த பிறகு திறந்துகொண்டது. ஷட்டரைத் தூக்க ஆளுக்கு ஒரு பக்கம் முயன்றோம். இரண்டடி உயரம் வந்தது, அதன் பின் மசியவேயில்லை.

'அக்கா... இதுக்கு மேல முடியாது. வேணா ஃபோன குடுங்க, நான் அந்தப் பக்கம் பெரண்டு போய் ஃபோட்டோ எடுத்து தர்றேன்', அந்தப் பையன் பெருந்தன்மையாக சொன்னான். 'இல்ல, நானே பொரண்டு போறேன்', என்றுவிட்டு, சட்டென படுத்துக்கொண்டு, ஷட்டருக்கு அடியில் இன்ச் இன்சாக நகர முயன்றேன். பெரிய மலைப்பாம்பு அசைவதைப்போல எனக்கே என்னைப் பார்த்தால் சிரிப்பு வந்தது. அந்தப் பையனும் பாவம், சிரிப்பை அடக்க முடியாமல் அவனும் ஷட்டருக்கு அடியில் உருண்டு அந்தப் பக்கம் சென்று எழுந்து நின்றான். அவனது சில நொடி பாய்ச்சல் எனக்கு மூச்சைப் பிடித்து திணறி அரை நிமிடம் ஆனது.

ஷட்டருக்கு வெளியே வேறு உலகம் தெரிந்தது! இரு பக்கமும் மாடங்களுடன் கூடிய கோபுரங்கள் வெகு அருகே தெரிந்தன. அதில்

புறாக்கள் கொஞ்சியபடி அமர்ந்திருந்தன. பக்கத்து குல்மோகர் மரங்கள் காற்றை எங்கள் பக்கம் தள்ளிக்கொண்டிருந்தன. மொபைல் கேமராவில் படங்கள் எடுத்துக்கொண்டேன். மனிதனுக்கு ஆசை மிகப் பெரிது இல்லையா? ‘தம்பி, அந்த கோபுரத்து மேல ஏறிப் பார்க்கணுமே?’ தம்பி இப்போது என்னை பரிதாபமாகப் பார்த்தான். ‘வேணாங்கா... போன தடவ நான் சுத்தம் பண்ணப் போனப்ப என் கெனத்துக்கே கீச்கீச்சுன்னு சத்தம் வந்துச்சு’, என்னை மேலும் கீழும் பார்த்தான். நான் தவறாக நினைத்துக்கொள்வேனோ என்ற அச்சத்தில் அடுத்த நொடி ‘ஸாரிக்கா’ என்றான். பார்வை மேடை ஒன்று மாடத்தின் கீழ் இருந்தது. அதன் கைப்பிடி மரம் உளுத்துப்போய் தெரிந்தது. பாதி கைப்பிடிச் சுவரைக் காணவும் இல்லை.

கோபுரம் பக்கத்திலிருந்து பார்க்க பரிதாபமாகவே தெரிந்தது. படங்கள் எடுத்துக்கொண்டு மீண்டும் அங்கப் பிரதட்சணம் செய்து கடைக்குள் போனோம். கீழிறங்கியதும் மீண்டும் கல்லாவிலிருந்த இளைஞரிடம் போய் நின்றேன். இப்போது இளைஞர் அருகே இன்னொரு நடுவயது நபர் தெரிந்தார். இருவரும் எதோ விவாதத்தில் மும்முரமாக இருந்தார்கள். பொறுமையாகக் காத்திருந்தேன். என்னை கவனித்துவிட்ட நடுத்தர வயது அன்பர் இளைஞரிடம் என்னை யார் என்று கேட்க, ‘சும்மா கடைய சுத்திப் பாத்தாங்க. ரைட்டராம்’, என்று இளைஞர் சொல்லிவிட்டு பைக் சாவியை எடுத்துக்கொண்டு கிளம்பிவிட்டார். அனாதையாக விடப்பட்ட குழந்தைபோல நடுத்தர வயது அன்பரைப் பார்த்தேன்.

‘இது டூரிஸ்ட் ஸ்பாட் எல்லாம் கிடையாதுங்க. தம்பி தெரியாம அலவ் பண்ணிட்டார். நீங்க கெளம்புங்க’, என்றார். ‘சார்... ப்ளீஸ்... அடுத்த மாசம் ஒரு ஹெரிட்டேஜ் வாக் இருக்கு. இந்தப் பக்கமுள்ள எல்லா பழைய பில்டிங்கையும் சுத்திக் காட்டி அதோட முக்கியத்துவம் பத்தி மக்களுக்கு எடுத்துச்சொல்லி ஒரு டூர் மாதிரி பண்றேன். உங்க கடையையும் பார்க்க ஒரு டென் மினிட்ஸ் பெர்மிஷன் குடுங்க, 20 பேர்தான். உள்ள வந்து எந்த டிஸ்டர்பன்சும் இல்லாம பார்த்துட்டு அப்டியே போய்டுவோம்.’ ஏற இறங்க பார்த்தார். ‘கார்ட் இருக்கா?’ கார்டா... நம்மகிட்ட தெர்மகோல் அட்டைகூட கிடையாதே என்று நினைத்துக்கொண்டே, ‘சார் கார்ட் எல்லாம் அடிக்கிற அளவுக்கு பெரிய ஆள் இல்ல சார். நான் காசு எதும் வாங்காம ஒரு பப்ளிக் அவேர்னெசுக்காக செய்றேன் சார், உங்களுக்கு ஒரு பிரச்னையும் வராது சார்’, என்று மீண்டும் மீண்டும் சொல்லிப் பார்த்தேன். கொஞ்சம் மனம் இரங்குவதுபோலத் தெரிய, நம் உளறுவாய் வழக்கம்போல ஏழரையைக் காட்டிவிட்டது.

‘ஹிண்டு, இந்தியன் எக்ஸ்பிரஸ் பேப்பர்ல இருந்துலாம் ரிப்போர்ட்டர்ஸ் வருவாங்க சார். ஃபோட்டோ எடுத்து பேப்பேர்ல போடுவாங்க.’ அவ்வளவுதான். அவர் பத்ரகாளியின் ஆண் வடிவமானார். ‘என்னது ரிப்போர்ட்டரா? பேப்பரா? அதெல்லாம் முடியாது. ப்ரெஸ் ஆளுங்கள எல்லாம் உள்ளவிட முடியாதுங்க’, என்றார் கறாராக. விதியை நொந்துகொண்டு எல்லாக் கோட்டையும் அழித்துவிட்டு மீண்டும் முதலிலிருந்து கோடு போட்டேன். இந்தமுறை டெக்னிக்கை கொஞ்சம் மாற்றிக்கொண்டேன். ‘சார் வர்றவங்க ட்ரெஸ் எதுனா எடுப்பாங்கல்ல? ஒண்ணும் பிராப்ளம் இல்ல சார். மீடியான்னா ஏன் பயப்படுறீங்க? அவங்க பாட்டுக்கு வந்து பார்த்துட்டு போய்ருவாங்க.’

‘ஆங்… அதான்மா பிரச்னையே. ஃபோட்டோ எல்லாம் போடுவாங்க. முடியாது.’

இப்போது சிக்கல் புரிந்து போக, ‘அதெல்லாம் எடுக்க மாட்டாங்க சார். நான் சொல்லி கூட்டிட்டு வரேன். படம் எடுத்து போட மாட்டாங்க. ப்ளீஸ் சார்’, மீண்டும் கெஞ்சல் தொடர்ந்தது. கொஞ்சம் சிந்தித்தவர், ‘சரி, அப்ப படம் எதுவும் எடுக்க மாட்டாங்கன்னு எழுதிக் குடுங்க’, சிரிக்காமல் சொன்னார். சீரியசாக சொல்கிறார் என்று புரிந்துபோக, ‘என்ன எழுதணும் சார்?’, புரியாமல் கேட்டேன். ‘பெர்மிஷன் கேட்டு லெட்டர் ஒண்ணு குடுங்க, அதுலயே நாங்க யாரும் படம் எடுக்கமாட்டோம், அப்புடியே எடுத்து அது பேப்பர்ல வந்தா அதுக்கு நாந்தான் பொறுப்புன்னு எழுதி குடுங்க.’ திருதிருவென விழித்தேன். மரபு நடைக்கு வருபவர்கள் யாரும் நம் கட்டுப்பாட்டில் இருப்பதில்லை, அவர்களுக்கு என்று உள்ள ‘மாரல் ரெஸ்பான்சிபிலிட்டி’தான். எப்படி எழுதித் தருவது? ஊடக நண்பர்கள் நாம் சொன்னால் கேட்பார்களா?

அவர் பிடிவாதமாக இருக்கவே, பையிலிருந்த காகிதத்தை எடுத்து பொறுப்பேற்புடன் அனுமதி கடிதம் எழுதித் தந்தேன். ‘சரி, வாங்க, யாரும் ஃபோட்டோ எடுக்காம பார்த்துக்கங்க. சொன்னா நம்ம மக்கள் கேக்க மாட்டாங்க. எடுக்கட்டும். ஆனா எதுவும் பேப்பர்ல வரக்கூடாது. அதுக்கு நீங்கதான் பொறுப்பு’, மீண்டும் மிரட்டி அனுப்பினார். சரியென்று தலையாட்டிவிட்டு வெளியே வந்தேன்.

கடை வாசலில் தள்ளு வண்டி ஒன்றில் கடலை விற்றுக் கொண்டிருந்தார் அண்ணன் ஒருவர். அவரிடம், ‘அண்ணா… இந்த இடம் நீங்க சின்ன வயசுல பாத்திருக்கீங்களா?’ என்று கேட்டேன்.

‘அதெல்லாம் பார்த்திருக்கோம், ஒரு நிமிசம் இரு, தலிவர் வருவார் பேசு’, என்றார்.

நடைபாதை வியாபாரிகள் அந்தப் பகுதியில் அதிகம். அவர்களது தலைவர் போல. அண்ணன் ஒருவர் பத்து நிமிடத்தில் வந்து சேர்ந்தார். கடலை அண்ணன் அறிமுகம் செய்துவைக்க, ‘இன்னா நூஸ் வேணும்?’ என்றார் அவர்.

‘இல்லண்ணே, இந்த எடம் சின்ன வயசுல பாத்திருக்கீங்களா? மேலே போய்ருக்கீங்களா?’

‘எது? நம்ம சொழலு மெத்த தான? ஆங்... அதெல்லாம் போய்க்கிறோம். அந்தக் காலத்துல மேல போய் பாத்துனு வர காசு வாங்கினு விடுவாங்க. நால்ணா, எட்டணா வர வாங்கினு மேல அனுப்சிக்கிறாங்க. இப்ப மேரி அப்பொலாம் இம்மாம் பில்டிங்கு கிடையாது. மேலெருந்து பாத்தா நேரா கடலு தா தெரியும்... இப்பலாம் யாரு உள்ள விடுவாங்க. கடைக்கு துணி எடுக்க வர போறவ்ங்களுக்கு இன்னா தெர்யும்?’, கேட்டுவிட்டு கடலையை கொறிக்க ஆரம்பித்தார். அவருக்கு நன்றி சொல்லிவிட்டு கிளம்பினேன்.

ஆகஸ்ட் 21, 2018.

எதிர்பார்த்தது 20 பேர்தான். ஆனால் வந்ததோ 30 பேருக்கு சற்று அதிகம். கொட்டிய மழையில் நாங்கள் கடைக்குள் நுழைந்தபோது நல்லவேளை எந்த சிக்கலும் இல்லாமல் கதவைத் திறந்து கொடுத்தார்கள். விறுவிறுவென படிகளில் ஏறினோம். நல்ல வேளையாக கடைக்கார சிறுவன் இன்று ஷட்டரில் எண்ணெய் ஊற்றி மராமத்து செய்து வைத்திருந்தான்போல. நாங்கள் மேலே இழுத்ததும் ஷட்டர் வழுக்கிக்கொண்டு மேலேறியது. நண்பர்களிடம் திரும்பினேன். ‘யாரும் ஃபோட்டோ எடுக்கக் கூடாதுன்னு கடைக்காரர் சொல்லி இருக்கார். உங்க பெர்சனல் யூசுக்கு வேணும்னா எடுத்துக்கங்க. ஆனா ப்ளீஸ் பேப்பர்ல போடவேண்டாம்.’ என்னை வினோதமாக ஊடக நண்பர்கள் பார்த்தார்கள். மற்றவர்கள் தங்கள் மொபைலில் படம் பிடித்துக்கொண்டார்கள்.

1904ஆம் ஆண்டு தொடங்கப்பட்டது முதலே சென்னையில் NV Shanmugam (NVS) பட்டணம் பொடி வெகு பிரபலம். 1930ஆம் ஆண்டு அவர்களுக்கு ராயபுரத்தில் கிளை ஒன்று தொடங்கும் எண்ணம் தோன்ற, இந்த இடத்தை 167 ரூபாய்க்கு வாங்கி, இந்தோ சாரசனிக் பாணியில் கட்டத் தொடங்கினார்கள். பாரசீகம், அரேபியா

பகுதிகளிலிருந்து வடிவமைப்பாளர்களும், கட்டடத் தொழிலாளர்களும் வந்தார்கள். சிவப்பு வண்ண கற்கள் ராஜஸ்தான் மாநிலத்திலிருந்து கொண்டுவரப்பட்டன. பின்னாளில் பட்டணம் பொடி கம்பெனியிடமிருந்து ஆயத்த ஆடைகள் விற்கும் கடைக்கு கடை கைமாறியது.

2010ஆம் ஆண்டு சென்னையின் தொல் சின்னங்கள் என்ன என்று அடையாளம் கண்டு அவற்றைப் பாதுகாக்க வேண்டி மாநில அரசு ஜஸ்டிஸ் ஈ.பத்மநாபா கமிட்டியை நியமித்தது. நகரம் முழுக்க உள்ள தொல் கட்டடங்களை ஆய்வு செய்த HCC (Heritage Conservation Committee)-மரபு பாதுகாப்பு கமிட்டி, நகரின் முக்கிய தொல் கட்டடங்களை 1, 2a, 2b என்ற மூன்று வகையாக அவற்றின் முக்கியத்துவம் மற்றும் இன்றைய நிலையைக் கண்டறிந்து பிரித்தது.

இந்த அறிக்கையின்படி தனியார் வசமிருக்கும் தொல் சின்னங்களை பாதுகாக்கும் பொருட்டு என்னென்ன செய்ய வேண்டும், என்ன செய்யக் கூடாது என்று கட்டுப்பாடுகள் விதித்தது. ஆனால் துரதிர்ஷ்டவசமாக, தனியார் வசமுள்ள கட்டடங்களின் மேல் சுண்டுவிரல் வைக்கவேண்டும் என்றாலும் அரசு அனுமதி பெறவேண்டும் என்று சட்டம் இயற்றிய அரசு, இருக்கும் நிலையிலுள்ள கட்டடங்களை எப்படிப் பாதுகாப்பது என்று சிந்திக்கத் தவறிவிட்டது. சரியான சந்தை மதிப்பை அந்தக் கட்டட உரிமையாளர்களுக்கு ஈடாக வழங்கிவிட்டு, சம்பந்தப்பட்ட கட்டடங்களை அவர்களது அனுமதியின் பேரில் அரசே எடுத்துக்கொள்ள வழி செய்திருக்க வேண்டும்.

ஆனால் அதற்கு வழியில்லை. கட்டடத்தின் நிலையை ஆராய்ந்து அதை பயன்பாட்டில் வைக்கலாமா, என்னென்ன அதில் மராமத்து செய்யவேண்டும் என்பதைச் சொல்ல அரசு பொறியாளர் வரவேண்டும், அவர் பாதுகாப்பான கட்டடம் என்று சான்றிதழ் தரவேண்டும். ஆனால் அந்த ஆய்வு முடித்து சான்றிதழ் பெறவே இங்கு சில ஆண்டுகள் பிடிப்பதுதான் வேதனைக்குரிய நிஜம். பெரும்பாலும் தனியார் வசமுள்ள இதுபோன்ற கட்டடங்களை 'தற்கொலைக்குத் தூண்டுகிறார்கள்.'

அதற்கு எந்த மராமத்துப் பணியும் செய்யாமல்விட்டால், சில ஆண்டுகளில் கட்டடம் தானே செத்துப்போகும். விழுந்துவிட்ட பின் நகரின் முக்கியப்பகுதிகளில் இருக்கும் கோடிக்கணக்கான ரூபாய் மதிப்புள்ள நிலம் அவர்களுக்கு ரியல் எஸ்டேட் தொழில்

செய்ய தோதுவாகிவிடும் என்பதால் இந்தக் கட்டடங்கள் காவு கொடுக்கப்படுகின்றன. வெறும் சட்டங்களால் எந்த மாற்றமும் நடந்துவிடாது என்பதற்கு சுழல் மெத்தை ஓர் உதாரணம். வீடுகளில் தன் கடைசி நாள்களை எண்ணிக்கொண்டு 'இழுத்துக்கொண்டு' கிடக்கும் தொண்டுக் கிழங்கள்போல இன்று இந்தக் கட்டடங்கள் இங்கும் அங்குமாக நகரத்தின் தங்கள் இறுதி நாட்களை எண்ணிக்கொண்டுள்ளன. எஞ்சி இருப்பவை உரிமையாளர்களால் தங்கள் வசதிக்கேற்ப மாற்றப்பட்டு பயன்பாட்டில் உள்ளன. இதில் யார், யார்மேல் குற்றம் சுமத்துவது? ஒருவனது வாழ்வாதாரமே இதுபோன்ற தொன்மையின்மேல் இருந்தால் அவன் என்ன செய்வான்? தொன்மையைவிட வயிறு முக்கியமாயிற்றே? பசிக்குப் பண்பாடும் பழமையும் தெரியுமா என்ன?

•

26

குதிரை வீரன் சிலை

***டி**சம்பர் 7, 2018.*

நடு மதிய வெய்யில் சுட்டெரித்தது. மணி ஒன்றைத் தாண்டியதால் பசி வேறு வயிற்றைக் கிள்ளியது. ராயபுரம் மரபு நடையை நல்லபடியாக முடித்தபிறகு அடுத்ததாக காசிமேடு பகுதியை அலசி ஆராய்ந்துவிடுவது என்று எண்ணிக் கொண்டேன். காசிமேடு என்று சொல்லிக்கொண்டாலும், சென்றமுறை விட்டுப்போன இடங்களை இந்த நடையில் சேர்த்துக்கொள்ளவேண்டும் என்று முடிவெடுத்துவிட்டேன். வழக்கம்போல பைக்கில் சுற்றுப் பயணம்தான். நகரின் முக்கிய வரலாற்றாளர்கள் பெரும்பாலும் இந்த மரபு நடைகளை ஆகஸ்ட் மாதம் நடத்துவது வழக்கம். ஒவ்வொரு ஆண்டும் ஆகஸ்ட் மாதம் கொண்டாடப்படும் மதராஸ் தினத்தை முன்னிட்டுத்தான் மரபு நடைகள் நடக்கும்.

வரலாற்றாளர் ஸ்ரீராம் வெங்கடகிருஷ்ணன் மரபு நடைகளை முதலில் நகருக்குக் கொண்டுவந்தார். இங்கிலாந்தில் படித்து அங்கு வசித்தவர் அங்கு பிரபலமாக இருந்த நடைகளை இங்கு அறிமுகம் செய்ய, பெரும் தீ பற்றிக்கொண்டது. இவ்வாறான மரபு நடைகளை மாதம் ஒன்று இரண்டு என வணிக நோக்கில் நடத்தி பெரும் பணம் சம்பாதிக்கும் கூட்டம் ஒன்று இப்போது உருவாகிவிட்டது. அவர்களுடன் பலமுறை நமக்கு வாய்க்கால் வரப்பு தகராறு உண்டு. வரலாறு பணம் சம்பாதிக்க அல்ல என்ற உறுதிப்பாடு எனக்கு எப்போதும் உண்டு. எல்லோரும் அந்த நிலையை எடுக்க வேண்டும்

என்று சொல்வது சரியல்ல. ஆனால் நாம் செய்யும் வேலையை ஆளனுப்பி வேவு பார்த்து அப்படியே அதை அவர்கள் பயன் படுத்திக்கொண்டு பணம் சம்பாதிப்பது உச்சகட்ட அநியாயம்தான். ஆனால் அதற்காக நாம் செய்யும் பணியை விட்டுவிடக் கூடாது என்பதில் தெளிவாகவே இருக்கிறேன்.

இலவசமாக கிடைக்கும் எந்தப் பொருளுக்கும் மரியாதை கிடையாது என்பது அப்பட்டமான நிஜம். நாம் நடத்தும் இலவச நடைகளுக்கு கூவிக் கூவியும் வராத நபர்கள், இந்த வணிக நிறுவனங்கள் நம்மை காப்பி அடித்து செய்யும் 'டூரிச் நடைகளுக்கு' ஆயிரக்கணக்கில் கொட்டிக் கொடுப்பதுகண்டு பலமுறை எரிச்சல் அடைந்தது உண்டு. நம்மைச் சுற்றியுள்ள எதிர்மறை எண்ணங்கள் நம்மையும், நம் பணியையும் எந்தவிதத்திலும் பாதிக்கக்கூடாது என்பதில் தெளிவாகவே இருக்கிறேன்.

எண்ணூர் சாலையில் இருந்து சூரியநாராயணன் தெரு திருப்பத்தில் வண்டியைத் திருப்பினால் ஜேஜேவென கூட்டம். என்னடா இது பெரும் கூட்டம் என்று வண்டியை மெதுவே உருட்டிக்கொண்டு சென்றால், சாலையின் இரு பக்கமும் வரிசையாக மீன் வறுத்து, சுடச்சுட விற்றுக்கொண்டிருக்கும் அக்காக்கள். என்ன இந்த இடம் நட்டநடு மதியம் இத்தனை பரபரப்பாக இருக்கிறது என்று யோசித்துக்கொண்டே போனால், விடை அடுத்த சில நொடிகளில் தெரிந்து போனது. டாஸ்மாக்! சாலையின் இடது பக்கம் டாஸ்மாக், அதன் முன் வரிசையில் இந்நாட்டு குடிமக்கள். அக்காக்களின் மீன் வணிகம் அமோகமாக இருக்கும் என்று சொல்லித் தெரிய வேண்டியதில்லை.

டாஸ்மாக்கைக் கண்டதும் வண்டியைத் திருப்பிவிடலாமா என்று ஒரு நொடி தயக்கம் இருந்தது நிஜம். இன்னொரு நாள் பழனி சார் அல்லது ரோடா துணையுடன் வந்தால் பாதுகாப்பு என்று மண்டைக்குள் எச்சரிக்கை மணி அடித்துக் கொண்டே இருந்தது. மணிச்சத்தத்தை ஓரமாக உதைத்துத் தள்ளிவிட்டு கொஞ்சம் முன்னே சென்றேன்.

சாலை வலதுபக்கம் வளைந்தது. இன்னும் போகவேண்டுமா என்ன என்று சிந்தித்துக்கொண்டே இடது பக்கம் பார்த்தால் ஓர் அழகிய சிறு கெபி தெரிந்தது. கத்தோலிக்க கிறிஸ்துவர்கள் அதிகம் வசிக்கும் பகுதிகளில் இது போன்ற சாலையோர குட்டி கெபிகள் நிறைய உண்டு. இங்கு அதைக் கண்டதும் கொஞ்சம் ஆச்சர்யம். வண்டியை ஓரம் கட்டிவிட்டு கீழிறங்கி நோட்டம் விட்டேன்.

குதிரை வீரன் என்ற சந்தியாகப்பர்

டைல்ஸ் ஒட்டிய கெபிதான். எந்தவிதத்தில் பார்த்தாலும் தொன்மை வாய்ந்தது என்று தோன்றவில்லை. நல்ல வேளையாக கல்வெட்டு ஒன்றை பக்கவாட்டுச் சுவரில் பதித்திருந்தார்கள். 01.10.1979 அன்று நிறுவியது என்று தேதியிடப்பட்ட கல்வெட்டு, புனிதரின் பெயரை சந்தியாகப்பர் என்று சொன்னது. திறப்பாளர் பழைய அமராவதிபுரம் பகுதியைச் சேர்ந்த தாமஸ் சக்கிரியா என்று பெயரும் கல்வெட்டில் இருந்தது. அவர் யாராக இருக்கும் என்ற சிந்தனை அப்போது மண்டையில் ஓடவில்லை.

கெபி கட்டுவது என்பதை கத்தோலிக்க கிறிஸ்துவர்கள் நேர்ச்சை போல வேண்டிக்கொண்டு செய்வதுமுண்டு; வேண்டுதலுக்காக செய்வதுமுண்டு. இவ்வாறு தங்கள் சொந்த நிலத்தில் தங்களுக்கு உகந்த புனிதருக்கு கெபி கட்டுவதை நான் தென் தமிழகத்தில் அதிகம் பார்த்திருக்கிறேன். கெபியைவிட அருகே இருக்கும் தன் வீடு

உயரமாகத் தெரியக்கூடாது என்பதற்காக இரண்டு மாடி உயரத்துக்கு கெபி கட்டிய பக்தர் ஒருவரை சொந்த ஊரில் பார்த்திருக்கிறேன். பெரும்பாலும் கத்தோலிக்க ஆலயங்களின் வெளிப்புறம் இந்தக் கெபிகள் அமைக்கப்படுவதுண்டு. கோயில் பூட்டியிருக்கும் வேளையில் அமர்ந்து ஜெபம் சொல்ல ஒரு 'ஸ்வரூபம்' வேண்டும் என்பதாலும் இந்தக் கெபிகள் கோயில்களின் அண்மையில் அமைக்கப்பட்டன.

நிறைய இடங்களில் இந்தக் கெபிகள் மலைக் குன்றுக்குள் இருக்கும் குகைகள்போல வடிவமைக்கப்படுவது வழக்கம். ஆங்கிலத்தில் 'குரோட்டோ' (grotto) என்று அழைக்கப்படும் கெபிக்கு, 'அலங்கரிக்கப்பட்ட குகை' என்றே பொருள். பண்டைய கிரேக்க ரோமானிய நாகரிகங்களில் இதுபோன்ற குகைகள் வெகு பிரபலம். அப்போலோ உள்ளிட்ட கிரேக்க கடவுளரின் 'ஆரகிள்ஸ்' (தீர்க்கதரிசனங்கள் கிடைக்கும் புனித இடம்) இந்த கெபிகள்தான். அதே பழக்கம் கிறிஸ்துவ மதத்திலும் ஏற்பட்டது. மலைக் குகைகளில் வழிபடும் வழக்கம் ஈராயிரம் ஆண்டுகளுக்கு முன்பே ஏற்பட்டுள்ளது. ஐரோப்பாவிலும், மேற்கு ஆசியாவிலும் இந்த இயற்கை குகைகளில் சிற்பங்களை நிரப்பி வழிபட்ட தடங்கள் கிடைத்துள்ளன. ரோமப் பேரரசர் டைபீரியஸ், சிலைகளால் குகை ஒன்றை நிரப்பி வைத்திருந்தான்.

கத்தோலிக்க மதத்தில் இந்தக் கெபிகளை நிர்மாணிக்கும் வழக்கம் அதிகமாகக் காரணம் பெர்னதத் என்ற புனிதர். 19ம் நூற்றாண்டில் ஃபிரான்சின் லூர்துமலைப் பகுதியில் வாழ்ந்த 14 வயது சிறுமி பெர்னதத். மசபியெல் என்ற குகைப்பகுதியில் பெர்னதத்துக்கு இயேசுவின் தாய் மரியாள் காட்சி தந்தார் என்பது கத்தோலிக்கக் கிறிஸ்துவர்களின் நம்பிக்கை. 1858ம் ஆண்டு மாதா பெர்னதத்துக்கு காட்சி தந்ததை 'புதுமை' என்று 1862ம் ஆண்டு அறிவித்தது வத்திகான்.

மசபியெல் கெபி வாயிலில் வெள்ளை அங்கி போன்ற ஆடை, இடையில் கச்சை, கால்களில் மஞ்சள் நிற பூக்கள் போன்று வடிவமைக்கப்பட்ட காலணிகள், தலையில் முக்காடு என்று காட்சி தந்த பெண்ணை பெர்னதத் 'அகிரோ' (வித்தியாசமான உருவம்) என்று அடையாளப்படுத்தினாரே தவிர, அது மரியாள் என்று சொல்லவில்லை! இந்த லூர்து கெபி பெரும் பக்தி முயற்சிக்கான களமானது. ஆண்டுதோறும் மரியாள் காட்சி தந்த மாதம் என்று நம்பப்பட்ட பிப்ரவரி மாதம் லூர்து மலை கெபிக்கு பாத யாத்திரையாக படைதிரண்டு செல்லும் மக்கள் கூட்டம் உண்டு.

ஐரோப்பிய கத்தோலிக்க மிஷனரிகள் இந்தியாவுக்கு 16ம் நூற்றாண்டு முதலே வரத்தொடங்கினார்கள். அப்போது ஐரோப்பாவில் பிரபலமாக இருந்த கெபிகளை இங்கும் நிறுவ முற்பட்டார்கள். பல பழமையான தேவாலயங்களில் கெபிகள் உண்டு. இயேசுவோடு அவரது சமகாலத்தில் வாழ்ந்த சீடர்கள் 12 பேர். அவர்களுள் ஒருவர் சந்தியாகப்பர். இந்த சந்தியாகப்பருக்குத்தான் ராயபுரம் கெபி அமைக்கப்பட்டிருக்கிறது. சந்தியாகப்பரை 'செயின்ட் ஜேம்ஸ் தி மூர் ஸ்லேயர்' என்று அழைப்பர். இயேசுவோடு வாழ்ந்த சந்தியாகப்பர், ஐந்தாம் நூற்றாண்டில் புனையப்பட்ட கதை மூலமாக புத்துயிர் பெற்றார்.

முதலாம் ராமிரோ என்ற மன்னன் கிறிஸ்துவர்களை ஒன்றுதிரட்டி இஸ்லாமியருடன் போரில் ஈடுபட்ட வாய்வழி வரலாறு உண்டு. 5ம் நூற்றாண்டு முதல் 8ம் நூற்றாண்டு வரையில் நடந்ததாக சொல்லப்படும் இந்தக் 'கிளாவிஜோ' போரில், கிறிஸ்துவர்கள் தோற்கும் தருவாயில் இருந்திருக்கிறார்கள். அப்போது திடீரென வெள்ளை நிறப் புறவியில் தோன்றிய ஒரு மாவீரன் வாளெடுத்து வீசி இஸ்லாமியரைக் கொன்று குவித்தார். அந்த வீரரைக் கண்ட ராமிரோ மன்னனும் பிற கிறிஸ்துவர்களும் அவர் அப்போஸ்தலர் சந்தியாகப்பர் என்று நம்பினார்கள். அவரை 'ஜேம்ஸ் தி மூர் ஸ்லேயர்' என்றும் 'சந்தியாகு மதமரோஸ்' என்றும் அழைக்கக் காரணம் இந்தப் போரில் இஸ்லாமியரை அவர் கொன்று குவித்து, கிறிஸ்துவர்களை வெற்றி பெறவைத்ததுதான் என்று சொல்லப்படுகிறது.

ஸ்பெயின் நாட்டின் பாதுகாவலராக இன்றும் இந்த சந்தியாகப்பர் திகழ்கிறார். 'சான்டியாகுஸ்டாஸ்' என்ற 'கல்ட்' வழிபாட்டு முறையும் ஐரோப்பாவில் ஏற்பட்டது. சந்தியாகப்பரின் சிலையை ஸ்பெயின் மற்றும் போர்ச்சுகல் நாடுகள் ஆதிக்கம் செலுத்திய தென் அமெரிக்காவில் அங்குள்ள மண்ணின் மைந்தர்கள்போல வடிவமைத்து வழிபாட்டில் நுழைத்தார்கள் ஐரோப்பியர்கள். அதேபோல இந்தியாவில் சந்தியாகப்பரைக் கொண்டுவர அதன் நெடிய கடற்கரை பாதை அமைத்துக் கொடுத்தது. போர்த்துகீசியரின் பெரும் மதிப்புக்குரிய அப்போஸ்தலர் சந்தியாகப்பர். வெள்ளைப் புரவி, கையில் ஏந்திய நெடுவாள், போரிடும் ஆக்ரோஷம் என்று சந்தியாகப்பர் சிலை செய்யப்பட்டு தென் தமிழகத்து கடற்கரை பகுதியில் 16ம் நூற்றாண்டில் இறுதியில் நுழைந்துவிட்டது.

இடிந்து நம் தலைமேல் எப்போதுவேண்டுமானாலும் விழலாம் என்ற நிலையில் தன் இறுதிநாள்களை எண்ணிக் கொண்டிருக்கும்

போர்த்துகீசியர் கட்டமைப்பில், 300 ஆண்டுகளுக்கு முன் கட்டப்பட்ட சந்தியாகப்பர் தேவாலயம் மூக்கையூர் என்ற சிற்றூரில் அமைந்துள்ளது. சாயல்குடியில் இருந்து ஆறு கிலோ மீட்டர் தொலைவில் கடற்கரை கிராமமாக எந்த ஆர்ப்பாட்டமும் இல்லாமல் அமைதியாக இருக்கிறது மூக்கையூர். இரட்டை மாடி உயர உத்தரம், ஆர்ச்சுகள், பெரும் தூண்கள், புனிதர்கள் ஸ்வரூபங்கள் வைக்க அழகிய வேலைப்பாடு கொண்ட மாடங்கள் என்று செங்கல், சுண்ணம்கொண்டு எழுப்பப்பட்ட பிரம்மாண்டத்தின் நடுவே, கையில் உடைந்த வாள் ஏந்தியபடி நிற்கிறார் வெள்ளைப் புரவியில் சந்தியாகு! தன்னைச்சுற்றி உதிரும் சுவர்களும், புறாக்களின் எச்சமும், பெயர்ந்த காரையும் கிடப்பதை அவர் கண்டுகொண்டதாகத் தெரியவில்லை. முகத்தில் மக்களைக் காத்துவிட்ட புன்னகை பரவியிருக்கிறது. புரவியின் வலது முன்னங்கால் வெட்டுப்பட்டு அந்தரத்தில் நிற்கின்றது.

1715ஆம் ஆண்டு கட்டப்பட்டதாகச் சொல்லப்பட்டாலும், கோயிலில் அடிக்கல்லோ, ஆண்டைக் குறிக்கும் ஆதாரமோ இல்லை. ஆனால், 1708ஆம் ஆண்டே இங்கு பிரான்சிஸ் வெயிஸ் என்ற பாதிரியார் பங்குப் பணியாற்றிய தரவுகள் 'ஆர்ச்டயசீஸ் ஆஃப் மதுரை - ஆரிஜின் அன்டு டெவலப்மென்ட்' புத்தகத்தில் குறிப்பிடப்பட்டிருக்கிறது. 17ஆம் நூற்றாண்டின் பிற்பகுதியில் மூக்கையூர் மற்றும் பெரிய பட்டினம் ஆகிய இரண்டு இடங்களில் மட்டுமே 'முத்துக்குளித்துறை' மிஷன்கள் இருந்ததாக அந்தப் புத்தகத்தில் தரவுகள் உள்ளன. 1713ஆம் ஆண்டு மூக்கையூரின் பழைய கோயிலை கிழவன் சேதுபதி உத்தரவின்பேரில் இடித்துத் தள்ளியதாகவும், அதை 1714ஆம் ஆண்டே பிரம்மாண்டமாக மீண்டும் எழுப்பியதாகவும் குறிப்பு சொல்கிறது. இந்த பரதவகுல மக்கள் பிரான்சிஸ் சவேரியாரால் 16ஆம் நூற்றாண்டில் மதம் மாற்றப்பட்டு இருக்கலாம். அல்லது அவருக்குப் பின்வந்த ஜெசூட்மிஷனரிகள் இவர்களை மதம்மாற்றி இருக்கலாம்.

முத்துக்குளித்துறை, பரதவ இன மக்கள் கையிலிருந்து, முஸ்லிம்கள் கைகளுக்கு மாறி இருந்தது. அவர்களுக்கு வரி கட்டிவந்த மீனவர்கள் கடும் அல்லலுக்கு ஆளாக, போர்த்துகீசியர்கள் பார்வை முத்துக்குளித்துறைமேல் படிந்தது. 1523ஆம் ஆண்டு போர்த்துகீசிய மன்னன் அனுமதியுடன் இங்குவந்து இறங்கினான் கேப்டன் ஜோபுளோரஸ். 1528 முதல் தொடர்ந்த 14 ஆண்டுகள் போரில், கீழக்கரை காயல்பட்டினம் முஸ்லிம்களும், போர்த்துகீசியர் தலைமையில் பரதவரும் போரிட்டுக்கொண்டார்கள். 1536-1537ஆம்

ஆண்டுகளில் கொத்துக்கொத்தாக மீனவர்கள் கிறிஸ்துவத்துக்கு மதம் மாறினார்கள்.

காக்கும் காவல் தெய்வமாக, அவர்கள் ஏற்கெனவே வணங்கிவந்த காவல் தெய்வமான மதுரைவீரன் / மாடன்போலவே குதிரை ஏறிநின்ற சந்தியாகு மதமரோஸை தங்கள் தெய்வமாக வரித்துக் கொண்டு அவர்கள் கட்டியதே இந்த சந்தியாகப்பர் கோயில். போர்த்துகீசிய பாதிரிகளுக்கும் அவர்கள் பெரிதும் நம்பிய மதமரோசை இந்த மக்களிடம் கொண்டுசேர்ப்பதில் எந்தத் தடையும் இருக்கவில்லை. இரண்டு மாடி உயரம்கொண்ட மூக்கையூர் கோயில் எங்கோ ஸ்பெயினில் காட்சிதந்த சந்தியாகுவை இன்னும் பற்றிக்கொண்டிருக்கிறது.

ஆலயபீடம் இரட்டை மீன் வடிவங்கள்கொண்டு அலங்கரிக்கப் பட்டிருக்கிறது. வலப்புறம் உள்ள ஸ்வரூப மாடத்திலும் மீன் வடிவங்கள். பீடத்தின் மேலுள்ள மேடையில் தூசிபடிந்த ஆர்மோனியம் ஒன்று உயிரை விட்டுக்கொண்டிருக்கிறது. ஆத்தங்குடி டைல்கள் புறாக்களின் அட்டூழியத்தை இன்னும் எத்தனை நாள்கள் தாங்குவது என்று எண்ணியபடி என்னைப் பார்க்கின்றன. ஆலயத்தைவிட்டு வெளியேறி சுற்றுப்புறத்தைப் படம்பிடிக்கிறேன். கேமரா சிறைக்குள் இருக்கும் சந்தியாகப்பர் என்னிடம் பத்திரமாக இருப்பார். அங்கே நொண்டிக் குதிரையில் உத்திரம் தலைமேல் இடிந்து விழாது என்ற நம்பிக்கையில் வாள் உயர்த்தி நிற்கிறார் மூக்கையூர் சந்தியாகு.

மூக்கையூர் மீனவர்கள்போலவே ராயபுரம் மீனவர்களுக்கும் சந்தியாகப்பருக்கும் ஏதோ தொடர்பு இருந்திருக்க வேண்டும். நெய்தல் நில மக்களை ஆய்வு செய்தவரும், தொடர்ச்சியாக மீனவ மக்களின் வாழ்வியலை எழுதியும் பேசியும் வருபவரான சாகித்ய அகாதமி விருது வென்ற எழுத்தாளர் அண்ணன் ஜோ டி குரூஸ் ராயபுரம் மீனவர்கள் பற்றிய அரிய தகவல்களைத் தருகிறார். ‘ராயபுரம், காசிமேடு பகுதிகளில் வசிக்கும், தொழில் செய்யும் மீனவர்களில் மூன்று வகை உண்டு. வணிக மீனவர்கள், தொழில்முறை மீனவர்கள் மற்றும் பாரம்பரிய மீனவர்கள். இவர்களில் வணிக மீனவர்களுக்கும் கடலுக்கும் எந்தத் தொடர்பும் இல்லை. லாஞ்ச் போன்றவற்றை வாங்கி, அவற்றை கடலுக்குள் அனுப்பி பணம் பார்ப்பவர்கள் இவர்கள்.’

‘வணிக மீனவர்கள் சமவெளிப் பகுதிகளிலிருந்து வேலை, வாழ்வாதாரம் தேடி நெய்தல் நிலப்பகுதிக்கு இடம்

பெயர்ந்தவர்கள். ராயபுரம் காசிமேடு பகுதியில் கடலுக்குச் செல்லும் மீனவர்களில் நிறைய பேர் இப்படிப்பட்டவர்கள்தான். தொழில்முறை மீனவர்கள் ஆண்டாண்டு காலமாக கடலுக்குச் செல்பவர்கள். பட்டினவர்கள், கரையர்கள் என்று இவர்களில் பல இனத்தவர் உண்டு. கரையர் மட்டுமே 21 வகையினர் உண்டு. ராயபுரத்தில் அதிகம் இருப்பவர்களான வர்ணகுல முதலி வகையினரும் கரையர் இனத்தைச் சேர்ந்தவர்கள்தான். அவர்களது பெயர் ராயபுரம் ராயப்பர் தேவாலய கல்வெட்டுகளில் குறிக்கப்பட்டுள்ளது. மீனவ சமூகம் என்று இன்று நாம் மீன் பிடிப்பவர்களை மட்டுமே குறுக்கிப் பார்க்கிறோம். பாய்மரக் கப்பல் கடத்துபவர்கள், முத்துக் குளிப்பவர்கள், உப்பு வணிகம் செய்யும் உமணர்கள், சங்கு பறிப்பவர்கள், சிப்பி எடுப்பவர்கள், இவற்றைக்கொண்டு சுண்ணாம்புக் காளவாய் நடத்துபவர்கள், பாய்மரம் செலுத்துபவர்கள் என்று பல தொழில் செய்பவர்கள் மீனவர்கள். நகரத்தார் என்று இன்று தங்களை அழைத்துக் கொள்ளும் செட்டி இன மக்கள்கூட பரதவ இன மக்கள்தான்', என்று சொல்கிறார்.

'போர்த்துகீசியர் இங்கு வந்த காலத்திலேயே அவர்களுடன் சமமாக மேசையில் அமர்ந்து உண்ணும் உரிமையைப் பெற்றவர்கள் 'மேசைக்காரர்கள்' என்று அழைக்கப்பட்டார்கள். பட்டிணவர்கள், நகரத்தார் போன்றோர் அவர்களது வழித்தோன்றல்கள். இந்தப் பட்டிணவர்கள் சென்னையின் அயோத்திக்குப்பம், நொச்சிக் குப்பம் பகுதிகளில் இன்றும் வசிக்கிறார்கள். புதுவையிலிருந்து இங்கு புலம் பெயர்ந்தவர்கள் இவர்கள். இந்த இன மக்களில் பெரும்பாலானவர்கள் வேதாளை போருக்குப் பின் (1537ல் போர்த்துக்கீசியர்கள் துணையுடன் பரதவர், அராபிய மூர்களை சண்டையிட்டு வஞ்சம் தீர்த்த போர்) கிறிஸ்துவ மதம் தழுவியவர்கள். வேதாளை போரில் மாண்டவர்களில் கடையர் இன மக்களே அதிகம். விஜயநகரப் பேரரசு அதன் உச்சத்தில் இருந்த காலகட்டத்தில் இந்தப் பாரம்பரிய மீனவக் குடிகள் வடுகர் இன மக்களால் வேட்டையாடப்பட்டார்கள். ஒரு கட்டத்தில் ஒரு பரதவ தலைக்கு மூன்று பணம் வழங்கப்படும் என்று அரசாணைகூட இருந்தது. இந்தத் தொடர் சிக்கல்களால் சாரி சாரியாக கிறிஸ்துவத்தை தமிழக மீனவர்கள் தழுவ நேர்ந்தது.'

'போர்த்துகீசியர் ரோமை கத்தோலிக்க மதத்துக்கு இந்த மக்களை மதம் மாற்ற, அவர்களது காவல் தெய்வங்களான அந்தோனியாரும் யாகப்பரும் மீனவ மக்களின் பாதுகாவலர்களாக மாறிப் போனார்கள். 400 ஆண்டுகளுக்கு முன்பே கிறிஸ்துவ மதத்தை

ஏற்றுக்கொண்ட மீனவர்கள், 'ஜிப்சி' வாழ்க்கைமுறை கொண்டவர்கள்', என்று சொல்கிறார் ஜோ. பேச்சு மூக்கையூர் ஆலயம்பற்றியும், அங்குள்ள யாகப்பர்பற்றியும் திசைமாறுகிறது.

'1680-90 ஆண்டுவாக்கில் தூத்துக்குடி மீனவர்கள் வடுகர்கள் தாக்குதலுக்கு தாக்குப்பிடிக்க முடியாமல் கடல் மார்க்கமாக தப்பி ஓடினார்கள். முத்துக்குளித்துறையை தங்களுக்கு சொந்தமாக்கிக் கொண்ட வடுகர்கள் இவர்களை விரட்டியடிக்க, பரதவ மக்கள் இலங்கை மன்னார் தீவு உள்ளிட்ட பகுதிகளில் குடியேறினார்கள். ஏழு கட்டுமரக்காரர்கள் என்று இவர்களை அழைப்பதுண்டு. மூக்கையூர் பகுதியிலும் இந்த மக்கள் குடியேறினார்கள்; தங்கள் பாதுகாவலரான யாகப்பருக்கு அங்கு தேவாலயம் எழுப்பினார்கள். இடம் பெயரும் பழங்குடி மக்களான இவர்களுக்கு மன்னார் வளைகுடா பெரும் கொடை. வடகிழக்கு பருவக்காற்று வீசும் வாடைக் காலம் மீன்பிடிக்க ஏதுவானது. கச்சான் காற்று வீசும் கச்சான் காலம் தொழில் செய்ய முடியாது, கடலடி அப்போது அதிகமாக இருக்கும்.'

'ஆனால் இவர்களுக்கு தென் கடல் (மன்னார் கடல்) மற்றும் வட கடல் (பாக் ஜலசந்தி) என இரண்டு கடல்கள் சேரும் இடத்தில் வசிப்பதால், வாடைக்காலத்திலும், கச்சான் காலத்திலும் இவர்களால் தொழில் செய்ய முடிகிறது. மூக்கையூர் அப்படி முக்கியமான பகுதியானது. யாகப்பர் அவர்களது காக்கும் தெய்வமானார். யாகப்பருக்கு பெரும் விழாக்கள் எடுப்பது பரதவ மக்களிடையே வாடிக்கை. தென் பகுதி பரதவர்கள் ஸ்ரீவைகுண்டம் யாகப்பர் கோயில் விழாவுக்கு ஊரே திரண்டு சென்று அங்கு தங்கி கொண்டாடி வருவதுண்டு. அங்கு ஆடி மாதம் ஊரே விழாக்கோலம் பூண்டிருக்கும். யாகப்பருக்கு நேர்ச்சையும், கொண்டாட்டமுமாக 12-13 நாள்கள் கழியும்', என்று சொல்லி முடிக்கிறார்.

இப்படித்தான் யாகப்பர் மீனவ மக்களின் காவலராக ராயபுரத்தில் வாள் வீசியபடி நின்றுகொண்டிருக்கிறார். ராயபுரம் காசிமேடு கத்தோலிக்க மீனவ மக்களின் பாதுகாவல் அவர் என்பதை பக்கத்து டாஸ்மாக் குடிமக்கள் அறிவார்களா என்று சிந்தித்துக் கொண்டிருக்கிறேன்.

•

27

நார்த்விக் பள்ளி

பலமுறை இந்தப் பள்ளி வாசலில் தயங்கி நின்றிருக்கிறேன். ஒவ்வொருமுறையும் உள்ளே செல்லும் முயற்சி தோல்வியைத் தான் தழுவியிருக்கிறது. பள்ளி வாயிலிலேயே பெரிய உருவத்தில் இரண்டு மூன்று நபர்களைப் பார்த்து மிரட்சியில் தெறித்து ஓடியதுண்டு. பள்ளிபற்றிய தகவல்களை ஆன்லைனில் தேடிய போது கிடைத்த வலைப்பூ ஒன்றில் பள்ளியின் புகைப்படங்கள் பதியப்பட்டு, அதைக் காப்பாற்றும்படி செய்தியும் காணக் கிடைத்தது. பத்மனாபா கமிட்டி பட்டியலில் 2ஏ பிரிவில் பள்ளியின் பெயரைக் கண்டதும் எப்படியாவது அனுமதி பெற்று அதைப் பார்த்து விடுவது என்று 2017 முதலே முயன்று கொண்டுதான் இருந்தேன்.

2018ம் ஆண்டு ஜூலை மாதம் ராயபுரம் பகுதியில் நடத்திய மரபு நடை முன்னோட்ட பயணங்களில்கூட முயன்று பார்த்தேன். கெத்தாக வாசலில் நின்ற காவலரிடம், ‘அட்மிஷன் போடணும் அண்ணே’, என்று பொய் சொல்லிவிட்டுத்தான் உள்ளே நுழைய முடிந்தது. பெண்கள் பள்ளி என்பதால் கூடுதல் பாதுகாப்பு கனஜோராகவே இருந்தது. பள்ளி முதல்வரைச் சந்திக்க வேண்டும் என்று அலுவலகத்தில் கேட்டதும், சற்று காத்திருக்கச் சொல்லி விட்டு பின் அனுமதித்தார்கள். பள்ளிபற்றி ஏற்கெனவே தெரிந்து வைத்திருந்த தகவல்களை அவரிடம் சொல்ல, ‘சாரி, இங்கெல்லாம் நாங்க பப்ளிக்க அலவ் பண்ண முடியாது. நீங்க எங்க பேராயத்துலதான் பெர்மிஷன் கேட்டு வாங்கணும்’, தீர்மானமாகச்

எபனேசர் ஆலயம், நார்த்விக் பள்ளி வளாகம்

சொன்னார். சி.எஸ்.ஐ. சினாட் அலுவலகத்தில் அனுமதி பெறுவது என்பது சிம்ப்ளி இம்பாசிபிள் என்று தெரியும் என்பதால் அந்த முயற்சியே நான் எடுக்கவில்லை. ஆனாலும் நார்த்விக் மண்டைக்குள் ஓடிக்கொண்டே இருந்தது.

நாம்தான் முயற்சியில் சற்றும் மனம் தளராத விக்ரமாதித்த வம்சமாயிற்றே? அடுத்தமுறை தோழி ரோடாவுடன் ஆஜரானேன். சி.எஸ்.ஐ. நிறுவனங்களுக்குள் நுழைய சி.எஸ்.ஐ. சர்ச் உறுப்பினராக இருக்கவேண்டியது எவ்வளவு அவசியமானது என்று எனக்கு ரோடாவுடன் சென்ற பயணங்கள் உணர்த்தின. திறக்காத கதவுகளும் சி.எஸ்.ஐ. நபர் என்பதால் அவருக்குத் திறந்தன. நம்மை கத்தோலிக்கர் என்பதால் பெரும்பாலும் சந்தேகக்கண்ணுடன் தென்னிந்திய திருச்சபை அன்பர்கள் பார்ப்பதுண்டு. நம் முழியும் அப்படித்தான் என்பது வேறு கதை!

2019 ஜனவரி மாதம் ஒருமுறை அனுமதி கேட்டு இருவரும் முட்டிக்கொண்டு திரும்பினோம். அப்போது பள்ளித் தாளாளர் இல்லை என்று அனுமதி மறுக்கப்பட்டது. ரோடாவிடம் மிகத் தன்மையாக பேசிய தாளாளர், 2010ம் ஆண்டு முதல் பள்ளிக் கட்டடங்களை எப்படியாவது மீட்கவேண்டும் என்ற ஆவலில் வலைப்பூ ஒன்றைத் தொடங்கி நிதி திரட்ட முயற்சித்ததாகச் சொல்லியிருக்கிறார். இப்போது பொறி தட்டியது. நான் இரண்டு ஆண்டுகளுக்கு முன்னர் கண்ட வலைப்பூ, பள்ளித் தாளாளர் தொடங்கிய நார்த்விக்சென்னை.பிளாக்ஸ்பாட்.காம் தளமேதான். இம்முறை எப்படியாவது காலில் விழுந்து அனுமதி வாங்கிவிடுவது என்ற எண்ணத்தில் நானும் ரோடாவும் மீண்டும் காசிமேடு நோக்கி படையெடுத்தோம்.

ஜனவரி 7, 2020.

மழை தூறி சற்றே வெறித்திருந்த முன் மாலைப்பொழுது. காரை சாலை ஓரமாக நிறுத்திவிட்டு ரோடா இறங்குவதற்குள் என் கண்ணில் சிக்கியது அலங்கரிக்கப்பட்ட குதிரை வண்டி ஒன்று! ஓடிச்சென்று அதை புகைப்படம் எடுத்துக்கொண்டேன். பள்ளியின் பழைய கட்டடம், அதன் முன் தடுமாறிச் சென்ற குதிரை வண்டி, லேசாக தூவானம் என்று காலச்சக்கரத்தில் ஏறி ஒரு நூற்றாண்டு முன்னே சென்றுவிட்டதுபோல மனம் குதூகலித்தது. பள்ளி அலுவலகத்தில் எங்களுக்கு நன்றாக அறிமுகமான தமிழ் ஆசிரியை இருந்தார். அவரிடம் சி.எஸ்.ஐ. கதைகள் சிலதை ரோடா பேசிக்கொண்டிருந்தார். நான் வழக்கம்போல அவர்களது ‘சகோதரத்துவ’ பேச்சை ரசித்துக்கொண்டிருந்தேன்.

பள்ளி முதல்வரிடம் இம்முறை பிரம்மாஸ்திரம் கொண்டு வந்திருந்ததை வீசினோம். ‘கரெஸ்பாண்டன்ட் கிட்ட பேசிட்டோம், அவுங்கதான் உங்ககிட்ட சொல்லிட்டு ஸ்கூல பார்க்க சொன்னாங்க’, என்ற எங்கள் இறுதி வலுவான ஆயுதம் வேலை செய்தது. ‘சரி, நீங்க போய் பார்த்துட்டு வாங்க, அவுங்க பெர்மிஷன் குடுத்தா எனக்கு என்னப்பா?’, என்றார் தலைமை ஆசிரியை. ‘பழைய பில்டிங் பக்கம் பார்த்து போங்க’, என்று எச்சரிக்கை செய்து அனுப்பினார். ‘எப்புடியா கரெஸ்பாண்டன்ட்கிட்ட பெர்மிஷன் வாங்கினீங்க?’ என்ற என் கேள்விக்கு ரோடா புன்னகையுடன் சொன்னார், ‘அவுங்க ஃபண்ட்ஸ் தேடிட்டு இருக்காங்க. யாராவது நம்மகூட வாக்குக்கு வர்றவங்க ஹெல்ப் பண்ண வாய்ப்பிருக்கு, பிரெஸ்ல வந்தா கவனம் கிடைக்கும்; கட்டடத்த காப்பாத்த எதாவது செய்யலாம்னு சொன்னேன்பா’, என்றார் பாவமாக. நல்ல எண்ணம்தான், மக்கள் உதவ முன்வரவேண்டுமே?

நார்த்விக் பள்ளி - பழைய கட்டடம்

பழைய கட்டடத்தின் முன் பச்சை நிற ஷேட் துணி போட்டு மூடப்பட்டிருந்தது. ரோடா தயங்கி நிற்க, நான் தாவிக் குதித்து படியேறி அந்தப் பழைய கட்டடத்தின் தாழ்வாரத்தை மொபைலில் படம் பிடித்தேன். மேலே அண்ணாந்து கூரையைப் பார்த்தால், அழகிய 'மெட்ராஸ் சீலிங்' எனப்படும் குறுக்குவெட்டு செங்கல் அடுக்கு தெரிந்தது. மரத்தூண்கள் உத்தரத்தில் உளுத்துத் தெரிந்தன. சுண்ணாம்புக் காரை பெயர்ந்து கொட்டிக்கொண்டிருந்தது. வௌவால்கள் அவ்வப்போது படபடவென சிறகடித்து எங்களைக் கடந்து சென்றன. வகுப்பறைக் கதவுகளில் துருப்பிடித்த பூட்டுகள் தொங்கின. படிக்கட்டு ஒன்று எங்கோ ஏறிச்சென்றது. அதிலும் காரை உதிர்ந்து கிடந்தது. மேலே ஏறச்சென்றவளை தடுத்து நிறுத்தி ரோடா வெளியே இழுத்துச் சென்றார். பள்ளிக் கட்டடங்களில் இந்த ஆங்கில ஃ வடிவ கட்டடம் மட்டுமே தொன்மையானது. மற்றவை எல்லாம் பின்னர் கட்டப்பட்டவை. பழைய கட்டடத்தின் பக்கவாட்டு சுவர்களை 'புட்ரஸ்' எனப்படும் தாங்கு சுவர்கள் இறுக்கிப் பிடித்திருந்தன. மொத்தத்தில் மிகப்பரிதாபமாக அந்தக் கட்டடம் இருந்தது.

இருவரும் வெளியேறி எதிர்ப்புறம் தெரிந்த சிறிய 'சேப்பலை' பார்த்தோம். பள்ளி, கல்லூரி வளாகங்கள், மருத்துவமனை வளாகங்களில் இவைபோன்ற சிறிய சர்ச் வடிவ கட்டடங்கள் உண்டு. இங்கு பெரும்பாலும் வழிபாடு மக்களே செய்யும் முறையில் உண்டு. சர்ச் வழிகாட்டும் வழிபாட்டுமுறை இங்கு அதிகம் பின்பற்றப்படுவதில்லை. அவ்வப்போது வணங்க இந்த அமைப்புகளிலிருந்து வெளியேற நேரமோ, வாய்ப்போ இல்லாதவர்கள் வணங்க ஏற்படுத்தப்பட்டவை இந்த சேப்பல்கள். வெளிப்புறத் தோற்றம் சற்றே மாறியிருந்தாலும், குறைந்தது 80-100 ஆண்டுகள் தொன்மையான ஆலயமாக அது இருக்கலாம் என்று கணித்தேன். படியேறி உள்ளே நுழையும் முன் தேதியிடப்படாத கல்வெட்டு ஒன்று தெரிந்தது.

'எபனேசர். நார்த்விக் யு.எஃப்.சி.எம். போர்டிங் மற்றும் ட்ரெய்னிங் பள்ளி ஆலயம். மிஸ் ஸ்டீஃபன் மற்றும் மிஸ் ஸ்மார்ட் என்ற தன்னுயிர் உடல் ஈந்து 25 ஆண்டுகள் மதராஸ் நகரில் பணியாற்றிய பெண்களின் நினைவாக அவர்களின் இந்திய நண்பர்கள் நன்றியுடன் தங்கள் சொந்த நிதியில் கட்டிய கோயில்', என்ற வாசகம் அதில் இருந்தது. மணமாகாத இரு பெண்கள் நினைவாக அவர்களது இந்திய நண்பர்கள் கட்டிய கோயில் என்பதை படித்த நொடி பேரானந்தம் தோன்றியது. எத்தனை அன்பு! உள்ளே ஓடுகள் வேய்ந்த அழகிய ஆலயம் தெரிந்தது. மற்றொரு கல்வெட்டு 30 ஏப்ரல் 2003 அன்று ஆலயம் புதுப்பிக்கப்பட்டு கட்டப்பட்டதைச் சொன்னது. ஆலயத்தின் உள்புற அமைப்பு, மேடை போன்றவற்றில் பெரிய மாற்றம் எதுவும் தெரியவில்லை.

வெளியேறி மீண்டும் முதல்வர் அறைக்கு படையெடுத்தோம். 'ரொம்ப நாள் பார்க்கணும்னு ஆசைப்பட்ட இடம் மேடம். இன்னிக்குதான் முடிஞ்சுது. அப்டியே இந்த வாரம் ஞாயித்துக் கிழமை காலைல கொஞ்சம் ஹெல்ப் பண்ணினீங்கன்னா சில ஃப்ரெண்ட்ஸ் வருவாங்க, அவுங்களுக்கு சர்ச்சையும் பழைய பில்டிங்கையும் காட்டலாம்னு ஆசை', என்று மீண்டும் கெஞ்ச, ஒரு வழியாக ஒப்புக்கொண்டார். அனுமதி கடிதம் ஒன்று தந்துவிட்டுப் போங்கள் என்று அவர் சொல்ல, அங்கேயே உட்கார்ந்து அவசரமாக கடிதம் எழுதித்தந்தேன். தோழி சுபாஷினியின் தமிழ் மரபு அறக்கட்டளை நண்பர்கள் சுமார் 50 பேருக்கு அனுமதி வேண்டி எழுதிக்கொடுத்த பின், இருவரும் ஞாயிறு அன்று வார்டன் ஒருவர் சர்ச்சை எங்களுக்குத் திறந்து காண்பிப்பார் என்ற உறுதி பெற்று கிளம்பினோம்.

ஜனவரி 12, 2020.

தமிழ் மரபு அறக்கட்டளையுடன் இணைந்து நடத்திய இந்த மரபு நடை எனக்குப் புதிய அனுபவம். கிட்டத்தட்ட 50 பேருக்கும் மேல் இருசக்கர வாகனங்களில் குறுகலான தெருக்கள் கொண்ட வடசென்னையைக் கும்பலாக சுற்றிவந்தால் எவ்வளவு கலவரமாக இருக்கும் என்று நீங்களே ஊகித்துக்கொள்ளலாம். பள்ளிக்குச் செல்வதற்கு முன்பே அலைபேசியில் அழைத்துச் சொன்னதால் வார்டன் பள்ளிக் கதவை திறந்து வைத்திருந்தார். கும்பலாக உள்ளே நுழைந்ததும் எங்களைக் கண்டு சீருடை அணிந்த மாணவிகள் குழு ஒன்று உற்சாகமாகத் துள்ளி வந்தது. இரட்டை சடை, படிய வாரிய கூந்தல், அதில் சிலர் சூடியிருந்த டிசம்பர் பூக்கள், கனகாம்பரம், மஞ்சள் பூசிய முகங்கள், அவற்றில் தெரிந்த துறுதுறு கண்கள் என்று பத்தாம் வகுப்பு ஸ்பெஷல் கிளாஸ் மாணவிகள் எங்களைச் சூழ்ந்துகொண்டார்கள்.

நல்லதாகப் போயிற்று... அவர்களிடமிருந்தே வரலாறு சொல்லத் தொடங்குவோம் என்று ஆரம்பித்தேன். ‘உங்க ஸ்கூலை தொடங்குனது யார்னு தெரியுமா?’, என்ற முதல் கேள்விக்கே ஒருவரை ஒருவர் ஆர்வமாக பார்த்து உதடு பிதுக்கினார்கள். கதை சொல்ல ஆரம்பித்தேன்.

நார்த்விக் பள்ளியைத் தொடங்கியவர் மார்கரெட் லோஷர் ஆண்டர்சன் என்ற பெண்மணி! சுவிட்சர்லாந்து நாட்டில் இருந்து மிஷனரி பணியாற்றவந்த பெண் இவர். ஸ்காட்டிஷ் மிஷன்மூலம் சுவிட்சர்லாந்து நாட்டில் இருந்து மதராஸ் நகருக்கு 1845ஆம் ஆண்டு வந்து சேர்ந்தார் மார்கரெட். அன்றைய ஸ்காட்டிஷ் மிஷனரிகள் ராயபுரம் பகுதியில் உலகமீட்பர் ஆலயத்தை அப்போதுதான் கட்டி முடித்திருந்தார்கள். இளம் பெண்ணான மார்கரெட்மீது காதல் வயப்பட்டார் ஜான் ஆண்டர்சன் என்ற மிஷனரி. கறுப்பர் நகரம் பகுதியில் கல்லூரி தேவாலயம் அமைத்து கல்விப்பணி செய்து வந்தவர் ஆண்டர்சன். இன்றைய சென்னை கிறிஸ்துவக் கல்லூரியைத் தொடங்கிய பெருமை இவரையே சேரும்.

1846ஆம் ஆண்டு டிசம்பர் மாதம் இன்று ஆண்டர்சன் தேவாலயம் இருக்கும் இடத்துக்கு மாறியது ஆண்டர்சன் பள்ளி. பெரும்பாலும் சாதி இந்துக்கள் எதிர்ப்பால் கல்வி பெறமுடியாத ஒடுக்கப்பட்ட மாணவர்கள்தான் ஆண்டர்சனிடம் பயின்றார்கள். மூன்று மாணவர்கள் 1846ஆம் ஆண்டு இந்துமதத்தில் இருந்து மாறி கிறிஸ்தவத்தைத் தழுவினார்கள். ஜனவரி 29, 1847 அன்று மார்கரெட் லோஷரை ஆண்டர்சன் திருமணம் செய்துகொண்டார். புதிதாகத்

திருமணம் செய்துகொண்ட தம்பதி பள்ளிவளாகத்திலேயே அங்கிருந்த மாணவர்களுடன் தங்கினார்கள். நெருக்கடி மிகுந்த அந்தப் பள்ளியில் மார்கரெட் வந்ததும் மாற்றம் வந்தது.

ராயபுரம் பகுதியைச் சேர்ந்த இந்து உயர்சாதி மாணவிகள் ஐந்து பேர் மார்கரெட்டிடம் கல்வி கற்க தஞ்சம் புகுந்தார்கள். அதே ஆண்டு அக்டோபர் 20 அன்று ராயபுரம் பகுதியில் நார்த்விக் பள்ளியைத் தொடங்கினார் மார்கரெட். அங்கு பயின்ற ஐந்து மாணவிகளும் கிறிஸ்தவத்தைத் தழுவினார்கள். மளமளவென்று ஆண்டர்சன் நடத்திய பிற பள்ளிகளில் இருந்தும் எங்கே மதம் மாறி விடுவார்களோ என்ற அச்சத்தில் மாணவிகளைப் பெற்றோர் படிப்பை நிறுத்தி அழைத்துச் சென்றார்கள். ஆனால் இன்னும் மூன்று பெண்கள் மார்கரெட்டிடம் தஞ்சம் அடைந்தார்கள். எட்டு சிறுமிகள், ஆண்டர்சன் தம்பதிகள், பிரயிட்வுட் தம்பதிகள் என்று இடநெருக்கடி மிகுந்தது. ‘என் உடல்நலம் நெருக்கடியான இந்த இடத்தால் அடிக்கடி நலிவடைகிறது. தயவுசெய்து கட்டடத்தை விரிவாக்க அல்லது வேறு இடம் வாங்கிக் கட்டிக்கொள்ள பணம் அனுப்புங்கள்’, என்று மிஷனுக்கு ஆண்டர்சன் கடிதம் எழுதினார்.

இதற்கு மேலும் அங்கே தங்கினால் ஆண்டர்சன் உயிருக்கு ஆபத்து என்று மருத்துவர் எச்சரிக்க, நகரின் ஒதுக்குப்புறப் பகுதியான ராயபுரத்தில் வாடகைக்கு இடம்பிடித்து பெண்களும், ஆண்டர்சன் தம்பதியும் இடம் பெயர்ந்தார்கள். 1849ஆம் ஆண்டு ஆண்டர்சன் உடல்நிலை மிகவும் மோசமாக, ஏப்ரல் மாதம் ஸ்காட்லாந்து பயணமானார். கணவருடன் சென்றுவிட்டால் மிஷன் வேலைகள் தடைப்படும் என்று சொல்லி கணவருடன் செல்ல மார்கரெட் மறுத்தார். ஆனால் கணவர் குறித்து பெரும் கவலையுடன் இருந்தார். ஜூன் 2 அன்று எடின்பர்க் நகரில் இருந்து தன் நண்பர் ராஜகோபால் கைப்பட, தான் நலமாக இருப்பதாகக் கடிதம் எழுதினார் ஆண்டர்சன். நிம்மதியாக பணிகளைக் கவனித்தார் மார்கரெட்.

டிசம்பர் 1, 1850 அன்று இங்கிலாந்தில் இருந்து கப்பல் மூலம் ராஜகோபால் மற்றும் ஆண்டர்சன் இருவரும் நாடு திரும்பினார்கள். அவர்களுடன் மிஷன் பணிக்கென ஆர்வமாக துணை வந்தார் மார்கரெட்டின் தங்கை எலிசா. கடும் மழையிலும் புயலிலும் தத்தளித்த கப்பல் ஒருவாறாக பிப்ரவரியில் மதராஸ் வந்துசேர்ந்தது. தங்கையுடன் பணிகளைத் தொடர்ந்தார் மார்கரெட். துரதிர்ஷ்ட வசமாக எலிசா நோய்வாய்ப்பட்டு ஏப்ரல் 7 அன்று மரணம் அடைந்தார். துவண்டுபோனாலும், மிஷன் பணியை தம்பதி தொடர்ந்தனர்.

மதராஸ் மாகாணத்தில் காஞ்சி, அரக்கோணம், செங்கல்பட்டு என்று பள்ளிகள் தொடங்கி நடத்தினார்கள். ஆண்டர்சன் உடல்நிலை மோசமானது. மார்ச் 25, 1855 அன்று ஆண்டர்சன் மரணமடைந்தார். திருமணம் முடித்து 9 ஆண்டுகளில் கணவரை மார்கரெட் இழந்து விட்டார். ஆனால் இந்தியாவைவிட்டு, சென்னையைவிட்டு அகலவில்லை. தன் பணியைத் தொடர்ந்தார். மதராஸ் கிறிஸ்துவக் கல்லூரி மற்றும் நார்த்விக் பள்ளியில் அவர் பணி இன்றியமையாத பணியானது. 15 ஆண்டுகளாக பிராட்வே பகுதியில் பெண்கள் பள்ளி இயங்கியது.இன்னும் அதிக மாணவிகள் சேரவே, உண்டு உறைவிடப் பள்ளியாக மாற்றமடைந்தது. 1887ஆம் ஆண்டு இந்தப் பணிகளை செவ்வனே செய்த மார்கரெட் மரணம் அடைந்தார். கணவன் மனைவி இருவரும் தானா தெருவில் அருகருகே அடக்கம் செய்யப்பட்டு இருக்கிறார்கள்.

அங்கிருந்து ஆண்டர்சனின் உடல் எச்சங்களைத் தோண்டியெடுத்து இன்றைய ஆண்டர்சன் ஆலயத்தில் அடக்கத் துடிக்கிறார்கள் சபையினர். இந்த ஊருக்காக உழைத்து இங்கேயே மரணம் அடைந்து, நகரின் முக்கிய சாதியற்ற பெண்கள் பள்ளியைத் தொடங்கி நடத்திய அந்தப் பெண்மணி குறித்து யாரும் கவலைப்பட்டதாகத் தெரியவில்லை. இந்த மிஷனரி பெண்கள் எதைத் தேடி இங்கு வந்தார்கள்? எதை எல்லாமோ இழந்து மடிந்தார்கள். வரலாறு வசதியாக அவர்களை மறந்துவிட்டு நிற்கிறது. நாமும்தான்!

கூடுதல் கட்டடம் கட்ட ஸ்காட்லாந்து லேடீஸ் சொசைட்டி பணம் வசூல் செய்து தர, அநாதை மற்றும் போர்டிங் பெண் குழந்தைகளுக்கு புதிய பள்ளி கட்டும் அவசியம் ஏற்பட்டது. 1889வரை எம்.சி.சி. எஸ்பிளனேட் பகுதியில் இந்தப் பள்ளி இயங்கிவந்தது. அந்த ஆண்டு மார்கரெட்டுக்குப் பின் எம்.சி.சி. நிர்வாகத்தைக் கையிலெடுத்த வில்லியம் மில்லர் என்ற மிஷனரி இன்று நார்த்விக் பள்ளி இருக்கும் இடத்தை 12000 ரூபாய்க்கு வாங்கினார். 1889ம் ஆண்டு ஏப்ரல் 3 அன்று பள்ளி இந்த இடத்தில் 150 விடுதி மாணவிகள் மற்றும் 100 நேரடி மாணவிகளுடன் இயங்கத்தொடங்கியது. 1895, 1914, 1915 ஆகிய ஆண்டுகளில் பள்ளி வளாகத்தில் புதிய கட்டடங்களை மதராஸ் ஆளுநர் பென்ட்லேண்டு துரை திறந்துவைத்தார். இப்போது உயிருக்குப் போராடிக் கொண்டிருக்கும் கட்டடம் பென்ட்லேண்டு துரையால் திறந்து வைக்கப்பட்டதே! 1915ம் ஆண்டு ஆகஸ்ட் 7 அன்று மதராஸ் கிறிஸ்துவக் கல்லூரி முதல்வர் ஸ்கின்னர், எபனேசர் ஆலயத்தைத் திறந்துவைத்தார்.

1911 இன்டர்மீடியேட் வகுப்புகள் இந்தப் பள்ளியில் தொடங்கப் பட்டன. 1915ம் ஆண்டு முதலாம் உலகப் போரின்போது பள்ளியை ராணுவம் வசம் அரசு ஒப்படைத்தது. பள்ளி வகுப்பறைகள் சிப்பாய்களைத் தங்கவைக்க பயன்படுத்தப்பட்டன. பள்ளிக் குழந்தைகள் செங்கல்பட்டு ஆண்டர்சன் பள்ளிக்கு மாற்றப் பட்டார்கள்.

மாணவிகளுக்கு எண்ணையும் எழுத்தையும் மட்டுமே கற்பிக்கும் கூடமாக இல்லாமல், அவர்களது எதிர்காலத்துக்கு, வாழ்வா தாரத்துக்கு ஏதோ ஒன்றைச் செய்யவேண்டும் என்று மிஷனரிகள் நினைத்தார்கள். பள்ளிப்படிப்பு மட்டும் போதாது என்பதை உணர்ந்தவர்கள், நார்த்விக்கில் பள்ளிப் படிப்பை முடித்த பெண்கள், கல்லூரி செல்ல ஏதுவாக 1915ம் ஆண்டு மகளிர் கிறிஸ்துவக் கல்லூரியைத் திறந்தார்கள். நார்த்விக்கில் பள்ளி இறுதிப்படிப்பை முடித்த பெண்களுக்கு மகளிர் கிறிஸ்துவக் கல்லூரியில் பி.ஏ. படிக்க முன்னுரிமை அளிக்கப்பட்டது. அதன் தொடர்ச்சியாக 1926ம் ஆண்டு ஞானோதயா ஆசிரியர் பயிற்சிப்பள்ளியும் தொடங்கப் பட்டது. நார்த்விக்கில் பள்ளிப் படிப்பை முடித்து பட்டப்படிப்பை எட்டமுடியாத பெண்களுக்கு வேலைவாய்ப்பு ஏற்படுத்தவே இந்த ஆசிரியர் பயிற்சிப்பள்ளி தொடங்கப்பட்டது.

1891ஆம் ஆண்டு தொடங்கப்பட்ட புதுப்பேட்டை ஆங்கிலோ இந்தியன் மற்றும் ஏழை இந்தியப் பெண்களுக்கான பள்ளி, 1929ஆம் ஆண்டு நார்த்விக்குடன் இணைக்கப்பட்டது. அதன் கட்டடங் களும், பள்ளி இயங்கிய இடமும் மிஸ் பெயின்ஸ் கட்டுப்பாட்டுக்கு வந்தன. அவர் அங்கு பெயின்ஸ் பள்ளியைத் தொடங்கினார். ஆக நார்த்விக் என்ற ஒற்றை விதையிலிருந்து மகளிர் கிறிஸ்துவக் கல்லூரி, ஞானோதயா ஆசிரியர் பயிற்சிப்பள்ளி மற்றும் பெயின்ஸ் பள்ளி உருவாயின! இவ்வளவு சிந்தித்து செயல்பட்ட மிஷனரிகள் மேல் பெரும் மரியாதை எனக்குத் தோன்றியதில் ஆச்சர்யம் இல்லைதானே?

பள்ளியிலிருந்து வெளியேறி ஆலயத்தின் வெளியே நின்றோம். வெளிப்புற சுண்ணச் சுவர்களில் எல்லாம் மாணவிகள் கைவண்ணம் தெரிந்தது. ‘இங்கே எல்லாம் எழுதுறீங்களே, இது பெயின்ட் கிடையாது, சுண்ணம் தெரியுமா?’, என்ற என் அடுத்த கேள்விக்கு மெல்லிய சிரிப்பலைகள் மாணவிகளிடம் எழுந்து அடங்கியது. ‘உங்களுக்கு கடவுள்கிட்ட கேக்க நிறைய விஷயம் இருக்கு, ஒத்துக்குறேன். ஆனா அதை இப்புடி விலைமதிப்பில்லாத 100 வருஷம் பழைய சுண்ணம் பூச்சுல எழுதினா, அது எவ்வளவு பெரிய

அவமரியாதை தெரியுமா? யார்லாம் என்ன இங்க எழுதி வெச்சிருக்கீங்க?' என்று மீண்டும் நான் கேட்கவும், கொல்லென வெடிச்சிரிப்பு.

'ஜீசஸ் ஹெல்ப் மீ' என்ற சாதாரண வேண்டுகோளில் இருந்து பக்கம் பக்கமாக மனுக்கள்வரை சுவர்களில் எழுதப்பட்டிருந்தது. 'என்னுடைய வீட்டுல எந்தக் கஷ்டமும் வரக்கூடாது. நாங்க சீக்கிரமா வீடு கட்டணும். என்னுடைய அப்பா குடிக்கக் கூடாது', என்று ஒரு பெண் எழுதியிருந்தார். அடுத்தவர், 'என் அப்பா குடிக்கக்கூடாது. குடிச்சிட்டு அம்மாவை அடிக்கக்கூடாது. அம்மா, அப்பா, தம்பி எல்லாரும் சந்தோஷமா இருக்கணும். தம்பி படிச்சு முடிக்கும்வரைக்கும் வீட்டுல கடன் இருக்கக்கூடாது', என்று விண்ணப்பம் இருந்தது. 'எங்க அண்ணன் பத்தாம் வகுப்பு பரீட்சையில நல்ல மார்க் வாங்கணும். என் அக்கா இறந்துட்டாங்க. பெரிம்மா பெரிப்பா சண்டை போட்டுட்டே இருக்காங்க, அப்புடிலாம் இருக்கக்கூடாது, நாங்க சொந்த வீட்டுக்கு சீக்கிரம் போகணும்', என்று அடுத்த வேண்டுகோள் இருந்தது.

சுவரில் எழுதப்பட்டிருந்த விண்ணப்பங்களை நாங்கள் ஒவ்வொன்றாக வாசித்துக்கொண்டிருந்தோம். அதில் அதிகம் 'அப்பா குடிக்கக் கூடாது' என்பதாகவே இருந்தன. 'இங்க எழுதுனா அப்பாக்கள் குடிக்காம இருப்பாங்களா?', என்ற என் கேள்விக்கு மீண்டும் சிரிப்புதான். அவர்களில் கொஞ்சம் தைரியசாலிபோல தெரிந்த பெண் ஒருத்தி மெல்லச் சொன்னாள். 'அக்கா, இனிமே இந்த சுவருல யாரும் எழுதாம பாத்துக்குறோம். இந்த கட்டடம் 100 வருசம் பழசுன்னு எங்களுக்குத் தெரியாது. இப்ப நீங்க சொல்லிட்டீங்கல? இனிமே இதை நாங்க எல்லார் கிட்டயும் சொல்லுவோம். பத்திரமா பாத்துக்குவோம், நீங்க எங்கள நம்பலாம்.' அவளை இழுத்து அணைத்துக்கொண்டேன். அன்றைய வேலை முடிந்தது என்ற மகிழ்ச்சி சட்டென மனதில் தோன்றிவிட்டது.

பள்ளி வளாகத்தில் ஓர் ஆப்பிரிக்க பொந்தம்புளி மரம் இருந்ததை நானும் ரோடாவும் ஏற்கெனவே கவனித்துவிட்டிருந்தோம். அதனடியில் எல்லோரையும் சேர்த்து அந்த பாபாப் மரங்கள் பற்றியும் சொல்லிவிட்டேன். சென்னையில் ஆந்திர மகிளா சபா, தியொசஃபிக்கல் கார்டன் என இரு இடங்களில் மட்டுமே பொந்தம்புளி மரத்தை அதற்கு முன் பார்த்திருந்ததால், இந்தப் புதிய மரம் எனக்கு பெரும் ஆச்சர்யம்தான்! பாபாப் மரம், ஆனைப்புளி, பொந்தம்புளி, பேய்மரம், என்றும் பப்பரப்புளி மரம் என்றும்

அழைக்கப்படும் இந்த மரம் பார்க்க பிரம்மாண்டமாகவும் கொஞ்சம் வினோதமாகவும் இருக்கக்கூடியது. தென்னிந்தியாவில், குறிப்பாக தமிழகத்தில் இந்த மரங்களின் எண்ணிக்கை வெகு குறைவு. காரணம் - இது நம் மண்ணில் தானாய் முளைத்து வளரும் மரம் அல்ல.

உயரமாகவும், மிகப்பெரிதாகவும் வளரக்கூடிய இந்த மரங்களின் குறுக்கு விட்டம் 30 முதல் 40 அடிவரை இருக்கும். உயரம் 20 முதல் 80 அடிவரை இருக்கும். 1500முதல் 2000 ஆண்டுகள்வரை நின்று வளரக்கூடியவை இந்த மரங்கள்! மரத்தின் அடிமரப்பகுதி பாட்டில் வடிவத்தில் இருப்பதுதான் இந்த மரத்தின் சிறப்பு. வெள்ளைநிறப் பூக்கள் பூக்கும் இந்த மரத்தின் இலைகள் ஐந்து பிளவுகளைக் கொண்டிருக்கும். 'டிஜிடாட்டா' என்ற மரத்தின் பெயர் இதைக் கொண்டுதான் வந்தது. முட்டை வடிவில் இருக்கும் இதன் பழங்கள் சுமார் 20-25 செ.மீ. அளவுள்ளவை. பழங்கள் காய்ந்தபின், கெட்டியாகி, பிரெட் துண்டுகள்போல உதிர்ந்து விழக்கூடியவை.

குரங்குகளுக்கு மிகவும் பிடித்தமான உணவு இதன் பழங்கள். எனவே இந்த மரத்தை ஆங்கிலத்தில் 'மங்கிபிரெட் ட்ரீ' என்றும் அழைப்பதுண்டு. அடிமரப் பகுதியில் மழைக்காலங்களில் தண்ணீரைச் சேமித்து வைக்கக்கூடியது இந்த மரம். 1.5 லட்சம் லிட்டர்வரை இதனால் நீரை உறிஞ்சிக்கொள்ள முடியும். இந்தத் தண்ணீர் இருப்பு யானைகளைப் பெரிதும் கவரக்கூடியது.

4000 ஆண்டுகளுக்கு முன்பு ஆப்பிரிக்க - இந்திய தாவரவியல் கூறுகள் மாற்றத்தில் இந்த மரங்கள் இங்கு வந்திருக்கலாம் என்று கூறும் ஆய்வாளர்கள் உண்டு. மேலும் சில ஆய்வாளர்கள் 13-ஆம் நூற்றாண்டுவாக்கில் இந்தியாவுக்கு வந்த ஆப்பிரிக்க பயணிகள் அல்லது வணிகர்கள் மூலமாக இந்த மரம் இந்தியாவுக்குள் நுழைந்திருக்கவேண்டும் என்று கூறுகின்றனர்.

பாம்பே நேச்சுரல் ஹிஸ்டரி சொஸைட்டியைச் சேர்ந்த ஜே.எஸ். செர்ராவ் இந்த மரத்தை இந்தியாவுக்குக் கொண்டுவந்தவர்கள் போர்த்துகீசியர்கள் என்று கூறுகிறார். அளவு கடந்த குடியால் ஈரல் அழுகிய போர்த்துகீசிய பயணிகளுக்கு ஆப்பிரிக்க மருத்துவர்கள் தந்த பாபாப் பழத்திலிருந்து செய்யப்பட்ட பானம் குணமளித்ததை மனதில் கொண்டு, அதே பானத்தைத் தயாரிக்க இங்கு மரத்தைக் கொணர்ந்ததாகச் சொல்கிறார் இவர். மேற்கு ஆப்பிரிக்காவில் இருந்து போர்த்துகீசியர்களால் கப்பலில் கொண்டுவரப்பட்ட ஆப்பிரிக்க அடிமைகள் இந்தப் பழங்களைக் கொணர்ந்து இங்கு பயிர் செய்திருக்கலாம் என்றும் கருதுபவர்கள் உண்டு.

எது எப்படியோ, காசிமேட்டில் இந்த மரத்தைக் கண்டது எனக்கு இன்ப அதிர்ச்சிதான். பள்ளிக் கட்டடம் இன்றும் அச்சமூட்டக்கூடிய நிலையில் உயிருக்கு போராடிக்கொண்டுதானிருக்கிறது. காப்பாற்றுவார் தானில்லை. தானாய் கட்டடம் இடிந்து விழட்டுமே என்று சி.எஸ்.ஐ. நிர்வாகம் காத்துக்கொண்டிருக்கிறது. அது தெரிந்ததாலோ என்னவோ, போகமாட்டேன் போ என்று 10 ஆண்டுகளாக உயிரை இழுத்துப் பிடித்துக்கொண்டு கட்டடம் அடம்பிடித்தபடி தொடர்கிறது. ஆட்டம் விரைவில் முடியும். வழக்கம்போல இந்தக் கட்டடமும் நம்மைக் கடந்து போகும். வேறென்ன சொல்ல?

●

28

ஜீவா நினைவிடம்

எப்போதோ ஒருமுறை குமரகுரு தோழரிடம் பேசிக்கொண்டிருந்த போது அவர் வருந்திச் சொன்ன செய்தி நினைவில் நெருடிக் கொண்டே இருந்தது. தோழர் ஜீவாவின் நினைவிடம் வட சென்னையில் இருக்கிறது; ஆனால் மிக மோசமாக பராமரிக்கப் படுகிறது என்ற தகவலைச் சொல்லும்போதே, அந்தப் பக்கம் போனால் நீங்ககூட பாருங்க தோழர் என்று முடுக்கிவிட்டார். ஜீவானந்தம் குறித்து இடதுசாரி பற்றாளர்கள் அறிந்திராமல் போக வாய்ப்பே இல்லை. தொழிற்சங்க முன்னோடி, தமிழகத் தொழிலாளர்களை ஒருங்கிணைத்த மாபெரும் ஆளுமை என்பதால் ஜீவா குறித்த அடிப்படை அறிவை என் ரயில்வே தொழிற்சங்க நாள்கள் எனக்குள் விதைத்திருந்தன.

காசிமேடு இடுகாட்டின் ஒரு பகுதியில் தனியே ஜீவா நினைவிடம் பூட்டப்பட்டிருக்கும் என்று தகவல் தந்த குமரகுரு, நினைவகம் பூட்டியே இருக்கும், அதன் சாவி சிபிஐ கட்சி அலுவலகத்தில் இருக்கும் என்றும் கூடுதல் தகவல் தந்தார். இயக்கங்களிடம் எனக்கு ஏற்படும் அணுக்கம் ஏனோ கட்சிகளிடம் ஏற்படவேயில்லை. தயக்கத்தில் சாவியாவது ஒன்றாவது, முதலில் அந்த இடத்தைக் கண்டுபிடிப்போம் என்று நினைத்துக்கொண்டேன். காசிமேடு இடுகாடு எங்கே இருக்கிறது என்று நெடுநாட்களாக தெரியாது. யாரிடமும் இடுகாடு எங்கே என்று கேட்கும் தயக்கம் இருந்ததும் முக்கிய காரணம். 'அண்ணே இங்க சுடுகாடு எங்க இருக்கு?' என்று

கேட்டால் வடசென்னை அன்பர்கள் எப்படி பதில் சொல்வார்களோ என்ற அச்சம் ஒரு பக்கம் ஆரம்பம் முதலே இருந்தது.

தற்செயலாக எண்ணூர் ஹைரோடில் காசிமேடு மீன் சந்தைக்கு வலப்பக்கம் சாலை பிரியும் இடத்தில், முக்கிய சாலையின் இடதுபுறம் காசிமேடு இந்து மயானம் என்ற பலகை கண்ணில் பட்டது. ஆர்வம் உந்தித்தள்ள, மயானத்தின் உள்ளே வண்டியை ஓட்டிச்சென்றேன். மயானத்தின் அலுவலகம் வலப்பக்கம் தெரிந்தது. வண்டியை நிறுத்திவிட்டு அலுவலகப் படியேறினேன். உள்ளே அமர்ந்திருந்தவர், 'என்னம்மா..?' என்று கேள்வியுடன் பார்த்தார். ஐயையோ, நாம் அடக்கம் அல்லது எரிப்புக்கு விசாரணை செய்ய வந்திருக்கிறோம் என்று தவறாக நினைத்துவிடக்கூடாதே என்று பதறி, 'சார் இங்க ஜீவா நினைவிடம்?' என்று கேட்டேன்.

வெளியே வந்தவர், இடதுபுறம் தெரிந்த காம்பவுண்டு சுவரைச் சுட்டினார். 'தோ தெரியுது பாருங்க, அதான். ஆனா இங்கேர்ந்து போகமுடியாது. காம்பவுண்டு போட்டிருக்கு, இந்தப் பக்கம் கேட் கிடையாது. மெயின் ரோட்டுலதான் கேட்டு. அதுவும் பூட்டியிருக்கும்மா. கட்சி ஆபீஸ்லதான் சாவி இருக்கும். வேணா அங்கபோய் வாங்கிட்டு வாங்க', என்று தெளிவாகச் சொல்லிவிட்டு நகர்ந்தார். மெயின் கேட் முக்கிய சாலையில் என்றால் வண்டியை அதன்முன் நிறுத்திப் பார்க்கலாமே என்ற ஆவலில் வண்டியை சாலை ஓரமாக ஓட்டிக்கொண்டு சென்றது எவ்வளவு பெரிய பிழை என்று அடுத்த சில நிமிடங்களில் தெரிந்து போனது. சாலை ஓரம் 'தாயில்லாப் பிள்ளைகள்' காத்திருந்தார்கள். யாரோ ஒருவரின் கழிவை மிதிக்காமல் ஜீவாவின் நினைவிடத்தை நீங்கள் பார்க்கவே வாய்ப்பில்லை. ஆற்றாமையா, அதீத கோபமா என்னவென்று விவரிக்க முடியாத உணர்வு உள்ளுக்குள் மண்டியது. வண்டியை முன் செலுத்தி ரிக்‌ஷாக்கள் நின்றுகொண்டிருந்த பகுதியில் நிறுத்தி இறங்கிப் பூட்டினேன்.

அடிமேல் அடி வைத்து மெல்ல திரும்பி நடந்தேன். 'தோழர் ஜீவானந்தம் நினைவகம்' என்ற ஃப்ளெக்ஸ் போர்டு உயரமான கேட்டின் மேல் தெரிந்தது. அழுக்கு வண்ண கேட்டில் 'நோட்டீஸ் ஒட்டாதீர், அசுத்தம் செய்யாதீர்' என்று நல்ல உள்ளங்கள் வெள்ளை பெயிண்டில் எழுதி இருந்தன. முழுக்க தகரத்தால் அடைக்கப்பட்ட கேட், கம்பிகள் என்றாலும் உள்ளே என்ன இருக்கிறது என்று தெரியும். எல்லோரும் வேண்டும் என்று நினைத்த ஜீவானந்தம், யாருமே பார்க்க முடியாத தனிமையில் துஞ்சியிருக்கிறார். பெரிய பூட்டு தொங்கிய கேட்டில் நல்லவேளையாக ஒரு கை நுழையும்

அளவுக்கு இரு சிறு ஓட்டைகளை அமைத்திருந்தார்கள். அவற்றின் வழியே உள்ளே உற்றுப்பார்த்தேன்.

உயர்த்திக் கட்டப்பட்டிருந்த மேடை ஒன்றின்மேல் கறுப்பு கிரானைட் கல்லில் ஒரு கல்வெட்டு தெரிந்தது. தொலைவில் இருந்து எதையும் வாசிக்க முடியவில்லை என்பதால் மொபைலில் படம்பிடித்துக்கொண்டு அதை வாசிக்க முயற்சித்தேன். 'ப. ஜீவானந்தம் தோற்றம் 21.8.1907 மறைவு 18.1.1963' என்று ஒரு பக்கமும், 'ஏ.எஸ்.கே. தோற்றம் 13.6.1906 மறைவு 27.6.1978' என்று மற்றொரு பக்கமும் வாசிக்க முடிந்தது. ஜீவாவின் நினைவிடம் என்று வந்தால் இங்கே மற்றொருவரும் அவருக்கருகே அடக்கம் செய்யப்பட்டிருக்கிறாரே என்று முதலில் ஆச்சர்யம் தோன்றியது. யார் அந்த ஏ.எஸ்.கே. என்பது புரியவில்லை.

மேடையின் அடிப்புறம் இன்னும் ஒரு கல்வெட்டு தெரிந்தது. அதில் 'பாடுபடும் பாட்டாளித் தோழா இந்தப் பாருலகின் சொந்தக் காரன் வேறில்லை நீதான், ப. ஜீவா - 1935' என்ற வாசகம் ஒரு பக்கமும், 'யாமெய்யாக கண்டவற்றுள் இல்லையாதொன்றும் பொதுவுடமைத் தத்துவத்தின் நல்ல பிற, ஏ.எஸ்.கே' என்ற வாசகம் மற்றொரு புறமும் இருந்தன. மேடையின் தூண்களிலும், கூரையின் மேலும் அரிவாள் சுத்தியல் சின்னம் தெரிந்தது. நின்று கொண்டிருந்த இடத்தில் அடித்த துர்நாற்றத்தால் அதற்கு மேல் என்னால் அங்கு நிற்க முடியவில்லை. ஏன் இந்த இடம் இப்படி என்ற குழப்பத்தில் திரும்பி நடந்தேன். ரிக்ஷாக்காரர் இருவர் பேசிக்கொண்டு நின்றிருந்தார்கள். மெல்ல பேச்சு கொடுத்தேன்.

'அண்ணா இந்த கேட் எப்ப தொறப்பாங்க?' 'ஆங்... அத்தெல்லாம் தெரியாது. கட்சிக்காரங்க எப்பவோ தொறந்து வெச்சினு கிளீன் பண்ணினு போவாங்கோ', என்ற பதில் வந்தது. 'இங்கதான் உங்க ஸ்டாண்டா?' என்ற என் அடுத்த கேள்விக்கு இருவரும் முறைத்தார்கள். இருந்தாலும் மனது கேட்கவில்லை. 'உள்ள அடக்கம் பண்ணிர்க்க ஆளை உங்களுக்கு தெரியுமா அண்ணா?' என்று கேட்டுவிட்டு இருவரையும் பார்த்தேன். 'ஜீவான்னு சொல்லிக்கிறார் எங்கப்பா. மேக்கொண்டு எனக்கு எதுவும் தெரியாது பாப்பா', என்ற நேர்மையான பதில் வந்தது. 'இந்த இடம் ஏண்ணே இப்புடி இருக்கு? சுத்தமா வெச்சிக்கிட்டா நல்லதுதான?' என்ற என் அடுத்த கேள்விக்கு எரிச்சலானார்கள்.

'இந்தா... நாங்க நைட்டு வண்டிய நிப்பாட்டினு போனா விடிகால மார்கெட்டுக்கு சரக்கு எடுக்க போய்னு நாலு அவர் கழிச்சுதான் வருவோம். அத்துக்குள்ள இங்க நாஸ்தி ஆயிர்க்கும். பொழப்பு

கீதுல?' என்று கோரசாக பதில் சொல்ல, இதற்குமேல் பேசிப் பயனில்லை என்று புரிந்தது. அவர்களுக்கும் இதற்கும் சம்பந்தம் இல்லை. ஆனால் இங்கு வந்து காலைக்கடன் கழிப்பவர்கள் யார், இந்த இடம்பற்றிய அடிப்படை அறிவு அவர்களுக்கு இருக்கிறதா என்ற எரிச்சலில் அங்கிருந்து கிளம்பினேன். குமரகுரு தோழருக்கு மீண்டும் பேசினேன். ஏதாவது செய்யவேண்டும், அந்த இடத்தை சுத்தம் செய்யும் கட்சித் தோழர்களுக்கும் அது எரிச்சல் தரக்கூடியது தானே என்று சொல்ல, அவரும் ஆமோதித்து அதுகுறித்து ஏதாவது செய்யவேண்டும் என்று சொல்லிக்கொண்டார். என்ன செய்வது என்ற தெளிவுதான் எங்களிடம் இல்லை.

வீட்டுக்கு வந்த பின்னும், மனம் அந்த அழுக்கு கேட்டின் வாசலில் நின்றுகொண்டு என்னிடம் வரமாட்டேன் என்று அடம் பிடித்தது. ஜீவானந்தத்திடம் மீண்டும் மீண்டும் தொழிற்சங்கப் பித்துகொண்டு நிறுத்தியது. பூதப்பாண்டி சொரிமுத்து ஜீவானந்தமாக, மாபெரும் தொழிற்சங்க சித்தாந்தமாக தமிழகத்தில் உருவெடுத்த கதை சுவாரஸ்யமானது. 1907ம் ஆண்டு கன்னியாகுமரி மாவட்டம் பூதப்பாண்டியில் சொரிமுத்து மிகப் பாரம்பரியமான இந்துக் குடும்பம் ஒன்றில் பிறந்தார். இலக்கியம், பக்திப்பாடல்கள், கலைகளில் தேர்ச்சி பெற்ற சிறுவனுக்குள் எப்படியோ வருணாசிரம எதிர்ப்பு மனதில் குடிகொண்டுவிட்டது. காந்தியமும் அவரை ஈர்க்க, தீவிர காந்தியவாதியாக மாறி காதி ஆடைகள் அணியத் தொடங்கினார். சொரிமுத்து தன் பெயரை ஜீவானந்தம் என்று மாற்றிக்கொண்டார்.

வருணாசிரம எதிர்ப்பை கைக்கொண்டதால், ஒடுக்கப்பட்ட சாதியைச் சேர்ந்த நண்பர்களுடன் சேர்ந்து ஊருக்குள் வளைய வந்தார். மாணிக்கம் என்ற பறையர் இன நண்பனை சொரிமுத்து அனுமதி மறுக்கப்பட்ட கோயிலுக்குள் அழைத்துச் சென்ற காரணத்துக்காக, அவரது தந்தை ஊருக்கு தெண்டம் கட்ட நேரிட்டது. சொரிமுத்துவின் இந்தப் போக்கு காலம் செல்லச்செல்ல வீட்டினருக்கு பெரும் எரிச்சலைத் தர, வேறு வழியின்றி பின்னாளில் வீட்டைவிட்டு வெளியேறினார். உலகமே வீடாக அதன்பின் ஜீவாவுக்கு மாறிப்போனது. 1924ம் ஆண்டு வைக்கம் போராட்டத்திலும், சுசீந்திரம் கோயில் நுழைவுப் போராட்டத்திலும் கலந்துகொண்டார் ஜீவானந்தம் என்ற 16 வயதே நிரம்பிய இளைஞன். 1927ம் ஆண்டு ஜீவாவின் வாழ்க்கையில் பெரும் மாற்றம் ஏற்பட்டது. சென்னையில் அந்த ஆண்டு நடைபெற்ற காங்கிரஸ் மாநாட்டில் கலந்துகொண்டார். ஒத்த கருத்துடைய

நண்பர்களை உறவாக்கிக்கொண்டார். காந்தி, பெரியார் என்ற இரு பெரும் ஆளுமைகளைப் பின்பற்றத் தொடங்கினார்.

ஜீவா, வ.வெ.சு. ஐயர் சேரன்மகாதேவியில் தொடங்கிய ஆசிரமத்தில் காந்தியின் பால் கொண்ட ஈர்ப்பால் சேர்ந்து பணியாற்றத்தொடங்கினார். இங்கு சாதிப்பாகுபாட்டுப் பிரச்னை பெரிதாக வெடிக்க, சாதிப்பாகுபாடு கூடாது என்ற பெரியாரின் கருத்தை ஏற்று அங்கிருந்து வெளியேறினார். காந்தியின் காங்கிரஸ், பெரியாரின் சுயமரியாதை இயக்கம், மறைமலை அடிகள் மற்றும் பாரதியின் மேல்கொண்ட அன்பால் தனித் தமிழ் இயக்கம் என்று எல்லாவற்றிலும் பற்று கொண்டிருந்தார் ஜீவா. எல்லா கருத்தியலிலும் உகந்தவற்றை எடுத்த ஜீவா தன்னைத்தானே பட்டை தீட்டிக்கொண்டவர்.

1926ம் ஆண்டு சேரன்மகாதேவி ஆசிரமத்திலிருந்து விலகியதும் காரைக்குடியை அடுத்த சிராவயல் (மருதங்குடி) என்ற ஊரில் சரசுவதி வித்யாசாலை என்ற அனைத்து சாதியினர் பள்ளி மற்றும் ஆசிரமம் அமைத்து நடத்திவந்த காந்தியவாதி காசி விசுவனாதன் அழைப்பின் பேரில் ஜீவா அங்கு பள்ளி ஆசிரியராகப் பணியமர்ந்தார். சிராவயலின் ஒடுக்கப்பட்ட மக்களின் பால் பேரன்பு கொண்டிருந்த ஜீவா, அவர்களுக்கு திருக்குறள், பாரதியின் கவிதைகள் என்று நீதிநெறிகளையும் சேர்த்தே கற்பித்தார். ஒடுக்கப்பட்டவர்களின் பெயர்களை தூய தமிழ்ப் பெயர்களாக காசி விசுவனாதனும், ஜீவாவும் மாற்றினார்கள். அங்குள்ள ஆதிக்க சாதி மக்களின் எதிர்ப்பை சம்பாதித்தார்கள்.

இங்கிருந்தே ஜீவா காந்திக்கு கடிதங்கள் எழுதத்தொடங்கினார். சிராவயலிலிருந்து வந்த கடிதங்கள் காந்தியை ஈர்த்தன. கடிதங்கள் எழுதிய ஜீவாவைக் காணும் ஆவல்கொண்டார். செப்டம்பர் 22, 1927 அன்று காந்தி சிராவயல் வந்து சேர்ந்தார். சமூகத்தெளிவுடன் தனக்குக் கடிதங்கள் அனுப்பிய ஜீவா முதியவராக இருக்கக்கூடும் என்று எண்ணிய காந்திக்கு அவர் முன் வந்துநின்ற 20 வயது இளைஞன் அதிர்ச்சியைத் தந்தார். தன் கையால் நூற்றிருந்த நூலை காந்திக்குப் பரிசளித்து மகிழ்ந்தார் ஜீவா.

1928ம் ஆண்டு சைமன் கமிஷனை எதிர்த்தும், பிரிட்டிஷாரின் தாக்குதலில் அகால மரணமடைந்த லாலா லஜபதி ராயின் மரணத்துக்கு நீதி கேட்டும் தமிழகம் முழுக்க மேடைகளில் முழங்கினார் ஜீவா. 1929ம் ஆண்டு நெல்லிக்குப்பத்தில் நடைபெற்ற சாதி ஒழிப்பு மாநாட்டில் கலந்துகொண்டு பேசினார். 1930ம் ஆண்டு

ஈரோட்டில் நடைபெற்ற சுயமரியாதை மாநாட்டிலும் கலந்துகொண்டு பேசினார். மதுவிலக்கு பிரச்சாரத்தில் தீவிரமாக ஈடுபட்டார். 1931ம் ஆண்டு கோட்டையூர் காங்கிரஸ் கமிட்டியின் தலைவராகத் தேர்ந்தெடுக்கப்பட்டார். தீவிர அரசியலில் ஜீவாவின் முதல் பங்கேற்பு இது என்று சொல்லலாம். 1932ம் ஆண்டு சட்டமறுப்பு போராட்டம் உச்சத்தில் இருந்தபோது தடையை மீறி 8.1.1932 அன்று கோட்டையூரில் பொதுக்கூட்டம் ஒன்றில் பேசியதற்காக முதல்முறை கைது செய்யப்பட்டார் ஜீவானந்தம்.

முதல் சிறை அனுபவம் ஜீவானந்தத்தின் உறுதிக்கு ஆணிவேறானது. அவரது வாழ்க்கையை கம்யூனிச சித்தாந்தத்தின் பக்கம் திருப்பியதும் இந்த சிறை அனுபவம்தான். சிறையில் வங்கதேசம், மற்றும் பஞ்சாப் மாகாணங்களின் கம்யூனிச, பொதுவுடைமை சீர்திருத்தவாதிகளை சந்தித்து தொடர்ந்து உரையாடும் வாய்ப்பு கிடைத்தது. காங்கிரஸின் மிதவாதப் போக்கு, வர்க்க பேதத்தை தூக்கிப்பிடிக்கும் பாங்கு போன்றவை புரியத்தொடங்க, பொதுவுடைமை நூல்களை தொடர்ந்து வாசித்தும் விவாதித்தும் வந்தார். ஆண்டின் இறுதியில் சிறையிலிருந்து பொதுவுடமை சீர்திருத்தவாதியாக வெளியேறினார் ஜீவா!

பகத் சிங்கின் தோழர்களுடன் ஏற்பட்ட நட்பின் காரணமாக, அவரது இறுதி அறிக்கையான 'நான் ஏன் நாத்திகன் ஆனேன்?' ஜீவாவுக்கு அறிமுகமானது. பகத் சிங்கைக் காப்பாற்ற காந்தி போதிய வேகம் காட்டவில்லை என்று ஆத்திரம் கொண்டிருந்த ஜீவா, நான் ஏன் நாத்திகன் ஆனேன் அறிக்கையை தமிழில் மொழிபெயர்த்தார். எவ்வளவு பெரிய தேசவிரோதக் குற்றம் இது? இதை வெளியிட்ட பெரியாரையும், ஜீவாவையும் கைது செய்து சிறையில் அடைத்தது ஆங்கிலேய ஏகாதிபத்திய அரசு. அரசியல் காரணங்களுக்காக பெரியார் மன்னிப்புக் கடிதம் எழுதி சிறைவாசத்திலிருந்து மீள, ஜீவாவும் விருப்பமின்றி அதைச் செய்ய நேரிட்டது. காந்தியை அடுத்து பெரியாருடன் இருந்த நெருக்கத்திலும் விரிசல் விழத் தொடங்கியது.

சுயமரியாதை இயக்கத்திலிருந்து விலகிக்கொண்ட ஜீவா, நண்பர்களுடன் சேர்ந்து சுயமரியாதை சோஷலிஸ்ட் கட்சி என்ற அமைப்பை உருவாக்கினார்கள். இந்தக் கட்சியை காங்கிரஸ் சோஷலிஸ்ட் கட்சியுடன் இணைத்தார்கள். அதன் பொதுச் செயலாளராக தேர்ந்தெடுக்கப்பட்டார் ஜீவா. அதே சமயம் காங்கிரசுடன் இணக்கமான உறவைத் தொடர்ந்தார். 1937, 1938ம்

ஆண்டுகளில் காங்கிரஸ் மாநாடுகளில் கலந்துகொண்டு உரையாற்றினார். 1937ம் ஆண்டு பசுமலை மகாலட்சுமி மில்லில் நடைபெற்ற தொழிலாளர் போராட்டத்தில் முக்கியப் பங்காற்றினார் ஜீவா. மாகாணம் முழுக்க உள்ள தொழிலாளர்களை ஒன்று திரட்ட வேண்டியதன் அவசியத்தை உணர்ந்த ஜீவா, 1939ம் ஆண்டு காங்கிரஸில் நீடிக்க சாத்தியம் இல்லை என்பதை உணர்ந்து தான் வகித்த காங்கிரஸ் கமிட்டி உறுப்பினர் பதவியை ராஜினாமா செய்துவிட்டு ஒருங்கிணைந்த கம்யூனிஸ்ட் கட்சியில் சேர்ந்தார்.

மார்க்சிய சிந்தனையில் உழைக்கும் வர்க்கத்தை ஜீவா ஒருங்கிணைத்தார். ரிக்‌ஷா ஓட்டுனர்கள், தொழிற்சாலை ஊழியர்கள் என்று பாட்டாளி வர்க்கம் அவரைக் கொண்டாடியது. தொழிலாளர் ஒற்றுமை மேம்பட தமிழகம் முழுக்கப் பயணம் செய்து பேசி வந்தார். அனல் பறக்கும் மேடைப்பேச்சு, காத்திரமான எழுத்து என பயணித்த ஜீவா மதராஸ் மாகாண தொழிலாளர் எழுச்சிக்கு மிக முக்கிய அச்சாணியாக இருந்தார். இரண்டாம் உலகப்போர் மூண்ட சமயம் கம்யூனிஸ்டுகளை ஆங்கிலேய அரசு முற்றும் ஒடுக்கத்துணிந்தது. வீட்டுக்காவலில் வைக்கப்பட்ட ஜீவா, அதன்பின் மதராஸ் மாகாணத்திலிருந்து வெளியேற்றப்பட்டார். பம்பாய் சென்றவர் அங்கும் தொழிலாளர்களை ஒருங்கிணைக்கும் பணியை மேற்கொண்டார். அவர் மீதான தடை 1945ம் ஆண்டு நீங்கியது. அதன் பின் சென்னை திரும்பினார்.

1946ம் ஆண்டு இந்திய கடற்படையில் பெரும் கலகம் மூள, அதற்கு ஆதரவாக ஊர்வலங்கள் நடத்திய கம்யூனிஸ்டுகள் ஏற்பாட்டில் மக்கள் போராட்டத்தில் ஈடுபட்டனர். இதனை கம்யூனிஸ்டுகளின் சர்வதேச சதி என்று முடிவு செய்த ஆங்கிலேய அரசு, மீண்டும் கம்யூனிஸ்ட் தலைவர்கள்மீது அடக்குமுறையை ஏவியது. ஜீவா உள்ளிட்ட பல மார்க்சிய கம்யூனிஸ்ட் உறுப்பினர்கள் தலைமறைவு வாழ்க்கைக்குத் தள்ளப்பட்டார்கள். 1947ம் ஆண்டு நாடு விடுதலை அடைந்த பின்னரே ஜீவா வெளியே தலைகாட்ட முடிந்தது. அதே ஆண்டு பத்மாவதி என்ற பெண்ணை இரண்டாவதாக மணமுடித்த ஜீவா, சென்னை தாம்பரம் பகுதியில் தன் மண வாழ்க்கையை மிக எளிமையாகத் தொடங்கினார். (ஏற்கெனவே காங்கிரஸ் எம்.எல்.ஏ. குலசேகரதாஸ் மகள் கண்ணம்மாவை மணமுடித்திருந்தார், தம்பதிக்கு குமுதா என்ற மகள் உண்டு). பத்மாவதி - ஜீவா தம்பதிக்கு மூன்று பிள்ளைகள் உண்டு. ஒரே ஆண்டில் கம்யூனிஸ்ட் கட்சியை இந்திய அரசு தடை செய்ய, மீண்டும் தலைமறைவு வாழ்க்கை வாழவேண்டிய சூழலுக்கு ஜீவா தள்ளப்பட்டார்.

காசிமேடு இடுகாட்டின் ஒரு பகுதியில் ஜீவா நினைவிடம்

1949ம் ஆண்டு கைது செய்யப்பட்டு வேலூர் சிறையில் அடைக்கப் பட்டார். விடுதலை செய்யப்பட்ட பின் 1952ம் ஆண்டு நடைபெற்ற தமிழக சட்டமன்றத் தேர்தலில் வண்ணாரப்பேட்டை தொகுதியில் நின்று வென்று உறுப்பினரானார். சட்டமன்றத்தில் குலக்கல்வித் திட்டம் அறிவிக்கப்பட்டபோது அதற்கு எதிராக முழங்கிய முதல் குரல் ஜீவாவுடையதே. தொடர்ந்து இருமுறை வண்ணாரப் பேட்டை தொகுதி சட்டமன்ற உறுப்பினராகப் பணியாற்றினார்.

உயிரின்பன், தாமரை, ஜனசக்தி ஆகிய இதழ்களையும் தொடங்கி நடத்தி வந்தார். பாரதியின் பெரும் ரசிகரான ஜீவா, அவரது பாடல்களை நாட்டுடைமையாக்கும் முயற்சியையும் தொடங்கி வைத்தார். 1963ம் ஆண்டு மாரடைப்பால் காலமானார். 2 லட்சம் பேர் ஜீவாவுக்கு இறுதியஞ்சலி செலுத்த ஊர்வலமாகத் திரண்டனர். புதுவை அரசுப்பள்ளிக்கு ஜீவாவின் பெயர் சூட்டப்பட்டுள்ளது. வடசென்னை வியாசர்பாடி ரயில் நிலையத்துக்கு ஜீவாவின் பெயர் சூட்டப்பட்டுள்ளது. அவரது முகம் பொறித்த அஞ்சல் தலையும் வெளியிடப்பட்டுள்ளது. மேடை நாடகங்களின் ஊடே

பாடல்களாக சமூக சீர்திருத்தக் கருத்துகளை பாடி மக்களிடம் சேர்ப்பதில் ஜீவா கைதேர்ந்தவர். எனக்கு ஜீவா அறிமுகம் ஆனதும் சிறு வயதில் அவர் எழுதிப் பாடிய பாடல்கள் மூலம்தான்.

> 'காலுக்குச் செருப்புமில்லை-
> கால்வயிற்றுக் கூழுமில்லை
> பாழுக்குழைத்தோமடா - என்தோழனே
> பசையற்றுப் போனோமடா'

ஜீவா எழுதிப் பாடிய பாடல் இது. எந்தப் பாட்டாளிக்காக ஜீவா இத்தனை வலியுடன் எழுதிப் பாடினாரோ, அதே பாட்டாளி வர்க்கம் நிறைந்த காசிமேடு பகுதிதான் அவரது நினைவிடத்தை கவனியாமல் கைகழுவி விட்டிருக்கிறது. இதை அறியாமை என்று சொல்வதா காலத்தின் கோலம் எனக்கொள்வதா என்று புரியாமல்தான் குழம்பி இருக்கிறேன்.

ஜனவரி 11, 2020.

தமிழ் மரபு அறக்கட்டளையுடன் இணைந்து காசிமேடு மரபு நடை திட்டமிட்டிருந்தோம். அமைப்பின் முக்கிய செயற்பாட்டாளர் விவேக் என்னுடன் இணைந்துகொள்ள, மரபு நடைக்கு முந்தைய நாள் இருவரும் முக்கிய இடங்களுக்கு வண்டியில் சென்று 'டைமிங்' செய்துகொள்ள முடிவு செய்திருந்தோம். அப்படி காசிமேடு மயானத்தின் அருகே வண்டியை நிறுத்தியதும் முதலில் முகத்தையும் அதன் பின் மூக்கையும் சுருக்கிக்கொண்டார் விவேக். 'மேடம், இந்த இடத்துல நம்ம 20 - 25 பைக் எப்புடி நிறுத்துறது? ஒண்ணும் புரியலையே. மெயின் ரோடா வேற இருக்கே?' என்று குழம்பினார்.

'சரி சார், வந்து பார்ப்போம், வசதியா இருந்தா இங்க நின்னு பேசலாம் இல்லாட்டி பாசிங்ல இடத்தை காட்டிட்டு கிளம்பிடுவோம், சரியா?' என்ற என் கேள்விக்கு மையமாய்த் தலையாட்டினார். ஆனால் அடுத்தநாள் மரபு நடையின் போது கிட்டத்தட்ட 20 வண்டிகளுக்கு மேல் கூடிவிட்டதால் மயானம் அருகே நிற்பது சரியாகப்படவில்லை. காசிமேடு சென்றும் மயானபூமியை விடுத்து மற்ற இடங்களைக் காட்டிவிட்டு வந்தேன். மனதுக்குள் எப்படியாவது ஜீவா நினைவகம் குறித்து சரியான இடத்தில் பதியவேண்டும் என்பது மட்டும் மனதுக்குள் நின்றது. அதற்கு சரியான வாய்ப்பாக சிபிஎம் தோழர்களின் வடசென்னை ஃபேஸ்புக் பக்கத்தில் வடசென்னைபற்றி பேசும் வாய்ப்பு கிடைத்தது. கிடைத்த வாய்ப்பை தவறவிடாமல் பயன்படுத்திக் கொண்டேன்.

ஏ.எஸ்.கே. மற்றொரு சகாப்தம் என்பதை அந்த உரைக்கு தயாரிக்கும்போது உணர்ந்துகொண்டேன். ஜீவாவைத் தெரிந்த அளவுக்குக்கூட நான் ஏ.எஸ்.கேவை அதற்கு முன்னர் தெரிந்து கொண்டிருக்கவில்லை. இருவரும் உற்ற தோழர்கள், ஒருங்கிணைந்த கம்யூனிஸ்ட் கட்சியின் இரு முதுபெரும் தூண்கள் ஜீவாவும், ஏ.எஸ்.கேயும்! மதுரையை அடுத்த ஆவியூர் என்ற ஊரில் பிறந்து வளர்ந்த ஸ்ரீனிவாச ஐயங்கார், ஹைதராபாத் நகருக்கு பணி தேடி குடிபெயர்ந்தார். அவருக்கும் இணையர் தங்கம்மாளுக்கும் ஆறாவது குழந்தையாக 1906ம் ஆண்டு ஏ.எஸ்.கிருஷ்ணமாச்சாரி பிறந்தார்.

பட்டப்படிப்பு முடித்த கிருஷ்ணமாச்சாரி, ஐதராபாத் நகரிலிருந்த கிறித்துவப் பள்ளி ஒன்றில் அறிவியல் ஆசிரியராகப் பணியாற்றத் தொடங்கினார். அப்பள்ளியில் ஏற்கெனவே கிருஷ்ணமாச்சாரி என்னும் ஒருவர் வேலை பார்த்துக் கொண்டிருந்ததால், அப்பள்ளியின் தலைவராக இருந்த பாதிரியார், இவரை ஏ.எஸ்.கே. அய்யங்கார் என அழைக்கத் தொடங்கினார். இப்பெயரே, இறுதிவரை ஏ.எஸ்.கே-வின் பெயராக நிலைத்துவிட்டது. சில மாதங்களே பள்ளியில் பணியாற்றிய ஏ.எஸ்.கே, 1934ம் ஆண்டு சென்னைக்கு இடம்பெயர்ந்தார். மீரட் சதி வழக்கு குறித்து வாசித்து அறிந்து கொண்ட ஏ.எஸ்.கே, கம்யூனிச மார்க்சிஸ்டு சித்தாந்தங்கள் குறித்தும் வாசித்து, விவாதித்து அறிந்தார்.

பெரியார், சிங்காரவேலர், ஜீவா போன்ற ஆளுமைகளின் நட்பு அவரது பார்வையை மாற்றியது. 1934ம் ஆண்டு சென்னையில் தடை செய்யப்பட்டிருந்த இந்தியப் பொதுவுடைமைக் கட்சியில் சேர்ந்தார். ஜீவாவின் நட்பு தொழிற்சங்க அரசியல் பால் அவரது கவனத்தை ஈர்த்தது. அவரது தமிழ் மாணாக்கராகவும் பயிலத் தொடங்கினார். தொழிற்சங்கக் கூட்டங்களில் ஜீவாவும் ஏ.எஸ்.கேவும் இணைந்து உரை நிகழ்த்துவது வாடிக்கையானது. சென்னை துறைமுக தொழிலாளர்களுக்கு அவராற்றிய தொண்டு அளவிடமுடியாதது. இந்திய கம்யூனிஸ்ட் கட்சியையும், தொழிலாளர் இளைஞர் லீக்கையும் அரசு தடைசெய்தவுடன், கம்யூனிஸ்டுகள் தொழிலாளர் பாதுகாப்பு லீக்கை ஆரம்பித்தனர். அதில் ஏ.எஸ்.கே. முக்கியப் பங்காற்றினார்.

1937ஆம் ஆண்டு ஏ.எஸ்.கே. சென்னை அச்சுத் தொழிலாளர் சங்கத்தின் பொதுச்செயலாளரானார். விடுதலைப் போராட்ட காலத்திலும் அதற்குப் பின்பும் கிட்டத்தட்ட 15 ஆண்டுகள் ஏ.எஸ்.கே. சிறையில் கழிக்க நேர்ந்தது. சென்னை துறைமுகத்

தொழிலாளர்களுக்காக ஏ.எஸ்.கே. தொழிற்சங்கம், கூட்டுறவுப் பண்டகசாலை, பயிற்சிப்பள்ளி போன்றவற்றை போராடி பெற்றுத்தந்தார். 1937ம் ஆண்டு காங்கிரஸ் ஆட்சிக்கு வந்தபின் நடந்த முதல் போராட்டம் ஹோ அண்டு கோ - வில் நடைபெற்றது. ஏ.எஸ்.கே. அதை முன்னின்று நடத்தினார். அதே ஆண்டு இடைக்கால அரசு சோஷலிஸ்ட் கட்சியின் கோடை வகுப்புகள், கோட்டைபட்டிணத்தில் நடைபெற்ற பயிற்சி வகுப்புகளை தடுத்து நிறுத்தியதோடு நில்லாமல், உறுப்பினர்கள் மேல் தடியடி நடத்தியது.

இதைக் கண்டித்து மும்பையில் ஏ.எஸ்.கே. கூட்டமொன்றில் பேசியதை மே 2, 1937 தேதியிட்ட பாம்பே கிரானிக்கிள் இதழ் தெரிவிக்கிறது. நாடு விடுதலை அடைந்த பின்பும் தொழிற்சங்க நடவடிக்கைகளில் முழு ஈடுபாட்டுடன் ஏ.எஸ்.கே செயல்பட்டார். 1957ம் ஆண்டு ஈ.எஸ்.ஐ அமைப்பின் உறுப்பினராகவும் செயல் பட்டார். அனைத்திந்திய தொழிற்சங்க காங்கிரஸின் பொதுக்குழு உறுப்பினராகவும், தமிழ்நாடு ஏ.ஐ.டி.யூ.சி.யின் துணைத் தலைவராகவும் பணியாற்றி வந்தார். மதராஸ் போர்ட் மற்றும் டாக் தொழிலாளிகள் யூனியன் தலைவராகவும், மதராஸ் ஹார்பர் தொழிலாளர்கள் சங்கத்தின் பொதுச்செயலாளராகவும் இயங்கினார். தான் மிகவும் நேசித்த ஹார்பர் மக்களிடையே திருமணமே செய்து கொள்ளாமல் வாழ்ந்த ஏ.எஸ்.கே, 1978ம் ஆண்டு மறைந்து போனார்.

'கம்யூனிஸம் என்றால் என்ன?' 'கம்யூனிஸ்டு தத்துவத்தின் அடிப்படை', 'கடவுள் கற்பனையே' - 'புரட்சிகர மனித வரலாறு', 'தொழிற்சங்கம்', 'தங்கம்மா (நெடுங்கதை)', 'உலக கம்யூனிஸ்டு இயக்க வரலாறு', 'பகுத்தறிவின் சிகரம் ஈ.வெ.ரா', ஆகிய நூல்களையும் ஏ.எஸ்.கே. எழுதியிருக்கிறார். இரு மாபெரும் பாட்டாளி வர்க்க கூட்டாளிகளை தனக்குள் அடக்கிய காசிமேடு மயானம் இன்று குப்பைமேடாகக் காட்சியளிக்கக் காரணமானவர்கள் இனியேனும் திருந்துவார்களா?

•

29

காசிமேடு கல்லறை

முன்பொருமுறை ராக்ஸ் கல்லறைக்குச் செல்லவேண்டும் என்று நானும் தோழி ரேஷ்மியும் ஆட்டோக்காரர் ஒருவரை நம்பி பாரிமுனையில் ஏறினோம். 'ராக்ஸ் கல்லறை தெரியுமா?' என்ற எங்கள் கேள்விக்கு எடுத்த எடுப்பிலேயே, 'ஓ..அதெல்லாம் என்ன பிரமாதம், நல்லா தெரியும். கிறிஸ்டீன் கல்லறை தோட்டம்தான? வாங்க, வாங்க', என்று அழைத்துச் சென்றவர், ஓட்டினார் ஓட்டினார், ஆட்டோவை ஆந்திரா பார்டருக்கே ஓட்டிச்சென்று விட்டார். 'ஐயோ ரொம்ப நேரம் போற மாதிரி இருக்கே, எங்கண்ணே போறீங்க?' என்ற எங்கள் பதட்டக் கேள்விக்கு அண்ணன் கொஞ்சமும் அசையவில்லை. 'தா... இப்ப வந்துரும், இருங்கம்மா', என்றவர் சிவப்பு நிற வாயில் ஒன்றின் முன் வண்டியை நிறுத்தினார். 'தோ... இத்தான், எறங்கிக்க', என்று அவர் சொல்லவும், வாயில் போர்டை வாசித்தேன். தெளிவாக காசிமேடு கிறிஸ்துவக் கல்லறை என்று சொன்னது.

'ஏண்ணே... நாங்க இதை கேக்கல... ராயபுரம் கல்லறை கேட்டோம்', என்று நாங்கள் கையைக் காலை உதைத்து சண்டையிட, 'தா பார்... இத்தான் கல்ற... இம்மாம் வர்சம் இங்கத்தான் க்றேன், என்க்கு தெர்யாதா?', என்று அவர் மீண்டும் உதார் விட்டார். ஒருவழியாக அது வேறு இது வேறு என்று அவருக்குப் புரியவைத்து மீண்டும் 100 ரூபாய் தெண்டம் அழுத பின்தான் ராக்ஸ் கல்லறைக்கு எங்களை திருப்பி அழைத்துச் சென்றார். ராயபுரம் கல்லறை வேறு, காசிமேடு கல்லறை வேறு

காசிமேடு கிறிஸ்துவக் கல்லறை

என்ற தெளிவு வர 100 ரூபாய் தெண்டம் அழுதததை நினைத்து இன்னொருமுறை நொந்து கொள்கிறேன்.

காசிமேடு கிறிஸ்துவக் கல்லறையை அந்தப் பக்கம் போகும் போதெல்லாம் பார்ப்பதுண்டு. கீழ்ப்பாக்கம், குபிள் தீவு கல்லறைகளின் செந்நிற ஓடு வேய்ந்த முகப்பு போன்ற அமைப்பே காசிமேடு கல்லறைக்கும் அமைந்துள்ளது. என்னடா இது, பார்ப்பதற்கு அச்சு அசலாய் கீழ்ப்பாக்கம் தோட்டம்போலவே இருக்கிறது என்று வியந்துபோய் முதல் முறை பார்த்தேன். அதன் பின் அந்தப் பக்கம் கடந்துபோகும்போதெல்லாம் உள்ளே செல்லவேண்டும் என்று கால்கள் துறுதுறுக்கும். அப்படிப் பலமுறை சிந்தித்தும், ஏதோ காரணங்களால் உள்ளே போகவே முடியவில்லை. கல்லறைக்குள் செல்ல 'இறை அழைத்தல்' ஒன்றுவேண்டும் தெரியுமா? ஏதோ காரணத்தால் கல்லறைகள் மேல் தீவிர காதல் உண்டு. கல்லறை விசிட் அனுபவங்களை தனி நூலே எழுதலாம்!

ஜூலை 6, 2019.

கல்லறை கேட் திறந்திருந்ததால் முன்பக்க நுழைவு வாசல் ஆர்ச் வழியே வண்டியை ஓட்டிக்கொண்டு சென்றேன். இடதுபக்கம் அலுவலகம் என்று போர்டு சொன்னது. வண்டியை கொஞ்சம்

முன்னே சென்று நிறுத்திப் பூட்டினேன். கண்ணுக்கெட்டிய தூரம்வரை கல்லறைகள் பரந்து விரிந்திருந்தன. 'மெட்ராஸ் சிமின்டிரிஸ் போர்டு டிரஸ்ட் (பதிவு)', பழைய கல்லறை, காசிமேடு, சென்னை-13 என்று ஒரு பக்க கேட்டில் எழுதப்பட்டிருந்தது. கூடவே 'இது கல்லறைத் தோட்டம்' என்ற அறிவிப்பும்.

முன்பக்க நுழைவு வாசலுக்கு மேலே தெரிந்த வட்டவடிவ வென்டிலேட்டர் சன்னலில் புறா ஜோடி ஒன்று பறந்து பறந்து கூடு கட்டிக்கொண்டிருந்தது. கண்ணுக்கெட்டிய தூரம்வரை வேறு மனிதத்தலைகள் தென்படவில்லை. அலுவகத்தின் வாசலில் நின்றுகொண்டிருந்த அண்ணன் குறுகுறுவென பார்த்துக் கொண்டிருந்தார். நான் கல்லறைகளில் இருந்து கண்களை எடுக்காமல், 'சார், உள்ளே கல்லறைங்கள பார்க்கலாமா?' என்று கேட்க என்னை அவர் இன்னும் ஆர்வத்துடன் பார்த்தார்.

'உங்க வயசுக்கு நீங்க ஸ்டூடன்ட் மாதிரி தெர்லையே?', என்ற அவர் எதிர்க்கேள்வி மண்டையில் உரைத்தது. 'ஐயோ, ஸ்டூடன்ட் எல்லாம் இல்ல சார். சும்மாதான். ஹிஸ்டரின்னா கொஞ்சம் இன்டரஸ்ட். அதான் பழைய இடம் எல்லாம் பார்த்து, அத பத்தி தெரிஞ்சு எழுதிட்டு இருப்பேன்.'

'ஓ..எழுத்தாளரா? என்ன புக் எழுதி இருக்கீங்க?'

'ஐயோ புக் எல்லாம் எழுதல சார். சும்மா பத்திரிகைல எதாவது எழுதுவேன்.'

என்ன நினைத்தாரோ தெரியவில்லை. 'கொஞ்சம் வெய்ட் பண்ணுங்க. ஒருத்தங்க பணம் கட்ட வரணும். நானே வந்து உங்களுக்கு எல்லாம் சொல்லித் தரேன்', என்றார். அவருக்கு தலையசைத்துவிட்டு வெளியே காத்திருக்கலாம் என்று நினைத்தால், அவர் விடுவதாக இல்லை. 'உள்ளார வந்து உக்காருங்கம்மா' என்று உபசரித்தார். அலுவலக அறைக்குள் கத்தை கத்தையாக ஃபைல்கள், கட்டுகள். அவற்றைப் பார்த்தபடி அமர்ந்திருந்தால் சற்று நேரத்தில் இரு ஆண்கள் வந்து பணம் கட்டிச் சென்றார்கள். செங்கோல் ராஜ் என்று கல்லறை பொறுப்பாளர் தன்னை அறிமுகம் செய்துகொண்டார். அவரிடம் ரசீதை வாங்கிப் பார்த்தால், 'ஹாஃப் மேசன்ரி ஃபீஸ்' என்று பெயர் இருந்தது. இறந்துபோனவருக்கு புதிதாக கல்லறை கட்டும்போது இந்த மேசனரி ஃபீஸ் வசூலிக்கப்படுகிறது.

காசிமேடு கல்லறையில் முழு மேசனரி கல்லறை ஒன்றுக்கு 11000 ரூபாயும், ஹாஃப் மேசனரி கல்லறை ஒன்றுக்கு 9000 ரூபாயும்

வசூலிக்கப்படுகிறது. இவை தவிர எளிய மக்களுக்கென மண்ணாலான கல்லறை ஒன்றுக்கு 1000 ரூபாயும் வசூலிக்கப் படுகிறது. கீழ்ப்பாக்கத்தில் இருப்பதுபோல வால்ட்முறை, சாம்பலை மட்டும் புதைப்பது, ரிசர்வ் பிளாட் கல்லறைகள் ஆகியவை இங்கு கிடையாது. அந்த ரசீதில்தான் 'காசிமேடு' என்று கல்லறை இருப்பிடம் குறிபிடப்பட்டிருந்தது. 'பல வருசமா இது காசிமேடுதான? இப்பதான் புதுசா காசி மாநகர் அது இதுன்னு என்னலாமோ சொல்றாங்க?' என்று கேட்டு சிரித்தார் ராஜ். கீழ்ப்பாக்கத்தில்தான் இந்த மெட்ராஸ் சிமெட்ரீஸ் போர்டு டிரஸ்டின் நிர்வாக அலுவலகம் இருக்கிறது என்றும் மேற்படி தகவல் தந்தார்.

சென்னை நகரின் கல்லறைகள் பல்வேறு தேவாலயங்களுக்குச் சொந்தமான இடங்களில், அவற்றின் அருகிலேயே அமைந்தன. ஆர்மீனியர், கத்தோலிக்கர், புராடஸ்டன்டுகள் என்று அந்தந்த ஆலயங்கள் தங்கள் ஆலயங்களுக்கு சொந்தமான கல்லறைகளை நிர்வகித்து வந்தன. பின்னர் எக்லசியாஸ்டிக்கல் துறை, மெட்ராஸ் பொதுப்பணித்துறை வசம் இவற்றின் நிர்வாகம் வந்தது. 1947ம் ஆண்டு எக்லசியாஸ்டிக்கல் துறை ஒழிக்கப்பட, 1948ம் ஆண்டு அந்தந்த பகுதியின் 'லோக்கல் சிமெட்ரீஸ் கமிட்டிகள்' வசம் கல்லறைகள் நிர்வாகம் ஒப்படைக்கப்பட்டது. அதன் பின் சவுத் இந்தியா சிமெட்ரீஸ் போர்டு இவற்றை 1956ம் ஆண்டு வரை நிர்வகித்தது.

1956ம் ஆண்டு சென்னை சிமெட்ரி கமிட்டி உருவானது. சி.எஸ்.ஐ. மற்றும் கத்தோலிக்கர்கள் அடங்கிய இந்த கமிட்டி, பாடிகார்ட் சாலை கல்லறை, புரசை மத்தியாஸ் ஆலய கல்லறை, தானா தெரு கல்லறை, பெரம்பூர் பாரக்ஸ் கல்லறை, காசிமேடு மற்றும் கீழ்ப்பாக்கம் கல்லறைகள் இந்த கமிட்டியின் மேற்பார்வையில் நிர்வகிக்கப்படும் என்று கமிட்டி கூட்டத்தில் முடிவெடுக்கப் பட்டது. இவற்றில் கீழ்ப்பாக்கம், காசிமேடு தவிர மற்ற கல்லறைகள் நிரந்தரமாக இடமின்மை காரணமாக மூடப்பட்டு விட்டன. தலைவர், துணைத்தலைவர், செயலாளர், பொருளாளர் என தலைமைப் பதவிகளுக்கும், உறுப்பினர் பதவிகளுக்கும் சி.எஸ்.ஐ. மற்றும் கத்தோலிக்க சபைகளிலிருந்து நியமனங்கள் செய்யப்படுகின்றன. 1982ம் ஆண்டு இந்த கமிட்டி 'மெட்ராஸ் சிமெட்ரீஸ் போர்டு டிரஸ்ட்' என பெயர் மாற்றமடைந்தது. '

காசிமேடு கல்லறை 1900ம் ஆண்டு திறக்கப்பட்டது. இதன் இன்றைய பரப்பளவு 1.5 ஹெக்டேர். இங்குள்ள தொன்மையான கல்லறைகள் 1920களைச் சேர்ந்தவை. செப்டம்பர் 1924 தேதியிட்ட

கல்லறை ஒன்றை ஆர்வமாக சுட்டுகிறார் செங்கோல் ராஜ். 'இங்க இருக்குற கல்லறை எல்லாத்துலயும் ரொம்ப பழசு இதான்மா.' எஸ். டாசன் என்ற பெயரைத் தவிர அதில் வேறெதுவும் கண்டுபிடிக்க முடியவில்லை. அந்தக் கல்லறைக்கு நடுவே சாலையின் சாய்வுக்கல் வேறு முட்டி நின்றது. இங்கு அடக்கம் செய்யப் பட்டவர்கள் பெரும்பாலும் எளிய பணிகளிலிருந்த வட சென்னையின் ஆங்கிலேயர்கள், ஆங்கிலோ இந்தியர்கள். உழைக்கும் வர்க்கத்தின் கல்லறைகள் இவை. 'தோ... அந்தப் பக்கம்தான் பழைய கல்லறை எல்லாம் இருக்கு, நீங்க பார்த்துட்டு வாங்க', என்று ராஜ் கிளம்பிவிட்டார்.

ஆளற்ற கல்லறையில் சற்று நேரம் கண்மூடி நின்றேன். என்னைச் சுற்றி அடக்கம் செய்யப்பட்டிருக்கும் இந்த மக்கள் காசிமேடை கண்டார்களா? எப்படி இங்கு வாழ்ந்தார்கள்? அவர்களுக்கு என்ன பிடித்திருந்தது? ஏன் இந்த நகரைவிட்டு தங்கள் சொந்த நாடுகளுக்குச் செல்லப் பிடிக்காமல் இங்கேயே அடங்கிப் போனார்கள்? ஒரு வரிசையில் 4 பெண்களின் கல்லறைகள் வரிசையாகத் தெரிந்தது.

1922 முதல் 1925ம் ஆண்டுக்குள் இறந்துபோன சாரா ஆன் ஹிஸ்காக்ஸ், மரியோன் ஹன்ட்லி பேக்கர், மேரி லூயிஸா ஹன்ட்லி வெஸ்ட், எஸ்தர் லாப்தோர்ன் சாகர் என்ற பெயர்கள் புரிந்தன. ஆனால் இந்தப் பெண்கள் என்ன செய்துகொண்டிருந்தார்கள் என்று கண்டுபிடிக்க நம்மிடம் எந்தத் தரவுகளும் கிடையாது. ஆண்களுக்காவது அவர்கள் பணியாற்றிய இடங்களிலுள்ள ரிஜிஸ்தர்களும் தஸ்தாவேஜுகளும் பேசும். இந்தப் பெண்களின் வாழ்க்கையை எதைக் கொண்டு பேச? சட்டென ஒரு வெறுமை மனதில் குடிகொண்டது. அங்கிருந்த ஆண்களின் கல்லறைகளை அமைதியாக புகைப்படம் எடுத்துக்கொண்டேன்.

அவர்களது பெயர்களைப் பின்னாளில் அலசித் தேடியதில் ஒன்றிருவர்பற்றிய தகவல்கள் கிடைத்தன. சாக் என்ற குடும்பப் பெயர் ஒன்றிரண்டு கல்லறைகளில் காண முடிந்தது. வில்லியம் அகஸ்டஸ் சாக், ஸ்டீபன் சாக் என இரு பெயர்கள் தெரிந்தன. வில்லியம் சாக் பற்றி எந்தத் தகவலும் தெரியவில்லை. ஸ்டீபன் சாக் 'அபோதிகரி'யாகப் பணியாற்றியவர். மருந்து தயாரித்து விற்பனைக்குக் கொண்டுவருபவர் இந்த அபோதிகரி. மணியக்காரர் சத்திரத்துக்கு எதிரே இருந்த தொழு நோயாளிகள் மருத்துவ மனையில் மருந்தாளுனராகப் பணியாற்றியவர் ஸ்டீபன். 1924ம் ஆண்டு தன் 82வது வயதில் இறந்திருக்கிறார் ஸ்டீபன்.

ஒரு பக்கமாக சரிந்து நின்றிருந்த கல்லறைத் தலைக்கல் 'ராபர்ட் கார்டன் ஆர்' என்ற பெயரைச் சொன்னது. ராபர்ட் கார்டன் ஆர், சார்ஜன்ட், மெட்ராஸ் சிட்டி போலீஸ், இறப்பு 1924 என்ற தகவலைக் கண்டதும் ஆஜானுபாகுவான காவல்துறை அதிகாரி என்று மட்டும் அன்று எண்ணிக்கொண்டேன். வீடு திரும்பியபின் ராபர்ட் கார்டன் ஆர் பற்றி கொஞ்சம் தேடியதில் சுவாரஸ்யமான தகவல்கள் கிடைத்தன. ராபர்ட்டின் தந்தை அயர்லாந்து நாட்டவர், தாய் ஸ்காட்லாந்து நாட்டவர். தம்பதி வளமான எதிர்காலம் தேடி அமெரிக்காவுக்கு கப்பல் ஏறியது. துரதிர்ஷ்டவசமாக பெற்றோர் இருவரும் அமெரிக்காவில் சிறு வயதிலேயே இறந்துபோக, அனாதையாக விடப்பட்ட சிறுவன் ராபர்ட், ஸ்காட்லாந்தில் தன் தாய்மாமன் டங்கன் என்பவரது வீட்டுக்கு அனுப்பப்பட்டான்.

மாமாவின் வீட்டில் சரியான கவனிப்பு, அரவணைப்பு இல்லாமல் போகவே, கள்ளத்தனமாக கப்பல் ஒன்றில் இங்கிலாந்திலிருந்து தப்பினான் ராபர்ட்.

அப்போதைய இந்தியாவின் கராச்சி நகருக்கு வந்து சேர்ந்த ராபர்ட், தன் வயதைக் கூட்டிச்சொல்லி ராணுவத்தில் பணியில் சேர்ந்தான். இந்தியாவுக்கு வீரர்கள் வரத் தயங்கிய காலம் என்பதால் ஆங்கிலேயருக்கு எப்போதும் ராணுவ, காவல் துறை வேலைகளுக்கு ஆள் தேவை இருந்துகொண்டே வந்தது. மூன்று வெவ்வேறு தேதிகளை தன் பிறந்த நாள் என்று ராணுவத்திலும் காவல் துறையிலும் தந்திருந்தார் ராபர்ட்! ராயல் கேரிசன் ஆர்டிலரி படையில் துப்பாக்கி வீரர் பணி ராபர்டுக்குக் கிடைத்தது. கிடைத்த வேலையைத் தக்கவைத்துக்கொண்டவர், ஹில்டே என்ற ஆங்கிலேயப் பெண்மணிமேல் காதல்கொண்டு அவரை இந்தியாவிலேயே திருமணம் செய்துகொண்டார்.

காவல் துறை அதிகாரி என்ற பெயருக்குக் கொஞ்சமும் பொருத்தமில்லாமல் மிகப் பணிவாகவும், அன்புடனும் நடந்து கொள்பவர் என்று தங்கள் மூதாதையர் குறித்து ஆர் குடும்பத்தினர் எழுதி இருக்கிறார்கள். அதிலும் குறிப்பாக ஒரு காவல்துறை அதிகாரிக்குரிய ஆஜானுபாகு உடல்வாகு இல்லாமல், ஒடுங்கிய முகத்துடன், ஒட்டிய உடலுடன் இருந்தவர் ராபர்ட் என்றும் குறிப்பிடுகிறார்கள். ஏதோ காரணத்துக்காக இங்கு வந்து பஞ்சம் பிழைக்க வந்த ஆங்கிலேயர்தான் நம் நாட்டவரை காவல் துறை அதிகாரிகளாக, ராணுவத்தினராக அடக்கி ஆண்டிருக்கிறார்கள் என்பதை நினைத்து சிரித்துக்கொண்டேன்.

புதிய கல்லறைகளும் வரிசையாக தோட்டத்தில் தெரிந்தன. ஆனால் அவற்றில் நான் தேடிப் பார்க்கவோ, படிக்கவோ பெரிதாக ஒன்றும் இருக்கப்போவதில்லை என்று தோன்றியது. இருப்பினும் மீண்டும் ஒருமுறை கல்லறைகளின் கல்வெட்டுப் பெயர்களை வாசித்தபடி தோட்டத்தைச் சுற்றிவந்தேன். மாலை மங்கத் தொடங்கியிருந்தது. 'அம்மா, பூட்டிரலாமா?' என்று அலுவலக வாசலில் நின்று பரிதாபமாகக் கேட்டார் செங்கோல் ராஜ். 'ஏண்ணே இங்க நாள் பூரா தனியா இருக்கீங்களே, பயமா இல்லையா?' என்று அவரை வாருகிறேன். 'அட... வெளிய இருக்குற பிசாசுங்கள விடவாம்மா இங்க தூங்குறவுங்க மோசமா இருக்கப் போறாங்க?' சத்தமாக சிரிக்கிறார்.

அவரிடமிருந்து விடைபெற்றுக்கொண்டு விட்டத்தை அண்ணாந்து பார்க்கிறேன். புறாக்கள் கூடடைந்து ஒடுங்கிவிட்டன. எளிய மக்களின் கல்லறைகளைத் தேடி அவர்களது உறவினர்கள் எப்போதாவது இனி வந்தால் தான் உண்டு. மற்றபடி உள்ளே அடங்கியிருப்பவர்களுக்குத் துணை அவர்கள் செய்த நற்செயல்களே.

•

30

காசிமேடு துறைமுகம்

சென்னையில் மீள் குடியமர்ந்த பின் அடிக்கடி கேள்விப்பட்ட பெயர் காசிமேடு. ராயபுரம் மரபு நடை தயாரிப்பின் போதே அடுத்து காசிமேடு மரபு நடை ஒன்றை நடத்தவேண்டும் என்பதை முடிவு செய்தாகிவிட்டது. சரவணன் முதல் முறையாக காசிமேடு மீன்பிடி துறைமுகத்துக்கு அழைத்துச் சென்றபோது கொஞ்சம் ஆச்சர்யமாகவே இருந்தது. காரணம் - அங்கிங்கெனாதபடி எங்கும் நிறைந்திருந்த பெண்கள். மீன் விற்பவர்கள், ஏலம் விடுபவர்கள், மீன் வாங்க கூடைகளுடன் படையெடுக்கும் சிறு வியாபாரிகள், வீட்டுக்கு மீன் வாங்க கூடையுடன் வருபவர்கள், கருவாடு விற்பவர்கள், மீன் சுத்தம் செய்து தருபவர்கள், இட்லி, ஆப்பக்கடைக்காரர்கள், வட்டலப்பம் விற்பவர்கள் என்று முழுக்க முழுக்க பெண்களின் ஆதிக்கம் மீன் விற்கப்படும் துறைமுகப் பகுதியில் இருக்கிறது.

இதற்கு அப்படியே எதிராக காசிமேடு துறைமுகத்தின் வடக்குப் பகுதி இருக்கிறது. எங்கும் ஆண் முகங்கள்தான். வட பகுதி N4 துறைமுகத்தின் பெயரைக் கேள்விப்பட்டிருக்கிறேனே தவிர உள்ளே சென்று பார்த்தது இல்லை. வலைதளங்களில் தேடிய வரையில் கல்லூரி மாணவர்களுக்கும், இளம் வயதினருக்கும் N4 ஒரு ஹிப் ஹேங்-அவுட் இடம். வார இறுதி நாள்களில் கற்கள் பாவிய அலைதாங்கியை வருடிச் செல்லும் அலைகளின் படங்கள் கூகிளில் தேடினால் காணக்கிடைத்தன. சரவணன் காசிமேடு

துறைமுகத்தைக் காண்பித்த பிறகு, ஒன்றிரண்டுமுறை பைக்கில் வட பகுதி துறைமுகச் சாலையில் சென்று பார்த்திருக்கிறேன்.

அலைதாங்கிக்குச் செல்வதற்கு முன்பாகவே வலதுபக்கத்தில் பிரியும் சாலையும், அதில் வரிசையாக கடலை முத்தமிடக் காத்திருக்கும் புதுப் படகுகள், கடல் முத்தமிட்டு வழியனுப்பிய பழைய படகுகள் என்று வரிசை கட்டி நிற்கும் கலங்களைக் கண்டு வியந்திருக்கிறேன். பைக்கில் ஒன்றிரண்டுமுறை அந்த சாலையில் இறுதிவரை சென்று திரும்பி இருக்கிறேன். படகுகளை செப்பனிடும் ஆண்கள், வலைகளை செப்பனிடும் ஆண்கள், இவர்கள் தவிர ஓய்வாக அமர்ந்து சீட்டாடும் ஆண்கள் என்று பலதரப்பட்ட மக்கள் கூடும் இடமாக தெரிந்தது. ஆனாலும் தமிழ் சினிமாக்கள் காட்டிய வடசென்னை, காசிமேட்டின் முகம் நினைவுக்கு வர, தனியே அங்கு செல்வதை விரும்பவில்லை.

காசிமேட்டு மீனவர்கள் தொடர்பு கிடைக்குமா என்று குழம்பியபோது சட்டென நினைவுக்கு வந்தது பாளையம் அண்ணன்தான். ஊரூர் ஆல்காட் குப்பம் விழா. இரு ஆண்டுகளுக்கு முன்புவரை பெசன்ட் நகரை அடுத்த ஊரூர் மற்றும் ஆல்காட் குப்பம் பகுதிகளில் ஒவ்வொரு ஆண்டும் கலை விழாக்களை நடத்தி வந்தனர் பிரபல பாடகர் டி.எம்.கிருஷ்ணா தலைமையிலான குழுவினர். செவ்வியல் இசை, நடன நிகழ்ச்சிகள் போன்றவற்றை ஊரூர் மற்றும் ஆல்காட்குப்பம் பகுதிகளில் நிகழ்த்துவதும், மீனவர் வாழ்வியலை எடுத்துக்காட்டும் மரபு நடைகள் உள்ளிட்டவைகளை மற்ற நகர்வாசிகளுக்கு எடுத்துக்காட்டும்வகையிலும் இந்த நிகழ்ச்சிகள் ஏற்பாடு செய்யப்பட்டன. அப்படி விழாவுக்குச் செல்லும்போதும், ஒருங்கிணைப்பில் தன்னார்வமாக உதவும் போதும் பாளையம் அண்ணா, மனோகர் அண்ணா போன்ற ஊரூர் மீனவ நண்பர்கள் அறிமுகமானார்கள்.

எப்போதாவது அவர்களிடம் அலைபேசியில் உரையாடுவது உண்டு. பாளையம் அண்ணாவின் நினைவு வர, அவரை அழைத்து காசிமேடு பகுதி மீனவர்கள் யாராவது ஒருவரது அறிமுகம் தரமுடியுமா என்று கேட்டேன். ‘செஞ்சா போச்சு, நானே கூட்டியாந்து சேர்க்குறேன். நீங்க பேசுங்கம்மா’, என்றவர் ஒரு வார இறுதிநாள் மாலை 6 மணிக்கு N4 துறைமுக திருப்பத்தில் சந்திப்போம் என்றுவிட்டு ஃபோனை வைத்துவிட்டார்.

அவர் சொன்ன நேரத்துக்கு முன்பே போய் திருப்பத்தில் காத்திருந்தேன். பாளையம் அண்ணனும் அவரது நண்பரும் பிதுங்கி

வழிந்தபடி வந்த பஸ் ஒன்றில் வந்திறங்கினார்கள். குமார் என்ற அவரது உறவினரை அறிமுகம் செய்வதாகச் சொன்ன பாளையம் அண்ணன் எதிர்புறமுள்ள தெருக்களில் ஒன்றுக்குள் அழைத்துச் சென்றார். அழகிய சிறுவீடு. குமாரின் மனைவி மாரியம்மன் கோயில் விழாவுக்கு கிளம்பிக்கொண்டிருந்தார். எங்களுக்கு காபி தந்து உபசரித்துவிட்டு வெளியேறினார்.

குமாரை அழைத்துக்கொண்டு நாங்கள் N4 துறைமுகப் பகுதிக்கு வந்தோம். காசிமேடு மீனவர்கள்பற்றிய என் கேள்விகளுக்கு பொறுமையாக பதில் சொன்னார். பல ஊர்களைச் சேர்ந்த, மீன் பிடிப்பது தவிர பிற வாழ்வியல் கொண்டவர்கள் வாழும் பகுதி என்பதை விளக்கியவர், மீன்பிடி சொசைட்டியின் அட்டை இருப்பவர்கள் மட்டுமே கடலுக்குள் மீன்பிடிக்கச் செல்ல முடியும் என்று விளக்கினார். பேசிக்கொண்டிருக்கும்போதே அவருக்கு அன்று இரவு கடலுக்குச் செல்லவேண்டிய அவரது படகுக்கு டீசல் பிடிக்க, உணவுக்கு பொருள்கள் வாங்க பணம் வேண்டும் என்று அலைபேசி அழைப்புகள் வந்தபடி இருந்தன. இன்னொரு நாள் சந்திக்கலாம் என்று சொல்லி விடைபெற்றார்.

ரோடாவுடன் அங்கு செல்வது என்று முடிவானதும் பெரு மகிழ்ச்சியாக இருந்தது. தனியே சுற்றுவதற்கும், இருவராக அரட்டை அடித்துக்கொண்டு கிறுக்குத்தனங்கள் செய்துகொண்டு சுற்றுவதற்கும் நிறைய வேறுபாடு உண்டு இல்லையா? பெண்கள் இருவரும் பைக்கை நிறுத்திவிட்டு நடந்து N4 படகு கட்டும் பகுதிக்குள் நடந்து செல்லும் போது அங்கு வேலை செய்து கொண்டிருந்தவர்களுக்கு கொஞ்சம் வேடிக்கையாக இருந்திருக்க வேண்டும். புதிய ஃபைபர் படகு ஒன்று தயாராகிக்கொண்டிருக்க, அதன் அருகே சேர் போட்டு ஆஜானுபாகுவாக அமர்ந்திருந்தவரிடம் மெல்ல பேச்சு கொடுத்தோம். ‘சார் நம்ம படகா?’ ‘ஆமா, நீங்க யார்? என்ன வோணும்?’ ‘இல்ல சார், படகு கட்டுறது பத்தி தெரிஞ்சுக்கலாம்னு. நான் எழுத்தாளர்.’ சட்டென ‘ஓ..அப்ப குமுதம் விகடன்ல எல்லாம் எழுதுவீங்களா?’ என்றார். இல்லை என்று அவருக்கு புரியவைத்து படகு பற்றிய பேச்சை எடுப்பதற்குள் போதும் போதும் என்றாகிவிட்டது.

‘இந்தப் படகு என்ன வெல இருக்கும் தெரியுமா?’ என்ற அவர் கேள்விக்கு இருவரும் திருதிருவென விழித்தோம். ‘அட, சும்மா சொல்லுங்க’, என்று அவர் உற்சாகப்படுத்த, ‘ஒரு பத்து - பதினஞ்சு லட்சம் இருக்குமா?’ என்று இழுத்தேன். அவர் மட்டுமல்ல, அங்கு ஃபைபர் ஒட்டிக்கொண்டிருந்த தொழிலாளர்கள் எல்லோரும்

சேர்ந்து சிரித்தார்கள். 'ஒரு கோடிய தாண்டிருச்சும்மா' என்று அவர் பதில் சொல்லவும், நமக்கு முகத்தில் ஈயாடவில்லை. சுமார் 40 அடி நீளமுள்ள படகு ஒன்றைத் தயாரிக்க இவ்வளவு செலவு என்றால், யாரால் இவ்வகை படகுகளை வாங்க முடியும், கடலுக்குள் செலுத்த முடியும்? அவரிடம் அனுமதி கேட்டு படகில் ஏறி சுற்றிப் பார்த்தோம். அயர்ந்துபோய் மதிய வெயிலில் உணவு தேடிக் கிளம்பலாம் என்று யோசித்தபோது, தலையில்கூட, கையில் தூக்குவாளியுடன் அக்கா ஒருவர் அங்கு வந்து சேர்ந்தார்.

வேலை செய்துகொண்டிருந்தவர்கள் சரசரவென கைகழுவி அவர் தந்த உணவை பிளாஸ்டிக் தட்டுகளில் வாங்கிக்கொண்டு வட்டமாக உட்கார்ந்து சாப்பிட ஆரம்பித்தார்கள். மீன் குழம்பு வாசனை இழுத்தது. பீஃப் இருக்கிறது என்று அந்த அக்கா ஆசை காட்ட, ஆளுக்கொரு தட்டை வாங்கிக்கொண்டு படகுக்கு அடியில் உட்கார்ந்தோம். உப்புக்காற்று, மீன் குழம்பின் வாசம், எங்களைச் சுற்றி உழைப்பின் உரம் காய்த்திருந்த மனிதர்கள், அவர்களது மனித நேயத்தை நம்பி மிச்சம் மீதியை சாப்பிடக் காத்திருந்த நாய்கள், பூனைகள்; எங்கும் எதிலும் உழைப்பு, ஆனால் எல்லோர் முகத்திலும் அத்தனை புன்னகை, பூரிப்பு.

1960கள் முதல் பரவலாக பேசப்பட்டாலும், காசிமேடு துறைமுகம் 1984ம் ஆண்டுதான் கட்டி முடிக்கப்பட்டது. திட்டமிடலின்போது திருவான்மியூர் பகுதியில் துறைமுகம் அமைக்கவேண்டும் என்ற பேச்சு அடிபட்டாலும், தென் சென்னை வளர்ந்துவிட்டது; வடசென்னைக்கே வளர்ச்சி தேவை என்று வாதிட்டு, துறைமுகம் ராயபுரம் பகுதியில் அமையக் காரணமாக இருந்தவர் அன்றைய மீன் வளத்துறை அமைச்சர் லூர்தம்மாள் சைமன்! 575 படகுகள் கொள்ளளவு கொண்ட துறைமுகமாக வடிவமைக்கப்பட்ட காசிமேடு மீன்பிடி துறைமுகத்தில் 2013ம் ஆண்டு 1595 படகுகள் இருந்தன. அத்தனை இட நெருக்கடி உண்டு. துறைமுகம் அமைந்தபோதே அலைதாங்கிகளும் அமைக்கப்பட்டன. ஒரு நாளைக்கு 150 டன் மீன் பரிவர்த்தனை காசிமேடு மீன் பிடி துறைமுகத்தில் நடைபெறுகிறது; ஒரு நாளைக்கு கிட்டத்தட்ட 2 கோடி ரூபாய்க்கு வணிகம் நடைபெறுகிறது. காசிமேட்டிலிருந்து ஒரு நாளைக்கு 15 டன் மீன் வெளிநாடுகளுக்கு ஏற்றுமதியாகிறது.

2004ம் ஆண்டு சுனாமி தாக்கியபோது கடும் சேதத்துக்கு உள்ளான பகுதிகள் இந்த அலைதாங்கிகளுக்கு அருகே இருந்த மீனவக் குப்பங்கள்தான். அலைதாங்கிகளும் அப்போது கடுமையாக பாதிப்புக்கு உள்ளாயின. N4 என்று இந்த துறைமுகப் பகுதிக்கு

பெயர் வரக்காரணம் என்ன என்று மூளையைக் கசக்கி சிந்தித்த பிறகுதான் புரிந்தது - N4 என்பது மீன்பிடி துறைமுக காவல் நிலையத்தின் எண். காவல் நிலையம் அமைந்த பகுதியில் இருந்ததால் அலைதாங்கி இருக்கும் பகுதிக்கும் N4 பெயரே நிலைத்துவிட்டது.

படகு கட்டும் தொழில் தமிழனின் தொன்மையோடு தொடர்புடையது. சங்க இலக்கியங்கள் நம் கலம் கட்டும் சிறப்பு பற்றி பேசுகின்றன. சிலப்பதிகாரம், புறநானூறு என்று தொல் இலக்கியங்கள் கலம் கட்டும் தொழில்பற்றியும் விவரிக்கின்றன. தமிழகத்தின் வளமான நெய்தல் பகுதியில் பல கலம் சார் பட்டிணங்கள் அமைந்திருந்தன என்று கிரேக்க பெரிப்ளசு நூலை வாசித்தால் தெரிய வருகிறது. கொற்கை, புகார், புதுவை, மரக்காணம் என்று பல கடல்சார் நகரங்களை பட்டியலிடுகிறது. கடலூர், பழவேற்காடு, ராமனாதபுரம் என தமிழகத்தின் பல பகுதிகளிலிருந்து வரும் மீனவர்கள் படகு கட்டும் தொழிலில் ஈடுபட்டுள்ளார்கள். மரத்தச்சு வேலைக்கு ஒரு குழு; வர்ணம் பூச ஒன்று; ஃபைபர் சுற்ற ஒன்று என்று பல குழுக்களாக வெவ்வேறு ஊர்களிலிருந்து வந்து வேலையைச் செய்து முடிக்கிறார்கள்.

ஒரு படகை வடிவமைத்துக் கட்ட குறைந்தபட்சம் மூன்று மாதங்கள் ஆகின்றன. அதிகபட்சமாக ஒரு படகு 30 ஆண்டுகள்வரை இயங்குகிறது. காகிதத்தில் படகின் மாதிரி ஒன்றை வரைந்து கொள்கிறார்கள். அதை ஒட்டி மரத்தில் ‘ஆசு’ என்ற மாடல் பொம்மைப் படகை தயாரிக்கிறார்கள். வேம்பு, அயினி போன்ற மரங்கள் கொண்டு படகின் அடிப்புறமும், இலுப்பை, நாவல், புன்னை, தேக்கு, வாகை போன்ற மரங்கள் கொண்டு பக்கவாட்டுக் கம்புகளும் இணைத்து சட்டம் தயாராகிறது. சட்டத்தை பிளைவுட் கொண்டு மூடுகிறார்கள். படகின் முன் பக்கத்தை அநியம் என்றும் பின்பக்கத்தை அட்டி என்றும் அழைக்கிறார்கள். பிளைவுட்டுக்கு உள்புறம் 10 முதல் 15 அடுக்கு ஃபைபர் ரீ-இன்ஃபோர்ஸ்டு பிளாஸ்டிக் (FRP) கொண்டு ஃபைபர் உடலைத் தயாரிக்கிறார்கள். இந்த ஃபைபர் இழைகள் மிகக்கூரியவை; அவற்றைக் கொண்டு பணி செய்வது உண்மையில் சிக்கலானதுதான்.

பிளைவுட்டை அகற்றியபின் வண்ணம் தீட்டுகிறார்கள். படகை முன் செலுத்த உதவும் புரொபல்லர் பொருத்தப்படுகிறது. 48 இன்ச் நீளமுள்ள, 4 கைகள் கொண்ட புரொபல்லர் பித்தளையால் செய்யப்படுகிறது. கடலின் உப்புக் காற்றும், நீரும் புரொபல்லரை அரிக்காமல் இருக்கவே பித்தளை பயன்படுத்தப்படுகிறது. படகு

காசிமேடு துறைமுகம் - படகு கட்டும் பகுதி

தயாரானதும் சுமார் 20 நபர்கள் கொண்ட குழு ஒன்று அதை கடலுக்கு நகர்த்த தயாராகிறது. கயிறு கொண்டு படகைச் சுற்றிக் கட்டுகிறார்கள். மரத்தாலான ரோலர் கட்டைகளின் மேல் படகைத் தள்ளி நிறுத்தி, ரோலர்கள் துணையுடன் நகர்த்துகிறார்கள். பாட்டும் விசிலும் தூள் பறக்க, ஆப்பு கொண்டு கொஞ்சம் கொஞ்சமாக படகை கடலுக்குள் தள்ளும் அழகை பார்த்து ஒன்றிரண்டுமுறை குதூகலித்திருக்கிறேன்.

சுமார் 50 அடி நீளமுள்ள இயந்திரப் படகு கடலுக்குள் மீன் பிடிக்க 3 நாள்கள் இருக்க ஆகும் செலவு ஒரு லட்ச ரூபாய்! பெரிய படகு என்றால் வாரத்துக்கு 3 லட்ச ரூபாயாவது வேண்டும். எளிய மீனவர்கள் படகு வாங்க வாய்ப்புகள் மிகவும் குறைவு. வணிக மீனவர்களுக்கே இது வசப்படும். அந்தமான் பகுதிகளில் ஆழ்கடலில் வஞ்சிரம் மீன் பிடிக்கச் செல்லும் படகுகள் வாரக் கணக்கில் நடுக்கடலில் இருப்பதுண்டு. ஆகும் செலவுக்கு மீன் விற்கும் காசு ஒன்றுமே இல்லை என்று தோன்றும். இருப்பதிலேயே அதிக செலவு பிடிக்கும் மீன்பிடி வஞ்சிரம்தான், அதிக லாபம் ஈட்டக்கூடிய மீனும் அதுதான்!

மீன் செப்பனிடும் ஷெட்டுக்கு அருகே கடலைப் பார்த்தபடி நாகூர் ஆண்டவர் கொடிமரம் ஒன்று இருக்கிறது. பச்சை வண்ண பெயின்ட்

பூசப்பட்டு, டைல்ஸ் பதிக்கப்பட்ட புதிய அமைப்புதான். வலை பின்னிக்கொண்டிருந்த அண்ணன்களிடம் ஒருமுறை கேட்டபோது, கொடிமரத்துக்கு என்று தனியே சிறு காம்பவுண்டு அமைத்து, தளம் போட்டது சில ஆண்டுகளுக்கு முன்புதான் என்று கூறினார்கள். ஆனால் அதில் சிறப்பு என்னவென்றால், இந்து, கிறிஸ்துவர், இஸ்லாமியர் என யாராக இருந்தாலும், மீனவர் என்றால் கடலுக்கு செல்வதற்கு முன் இங்கு வந்து வணங்காமல் செல்வதில்லை. 'வீட்ல முருகரோ ராமரோ என்ன சாமியோ கும்பிட்டு கௌம்புவோம், ஆனா இங்க வந்து ஆண்டவர கும்பிட்டு போனாதான் நிம்மதி', என்றும் சொன்னார்கள்.

16ம்நூற்றாண்டில் வாழ்ந்த சூஃபி ஞானியான உத்தரப்பிரதேசம் மாநிலத்தைச் சேர்ந்த ஷாகுல்ஹமீதுதான் இன்று தமிழரிடையே வணங்கப்படும் நாகூர் ஆண்டவர். தஞ்சை பகுதிக்கு வருகை தந்த ஷாகுல் ஹமீது, தஞ்சையை ஆண்டுகொண்டிருந்த அச்சுதப்ப நாயக்க மன்னருக்கு ஏற்பட்ட வெட்டை நோயிலிருந்து அவனைக் காத்தார். உடல்நிலை தேறிய மன்னர், அதற்கு முழு காரணமும் ஷாகுல் ஹமீது என்று உணர்ந்தவராக, அவரை தன் நாட்டை விட்டு வெளியேறவேண்டாம் என்று கெஞ்சினார். மன்னரின் வேண்டுகோளை ஏற்றுக்கொண்ட ஹமீது, மன்னர் இடம் வழங்கிய நாகூரில் தைக்கா - ஆசிரமம் ஒன்றை அமைத்துக்கொண்டார். கடற்கரைப் பகுதியிலிருந்த எளிய மீனவ மக்கள் அவரைத் தேடி வரத்தொடங்கினார்கள்.

கடல் சீற்றத்தின்போதும், போர்த்துகீசிய கடற்கொள்ளையரிடம் இருந்தும் தங்களைக் காக்கும் தெய்வமாக அவரைப் பார்த்தார்கள். ஒருமுறை நடுக்கடலில் படகு ஒன்றில் ஓட்டை விழுந்து தண்ணீர் உள்ளே வரத்தொடங்க, நாகூர் ஆண்டவரிடம் மீனவர்கள் வேண்டினார்கள். வெள்ளை ஆடை அணிந்த ஒருவர் தோன்றி படகை பத்திரமாகக் கரைசேர்த்து மறைந்து போனார். இந்த அதிசயத்தைச் செய்தது நாகூரார் என்று நம்பிய மீனவர்கள், நாகூராரை தங்கள் தெய்வமாக, காக்கும் கடவுளாக வரித்துக் கொண்டார்கள். நாகூர் ஆண்டவரது பெயரை தங்கள் படகுகளுக்கு இன்றும் சூட்டுகிறார்கள். இந்தக் கொடிமரங்கள் கடற்கரை ஓரங்களில் மீனவர்களால் நடப்பட்டு வழிபாட்டில் இருக்கின்றன. வடக்கே பழவேற்காடு தொடங்கி தெற்கே குமரி முனைவரை இந்த வழிபாடு மீனவ மக்களிடையே உண்டு.

பெனாங்கு, பர்மா, சிலோன், சிங்கப்பூர் என்று மீனவர்கள் குடியேறிய நாடுகளுக்கு எல்லாம் நாகூர் ஆண்டவர் கொடி

மரங்களையும், வழிபாட்டையும் எடுத்துச் சென்றார்கள். மாரியம்மன் கடல் கடந்து இன்று பல நாடுகளில் தெய்வமாக இருப்பதுபோல, நாகூர் ஆண்டவர் கொடிமரங்கள் உலகின் பல நாடுகளில் இன்று உண்டு. இந்த கொடிமரங்களில் உரூஸ் கொடியேற்றம் முதல் ஒவ்வொரு வியாழக்கிழமை மாலையிலும் பக்கத்திலுள்ள தர்காவிலிருந்து ஆள் வரவழைத்து பாத்தியா ஓதுவதுமுண்டு. மத நல்லிணக்கம் என்னவென்று இந்த எளிய மீனவர்களிடம் நாம் கற்றுக்கொள்ளவேண்டும்.

'கடலுக்கு போறதுக்கு முன்ன நாங்க பாடுற மொத பாட்டு ஒரு காலத்துல நாகூர் ஆண்டவர் பாட்டு தான்மா', என்று ஊரூர் குப்பம் மனோகர் அண்ணன் சொல்கிறார். அம்பாப் பாட்டு தெரிந்த, நான் சந்தித்த ஒரே நபர் மனோகர் அண்ணன் தான். 'நாகூர் ஆண்டவரை நம்பி நான் வணங்கினேனே' என்று அவர் கணீர்க்குரலில் பாடுவது அவருடன் முடியப்போகிறது என்பதுதான் உச்சபட்ச சோகம். இன்று இயந்திரப் படகுகள் பெருகிவிட்ட காரணத்தால் அம்பா பாடல்கள் பாடும் நபர்களும் அருகிவிட்டார்கள். நகர்ப்புறங்களில் அம்பா பாடல் என்று கேட்டால், தெரியாது என்று சொல்லும் மீனவர்களே அதிகம். தமிழகத்தின் காணாமல் போய்விட்ட கலைகளில் ஒன்றாக அம்பாப் பாடல் விரைவில் இடம்பிடிக்கும்.

ஜூலை 21, 2019.

ஏப்ரல் மாதமே நண்பர் இனியன் சென்னைக்கு அரசுப்பள்ளி சிறுவர் சிலரை அழைத்து வரவிருப்பதாகவும், அவர்களுக்கு நகரை ஒரு நாள் முழுக்க சுற்றிக்காட்ட வேண்டும் என்றும் சொல்லி இருந்தார். குழந்தைகளுக்கான கலை இலக்கிய கொண்டாட்டம் விழாவை இனியன் ஆண்டுதோறும் நடத்திவிடுவார். அவருடனே இந்த ஆண்டு அதைக் காணும் வாய்ப்பு கிடைத்தது. திட்டமிடல் தொடங்கி எல்லாமும் இனியன் இழுத்துப்போட்டு செய்பவர். கையில் ஐந்து காசுகூட இல்லாமல் எப்படியாவது உருட்டிப் புரட்டி அரசுப் பள்ளி மாணவர்களுக்காக எப்படியோ இதை செய்துவிடும் இனியனின் எதிர்பார்ப்புகளற்ற அன்பு போற்றுதலுக்குரியது.

ஜவ்வாதுமலை, குழுமூர், பூவலை, உதகை எனப் பல பகுதிகளிலிருந்து குழந்தைகள் வருவார்கள் என்றதும் அருங்காட்சியகம், நூலகம் என்று முக்கிய இடங்களுடன், வடசென்னையையும் சேர்த்துக்கொண்டேன். ஆட்டம், பாட்டம் கொண்டாட்டமாக அந்த நாள் தொடங்கியது. கிட்டத்தட்ட 150 குழந்தைகள். அத்தனை பேருக்கும் அருங்காட்சியகத்தில் பெயர்

காசிமேடு துறைமுகம்

எழுதித் தந்து டிக்கெட் எடுப்பதற்கு கூடவே நின்று உதவியவர், மருத்துவர் அனிதாவின் அண்ணன் மணிரத்னம். அருங்காட்சியகத்துக்கு 'அனிதா டிரஸ்ட்' லெட்டர்பேடில் அனுமதி கடிதம் எழுதும்போது சட்டென கண்கள் பனித்தது. சம வாய்ப்புகள் ஏதுமற்ற போட்டியில், பந்தயத்தில் குழந்தைகளை ஓடவிடுவது எவ்வளவு பெரிய அயோக்கியத்தனம்? அதிலும் மெரிட் என்று பேசுபவர்களை என்ன சொல்லி நோவது?

அருங்காட்சியம், நூலகம் சுற்றி முடித்துவிட்டு, பேருந்துகளில் வடசென்னையை அடைந்தோம். குறுகலான சாலைகளை வேண்டாம் என்று ஒதுக்கியதால் N4 மட்டுமே என் தேர்வாக இருந்தது. திமுதிமுவென குழந்தைகள் கூச்சலுடன் இறங்கி இங்கும் அங்கும் ஓடினார்கள். பாதுகாப்பு கருதி கொஞ்சம் பயமாகவும் இருந்தது. கடலைப் பார்த்ததும் குதூகலித்து ஓடினார்கள். இழுத்துப் பிடித்து படகு கட்டும் தளத்துக்கு அழைத்து செல்வதற்குள் நாக்கு தள்ளிவிட்டது. ஐந்து நிமிடங்கள்தான். படகுகளைப் பார்த்ததும் ஹே என்ற சத்தத்துடன் ஓடிவந்துவிட்டார்கள். மேலே ஏறிப் பார்க்க ஆசையா என்று கேட்டதும் மொத்தமாக ஆமாம் என்று தலையசைத்தார்கள். படகு கட்டுவது எப்படி என்று சொல்லிவிட்டு, அங்குள்ள அண்ணன்களிடம் அனுமதி கேட்டேன்.

யாரிவள் என்று ஒரு காலத்தில் பார்த்துக்கொண்டிருந்தவர்கள் இப்போது மிக சினேகமாக ‘என்ன ரொம்ப நாள் இந்தப் பக்கம் காணும்?’ என்று விசாரிக்கும் அளவுக்கு நெருங்கிவிட்டார்கள். அவர்களைப் பொறுத்தவரை அங்கு நான் அடிக்கடி இப்படி ஆள்களை அழைத்துச் சென்று காண்பிக்கும் டூரிஸ்ட் கைடுதான். உடனே அனுமதித்தவர்கள், ‘அட... ஏன் கேட்டுக்கிட்டு? பாத்து போங்க’ என்றுவிட்டு குழந்தைகள் ஏறிச் செல்ல உதவத் தொடங்கினார்கள். முதல் ரவுண்டில் ஏறிச் சென்று பார்த்துவிட்டு வந்த சுட்டி ஒருவனை இழுத்துப் பிடித்து நிறுத்தினேன். ‘என்னடா... நல்லா இருந்துச்சா? என்ன பார்த்த படகு மேல?’ என்ற என் கேள்விக்கு, கையைப் பற்றிக்கொண்டது வாண்டு.

‘அக்கா, எங்கூர்ல கடல் கிடையாது. நான் பீச்சே முத தடவையா இன்னிக்குதான் பாக்குறேன். படகு எல்லாம் புக்குல பார்த்திருக்கேன் அக்கா. ரொம்ப தேங்க்ஸ். ஊருலபோய் படகுல ஏறினேன்னு சொல்லுவேனே’, என்றுவிட்டு ஓடிவிட்டான். எத்தனை எளிதாக எல்லா குழந்தைகளையும் ஒரே தராசில் நிறுத்தி விடுகிறோம்? இனியனை திரும்பிப் பார்த்தேன். யாரிடமோ சுவாரசியமாக கதை சொல்லிக்கொண்டு இருந்தான். நல்லா இருடா மொட்டை என்று மனதுக்குள் சொல்லிக்கொண்டேன். N4 பற்றிய என் நினைவு எப்போதும் கலை இலக்கிய கொண்டாட்டம் விழாவுடன் இணைந்தே இருக்கும். நானும் வாழ்ந்தேன்; நானும் போய்ச்சேர்ந்தேன் என்பதாக இல்லாமல், வாழும் வாழ்க்கையில் யாருக்கோ ஒருவிதத்தில் ஒரு புன்னகை பூக்க நான் காரணமாக இருந்தேன் என்று நினைப்பதில் இருக்கிறது நம் வாழ்க்கையின் வெற்றி.

•

31

இரண்டாம் உலகப்போர் பதுங்கு குழி (பங்கர்)

அக்டோபர் 11, 2018.

அன்று முழுக்க நானும் ரோடாவும் காசிமேட்டைச் சுற்றிவருவது என்று முடிவு. மதிய உணவை எதாவது கடையில் முடித்துக் கொண்டு சுற்றலாம் என்ற எங்கள் முடிவின்படி N4 ஹார்பரில் மதிய உணவை முடித்துக்கொண்டு வண்டியில் கிளம்பினோம். ‘அவ்ளோ தானா, இல்ல இன்னும் சுத்தணுமா?’ என்ற ரோடாவின் கேள்விக்கு, ‘ஒன்றரை மணி தானே மேன் ஆகுது? அதான் சாப்டாச்சுல? வாங்க அடுத்த ரவுண்டு போலாம்’, என்று இழுத்தேன். வெயில் மண்டையைப் பிளந்துகொண்டிருந்தது.

இரண்டாம் உலகப்போர் சென்னையை எப்படி எல்லாம் பாதித்தது என்று வாசித்துக்கொண்டிருந்தபோது கண்ணில் பட்ட கட்டுரைகள் சில இந்த வட சென்னையின் பதுங்கு குழியைப்பற்றியும் பேசின. உண்மையில் இதுபோல இரண்டு பதுங்கு குழிகள் இருந்தன என்று ராயபுரத்திலேயே பிறந்து வளர்ந்த ரோடாவின் நண்பர் சரவணன் அடித்துச் சொன்னார். சரவணன் மற்றும் அவரது சகோதரி மோகனா இருவரும் ரோடாவின் நட்புகள். அப்படியே எனக்கும் நட்பாகிப் போயினர். வடசென்னை மக்களின் ஸ்பெஷல் இதுதான். சட்டென நம்முடன் ஒட்டிக்கொள்வார்கள். அதற்கு முந்தைய பயணத்திலும் சரவணன் என்னுடன் அவரது பைக்கில் இந்திய கப்பற்படைக்குச்

சொந்தமான குவாட்டர்ஸ், பள்ளி போன்ற இடங்களுக்கு காணாமல்போன அந்த பங்கரைத் தேடிச் சுற்றியிருக்கிறார்.

இந்திய கப்பற்படைத் தளம் ஒன்று ராயபுரத்தின் கடற்கரைப் பகுதியில் இருப்பதே சரவணனுடன் பனைமரத்தொட்டி பகுதியில் சுற்றித் திரிந்தபோதுதான் தெரிந்தது. முழுக்க முழுக்க வெளியாள்களுக்கு அனுமதி மறுக்கப்பட்ட ஹை செக்யூரிட்டி பகுதி அது. அதில் இருந்த காவலர்களிடம் வலைதளங்களில் உள்ள மற்ற பங்கரின் படத்தைக் காட்டி, 'சார், இந்த மாதிரி பங்கர் உள்ள இருக்கா?' என்று மாற்றி மாற்றிக் கேள்விகளை நானும் சரவணனும் கேட்க, இவர்கள் என்ன பைத்தியங்களா ரேஞ்சுக்கு அவர்களும் எங்களிடம் இல்லை இல்லை என்று மறுத்து அனுப்பினார்கள்.

ராயபுரத்தில் குடியமர்ந்த அரசு உயர் அதிகாரியின் குடும்பம் சரவணனுடையது. அக்காளும் தம்பியும் அன்பைப் பொழிவதில் ஸ்பெஷல். என்னிடம் அவர்கள் வைத்த முக்கியமான வேண்டுகோள் ராயபுரம் வேடர் பறி திருவிழாவை எப்படியாவது நான் பார்த்துவிடவேண்டும் என்பதே. பாரிமுனை கந்தகோட்டம் கோயிலின் முத்துக்குமாரசாமி அங்கிருந்து கிளம்பி, ராயபுரம் முத்துகுமாரசாமி கோயில் மைதானத்துக்கு புரவியில் வந்து, வள்ளியைக் கவர்ந்து செல்லும் வேடர்பறி விழா ஒவ்வொரு ஆண்டும் தை மாதம் பிரம்மாண்டமாகக் கொண்டாடப்படுகிறது. ரோடாவுக்கும் பழைய நினைவடுக்குகளில் வேடர்பறி உற்சவம் பெரும் கொண்டாட்டமாகப் பதிவாகியிருந்தது. எப்படியாவது ஒருமுறை வேடர்பறியைப் பார்த்துவிடுவது என்று முடிவெடுத்துக் கொண்டோம்.

துரதிர்ஷ்டம் என்றுதான் சொல்லவேண்டும், 2018 இறுதியில் ரோடாவின் அண்ணன் திடீரென்று மாரடைப்பால் இறந்துவிட, வேடர்பறிக்கு 2019 ஜனவரியில் செல்வது இயலாத காரியம் என்று தோன்றிற்று. தோழி இல்லாமல் எப்படிச் செல்வது என்று தயங்கி வேடர் பறி நகர்வலத்தைக் கைவிட்டேன். ஆனால் அவரிடம் அவ்வப்போது பேசுகையில் அண்ணனின் மறைவு அவரை அதிகம் பாதித்திருப்பதை உணரமுடிந்தது. அழுகையும் கண்ணீரும் அப்படியே தொடர்ந்தால் அவர் உள்ளுக்குள் நொறுங்கிப் போவார் என்பதும், அவருக்கு ஒரு சிறு மாற்றம் தேவை என்பதும் புரிந்தது. சரவணனுக்குதான் அழைப்பு. வேடர் பறி திருவிழா என்று என்பதைத் தெரிந்துகொண்டு, ரோடாவுக்கு அலைபேசினேன்.

'முடியவே முடியாது. மனது சரியில்லை, அடுத்த ஆண்டு பார்க்கலாம்' என்ற அவரது எந்த சமாதானத்தையும்

ஏற்றுக்கொள்ளாமல் குடைந்துகொண்டிருந்தேன். ஒருவழியாக அரைமனதுடன் வந்து தொலைக்கிறேன் என்றார். இருவரும் ஜனவரி 26 அன்று மாலை 6 மணிக்கு பாரிமுனையிலிருந்து ஆட்டோவில் ராயபுரம் பயணமானோம். வேடர்பறியன்று ராயபுரம் முக்கிய சாலை முழுக்க கூடியிருக்கும் மக்கள் கூட்டம் உண்மையில் ஆச்சர்யப்படுத்தும். அங்கு மதம் கிடையாது. இந்து, கிறிஸ்துவர், இஸ்லாமியர் என்று எல்லா மதத்தைச் சேர்ந்தவர்களும் சாலையின் இருபக்கமும் இருந்த கடைகளில் மனதுக்குப் பிடித்தவற்றை வாங்கி, உண்டு, சுவைத்து, சிரித்து தளிர்நடையில் சென்று தளர் நடையாக திரும்புகிறார்கள். அல்வா தொடங்கி ஊசிமணி பாசிவரை, பனை நார்ப்பெட்டி தொடங்கி வளையம் வீசினால் பரிசாகக் கிடைக்கும் டெடி பேர்வரை அத்தனையும் விற்பனைக்கு உண்டு.

எளிய மக்களின் சாமியாக முருகன் ஏன் இருக்கிறார் என்பதை முத்துக்குமாரசாமி மைதானத்துக்குச் சென்றால் புரிந்துவிடும்! மைதானத்தின் ஓரம் ஒரு சிறு கோயில். அதற்குள் சாமி அலங்காரம் நடந்துகொண்டிருந்தது. உள்ளே இருப்பது மட்டுமே சாமி அல்ல என்பதுதான் ஹைலைட்டே! மைதானத்தில் வரிசையாக நிறைய முத்துக்குமாரசாமி படங்களை அலங்கரித்து, அவற்றின் முன் தட்டுகளை வரிசையாக வைத்துக்கொண்டு அமர்ந்திருக்கும் இளந்தாரிகள், மக்கள் கொண்டுவரும் தேங்காய் பூ பழத்தை வாங்கிக்கொண்டு விபூதியும் பூவும் தந்து ஆசி வழங்குகிறார்கள். ரெடிமேடு அர்ச்சகர்கள்! அவர்களிடம் சென்று தேங்காய் உடைப்பதில் அங்கு மக்களுக்கு எந்தவிதத் தயக்கமும் இல்லை என்பதும் ஆச்சர்யம்தான். அவர்களை வேடிக்கை பார்த்தபடி சாலையில் மீண்டும் வந்தால், சரவணனும் அக்காவும் எங்களைச் சந்திக்க ஓடி வந்துவிட்டார்கள்.

சற்று நேரம் அவர்களிடம் பேசிக்கொண்டிருந்துவிட்டுத் திரும்பினால், வீட்டு வாசல் ஒன்றில் முத்துக்குமாரசாமி படம் மேசை ஒன்றில் அலங்கரிக்கப்பட்டு வைக்கப்பட்டிருந்தது. அருகே இரு பெண்கள். அதில் ஒருவர் நெற்றி நிறைய பட்டையுடன் திவ்யமாகத் தெரிந்தார். அழகிய பூனைக்கண்கள். கழுத்தில் ஒரு கருகுமணி, சிவப்பு கயிறு, பூத்தோடு. கைகளில் கண்ணாடி வளையல்கள். முகம் முழுக்க புன்னகை. நினைவு தெரிந்தநாள் முதல் விழாவுக்கு வந்திருக்கிறேன், பெயர் ஜோதி, ஊர் திருவொற்றியூர் என்று சொன்னவர், தான் ஒரு மேடை நாடக நடிகை என்று சொன்னார். ஆர்வம் அதிகமாக' 'அப்டின்னா பாடுவீங்களா அக்கா?', என்று கேட்க, வெட்கப்பட்டார். மீண்டும்

கெஞ்ச, கணீர்க்குரலில் 'முத்தமிழில் பாட வந்தேன், முருகனையே வணங்கி நின்றேன்' என்று பாடத் தொடங்கினார் ஜோதி. மெய்மறந்து கேட்டுக்கொண்டிருந்தோம்.

முத்துக்குமாரசாமி விழாவுக்கு வந்திருந்த பெரும்பான்மை இஸ்லாமியப் பெண்கள் பர்தாக்களுடன் வளைய வந்து வளையல்களும் பாசிமணிகளும் பேரம் பேசி வாங்கிக்கொண்டு நின்றார்கள். கருகுமணி அணிந்த இஸ்லாமிய சகோதரி ஒருவர் முருகன், இயேசு படங்களை விற்பனை செய்துகொண்டிருந்தார். குறப்பெண் ஒருவர் மடியில் தூங்கும் குழந்தையுடன் பாசிமணி செய்து விற்றுக்கொண்டிருந்தார். தெருமுனை ஒன்றில் சகாயமாதா கெபி புது மாலை, வண்ண விளக்குகளுடன் ஒளிர்ந்து கொண்டிருந்தது. எம்ஜிஆர் சிலை பெரிய மாலையுடன் பளபளத்துக் கொண்டிருந்தது. திருவிழா என்றால் அது எல்லோருக்கும்தான், சாமிக்கும் ஆசாமிக்கும்தானே?

சரவணனுடன் தேடிச்சென்ற பதுங்கு குழி இல்லை என்றான பிறகு, பிறிதொரு நாளில் எண்ணூர் நெடுஞ்சாலையில் வண்டியை ஓட்டிச்சென்று நிறுத்தப்பட்டிருந்த சரக்கு லாரிகளுக்கு இடையே பதுங்கு குழியைக் கண்டுகொண்டேன். யுரேகா என்று நடு சாலையில் வண்டியை நிறுத்திவிட்டு கத்தியபடி ஓடவேண்டும் என்றே தோன்றியது. பதுங்கு குழியைச் சுற்றி ஃபென்ஸ் அமைக்கப்பட்டு IOCL நிறுவனப் பராமரிப்பு என்று பலகை ஒன்றும் வைக்கப்பட்டிருந்தது. கம்பி கேட் ஒன்று போடப்பட்டு, அதில் பூட்டு தொங்கியது. உள்ளே செல்ல முடியாமல் திரும்பிவிட்டேன். அதன் பின்னும் N4 ஹார்பர் செல்லும்போதெல்லாம் வண்டியை இன்னும் கொஞ்சம் முறுக்கி பங்கரையும் ஓர் எட்டு பார்த்து விடுவதுண்டு.

ரோடாவுடன் சென்ற தினம் நல்லநாள்போல, பூட்டைக் காணவில்லை. வழக்கம்போல ஆர்வத்தில் குதித்து ஓடினால், ரோடா கையைப்பற்றி பின்னுக்கு இழுத்தார். 'பாத்து... அங்க போகாதீங்க... ஐயோ அசிங்கமா இருக்கு.' அப்போது தான் கவனித்தேன். பயன்படுத்திவிட்டு எறிந்து சென்ற ஆணுறைகள், குடித்துவிட்டு உடைத்துப் போட்ட பீர் பாட்டில்கள், ஊறுகாய் கவர்கள், மனிதக் கழிவுகள். எரிச்சல் மண்டியது. பார்த்துப் பார்த்து கால்வைத்து கேட்டைத் திறந்தோம். பங்கர் இன்னும் உறுதியாகவே தெரிகிறது. உள்ளே இன்னும் வண்டி வண்டியாக பாட்டில்களும், இன்ன பிற வஸ்துகளும் கொட்டிக் கிடக்கின்றன. இருமுறை அதைச் சுற்றி வந்து, ஒரு வழியாக வாயிலைப்

பார்த்தால், உள்ளே நுழைய முடியாத அளவுக்கு அதற்குள் குப்பை. இருவரும் மொபைல் கேமராவின் ஃப்ளாஷ் லைட்டை உயிர்ப்பித்து உள்ளே உற்று நோக்கினோம்.

வெறுமை மட்டுமே. இரண்டாம் உலகப்போர் உச்சத்தில் இருந்த நேரம் அது. ஏற்கெனவே முதலாம் உலகப்போரில் தாக்கப்பட்ட ஒரே இந்திய நகரம் என்பதால் சென்னை அளவுக்கு மீறிய பீதியில் உறைந்து போயிருந்தது. 1942ஆம் ஆண்டு ஏப்ரல் 4 மற்றும் 5 தேதிகளில், விசாகப்பட்டிணம், காக்கிநாடா, கொழும்பு ஆகிய நகரங்களை ஜப்பானிய விமானங்கள் குண்டு வீசித் தாக்கின. ஜப்பானியப் படைகளால் ஆபத்து வரக்கூடும் என்று கணித்து ஏப்ரல் 7 வரை பாதுகாப்பு கருதி ஊரடங்கு உத்தரவு சென்னையில் பிறப்பிக்கப்பட்டிருந்தது. ரயில்களில், பேருந்துகளில், கால் நடையாக என்று மக்கள் படையெடுத்து ஊரை காலி செய்தார்கள். கவர்னர் ஆர்தர் ஹோப் தன் அரசு தலைமையகத்தை ஊட்டிக்கு மாற்றினார். அந்த ஆண்டு ஏப்ரல்முதல் ஆகஸ்டுவரை அரசு தலைமை அலுவலகம் ஊட்டியிலிருந்து செயல்பட்டது.

இந்தச் சூழலில் பாதுகாப்பு கருதி ராயபுரம் பகுதியில் இரண்டு கான்கிரீட் பதுங்கு குழிகள் அமைக்கப்பட்டன. (ஒன்று தான் இருக்கிறது என்று சொல்வோரும் உண்டு). வெறும் 350 சதுர அடி பரப்பில் சிறிய டப்பா ஒன்றுபோல வடிவமைக்கப்பட்ட பங்கர் இது. எதிரிகள் வருகிறார்களா என்று உள்ளிருந்து கண்காணிக்க சிறு துளைகள் இதில் இட்டிருக்கிறார்கள் (ஸ்பாட்டர்ஸ்). தங்கள் துப்பாக்கிகள் மூலம் எதிர்த்தாக்குதல் நடத்தவும் இந்த ஸ்பாட்டர்கள் பல நாடுகளில் பயன்படுத்தப்படுகின்றன. வான்வழித் தாக்குதல் ஏற்பட்டால் சைரன் அடிக்கும் என்றும், அப்போது மக்கள் இந்த பங்கருக்குள் பதுங்கவேண்டும், உள்ளிருந்து வெளியேவர சமிக்ஞை தரப்படும் என்றும் மக்களுக்கு அறிவித்துப் பயிற்சிகள் அளிக்கப்பட்டன என்று பழைய காசிமேடுவாசிகள் சொல்கிறார்கள்.

அதன் வடிவம் கொண்டு இந்த பங்கரை 'பில் பாக்ஸ் பங்கர்' (pill box bunker) என்று சொல்கிறார்கள். இந்த பங்கர் கட்டப்பட்ட நாள், ஆண்டு, திறந்தவர் யார், கட்டியவர் யார் என்று எந்தத் தகவலும் தொல்லியல் துறையிடம் இல்லை. ஆங்கிலேய ராணுவத்திடம் கட்டாயம் இருக்கக்கூடும். அதைக் கண்டு தகவல் தெரிந்துகொள்ளும்வரை, மக்கள் வாய்வழி சொல்லும் வயதுதான் நம் பங்கருக்கு! ஐஓசிஎல் நிறுவனம் சில ஆண்டுகளுக்கு முன் கடற்கரையை ஒட்டி எண்ணெய்க் குழாய்களை பதிக்க

இரண்டாம் உலகப்போர் பதுங்கு குழி - அதன் வடிவம் கொண்டு
இந்த பங்கரை 'பில் பாக்ஸ் பங்கர்' என்று சொல்கிறார்கள்.

முயற்சித்தபோது இந்த பங்கர் குறுக்கிட்டது. அதை இடித்துத் தள்ளிவிட்டு குழாய் பதிக்க முயன்றது எண்ணெய் நிறுவனம்.

இதற்கு வரலாற்றாளர் முத்தையா, ஸ்ரீராம் உள்ளிட்டவர்கள் போர்க்கொடி உயர்த்தி ஆங்கில இந்து பத்திரிகையில் எழுத, பங்கர்பற்றிய தகவலை அப்போதுதான் தெரிந்துகொண்ட ஐஓசிஎல், பங்கரை இடிக்கும் முயற்சியைக் கைவிட்டது. அதை வெளிப்புறம் செப்பனிட்டு, வண்ணம் பூசி, கம்பி வலையிலான ஃபென்ஸ் ஒன்றை அமைத்து பூட்டியும் வைத்தது. ஆனால் நம் மக்கள் பெரிய கில்லாடிகள் ஆயிற்றே? ரகசியமாக மது அருந்தவும், இன்னபிற வேலைகள் செய்யவும் வசதியாக இருந்த இடம் கைவிட்டுப் போனதைத் தாங்கமுடியாமல், பூட்டை உடைத்து மீண்டும் ஆட்டத்தை தொடங்கிவிட்டார்கள். வெளியூர் லாரிகள் இப்போது பங்கரை ஒட்டிய சர்வீஸ் சாலையில் அணிவகுத்து நிற்கின்றன. கொஞ்சம் வேகமெடுத்தாலும் நீங்கள் பங்கரைக் கவனியாமல் செல்லவே வாய்ப்பு அதிகம்.

ஜனவரி 12, 2020.

முந்தைய நாள் நண்பர் விவேக்குடன் பங்கரைச் சுற்றிவந்தபோதே அவர், 'என்ன மேடம் இவ்ளோ குப்பையா இருக்கு, இங்க நம்ம

ஆளுங்கள கூட்டிட்டு வந்து… எப்புடி? இது ரொம்பப் பழசா? இதுல உள்ள கல்வெட்டு எதுவும் இல்லையா?' என்று கேள்விகளை சரமாரியாகக் கேட்டுக்கொண்டிருந்தார். கோயில்கள், குடை வரைகள், கல்வெட்டுகள் என்று பணிச்சூழல்கொண்டவருக்கு இந்த கான்கிரீட் பங்கர் பெரிதாகத் தோன்றவில்லை என்பது எனக்குப் புரிகிறது. தொன்மைபற்றிய தெளிவு இங்கு அளிக்கப்பட வேண்டும் என்று நினைக்கிறேன். எதைத் தொன்மை சின்னம் என்று கொள்வது? வேறொரு நண்பர், 'மேடம் 300 வருஷத்துக்கு முன்னாடி உள்ள வரலாறு எல்லாம் வரலாறே இல்ல. குறைஞ்சது 1000 வருஷம் பழசுன்னாதான் அத நாங்க திரும்பியே பார்ப்போம்' என்றார்.

எனக்கு சிரிப்புதான் வந்தது. தொன்மையில் என்ன சார் முன்னது, பின்னது? எத்தனை ஆண்டுகள் தொன்மை என்பதை விட, மனித சமூகத்துக்கு அந்தத் தொன்மையினால் விளைந்த நன்மை என்ன, அது இன்று நமக்கு தரும் படிப்பினை என்ன என்று சிந்திப்பதுதானே சரி? 1000 ஆண்டுகளுக்கு முன் நாகரி எழுத்தில் என்னவென்றே எனக்குப் புரியாத மன்னன் கொடை கல்வெட்டை கோயில் ஒன்றில் வாசிப்பதைவிட, அனைத்து சாதியினரும் ஒன்றாக உட்கார்ந்து படிக்க 100 ஆண்டுகளுக்கு முன் கட்டப்பட்ட பள்ளியின் ஆங்கில/ தமிழ் கல்வெட்டு என்னைப் பொறுத்தவரை சிறப்பு மிக்கது.

சாமானியனின் வாழ்க்கையைப் பேசும் கல்வெட்டுகள் முக்கியம், அப்படி கல்வெட்டுகள் இல்லையென்றாலும் வாய்மொழி வரலாறாக ஆண்டாண்டு காலம் மக்களோடு பயணித்து வரும் கதைகளும் பாடல்களும் அதைவிட முக்கியம். வாழ்வியல் பேசும் எதுவும் தொன்மைதான். ஆண்டு என்பது வெறும் எண்தானே? எழுத்துரு இல்லாததை வரலாறு என்று அறுதியிட முடியாதுதான்; ஆனால் அதை 'டேஞ்சிபிளான' ஏதோ ஒன்றுடன் பொருத்திப் பார்த்துச் சொல்வதுதானே ஒரு தேர்ந்த ஆய்வாளரின் பணி?

பங்கருக்குள் தன் சித்தி வாழ்ந்ததாகச் சொல்கிறார் மைசன் ஸ்டுடியோ டிகால் அண்ணன். 'நான் சின்ன வயசுல இருக்க சொல்லோ எங்க சித்தி அந்த பங்கருக்குக்குள்ள குடியிருந்துச்சு. அங்க சேலை துணிமணி எல்லாம் துவச்சு காயப்போட்டிருக்கும், எனக்கு நல்லா நினைப்பிருக்கு. சித்தியும் நினைவு தெர்ஞ்ச நாள் மொத அங்கதான் குடியிருந்துச்சு. அப்போ இன்னும் பழசா தெரியும். அந்த கட்டடத்துக்குள்ளார சீக்ரட்டா ஒரு பாதை இருக்குங்க, அதுல போனா கோட்டைக்கு போலாம்னு அப்பலாம் எங்க சித்தி சொல்லும்', என்று நம்மிடம் சொல்கிறார். டிகால் அண்ணனுக்கு

இப்போது 60 வயது என்று கொண்டாலும், அவரது சித்தி அதற்கும் முந்தைய தலைமுறை. மூன்று தலைமுறைக்கு முன்னர் பங்கர் இருந்தது என்றால், அது 1940களில் இருந்திருக்கிறது என்பது நிஜம்தானே?

இரண்டாம் உலகப் போரின் சின்னங்களை ஜப்பான், ஜெர்மனி, இங்கிலாந்து நாடுகள் எப்படிப் பாதுகாக்கின்றன என்று அங்கு சென்றவர்கள் அறிவார்கள். அதே போருடன் தொடர்புடைய ஒரு தொல் சின்னத்தை சென்னை நகரம் எப்படிப் பேணியிருக்கிறது என்பதை நீங்கள் ஒருமுறை அந்தப் பக்கம் போய் பார்த்துவிட்டுச் சொல்லுங்கள்.

•●•

ஆதிச்சநல்லூர் முதல் கீழடி வரை

நிவேதிதா லூயிஸ்

''தமிழகத்தின் இருபது தொல்லியல் தடங்களை எளிய நடையில் அறிமுகம் செய்கிறார் நிவேதிதா. கடந்த 120 ஆண்டுகால தமிழ்த் தொல்லியல் ஆய்வுகளின் பாதையும் பயணமும் இதில் அடங்கியிருக்கின்றன.'' - ஆர். பாலகிருஷ்ணன்

---

www.ingramcontent.com/pod-product-compliance
Ingram Content Group UK Ltd.
Pitfield, Milton Keynes, MK11 3LW, UK
UKHW042102021026
15589UKWH00001B/128

9 788194 932192